PHẬT VIỆT

NGHĨ VỀ CÔNG TRÌNH
PHIÊN DỊCH ĐẠI TẠNG KINH
VÀ SỨ MỆNH HOẰNG PHÁP THỜI ĐẠI

PHẬT VIỆT
Tập San Văn Hóa Phật Giáo Việt Nam
Số 4, PL 2568

Chứng Minh:
Hòa Thượng Thích Thắng Hoan (1928-2024)
Hòa Thượng Thích Tuệ Sỹ (1945-2023)
Hòa Thượng Thích Phước An
Hòa thượng Thích Đức Thắng

Cố Vấn:
Cư sĩ Nguyên Tánh Phạm Công Thiện (1941–2011)
Giáo Sư Trí Siêu Lê Mạnh Thát

Chủ Nhiệm:
Hòa Thượng Thích Như Điển

Chủ Bút:
Hòa Thượng Thích Nguyên Siêu

Phụ Tá:
Hòa Thượng Thích Từ Lực
Thượng Tọa Thích Nguyên Tạng | Thượng Tọa Thích Hạnh Viên
Thượng Tọa Thích Hạnh Tuệ

Biên Tập:
Nguyên Đạo | Tâm Huy | Tâm Quang | Thị Nghĩa | Nguyên Không | Tuệ Năng
Thiên Nhạn | Pháp Uyển | | Phố Ái | Lôi Am | Huệ Đan |

Góp Bút Trong Số Này:
Minh Đạt | Nguyên Hạnh | Nguyên Siêu | Bổn Đạt | Trí Đăng | Thiện Đức | Minh Tâm | Chân Như | Hạnh Toàn | Hạnh Nhẫn | Thiện Giả | Tuệ Quang | Quảng Tuệ | Nguyên Túc | Pháp Uyển | Diệu Trang | Huệ Đan | Thiên Nhạn | Phố Ái | Tuệ Năng | Vô Niệm | Vạn Đức | Quang Ngộ | Lôi Am | Quảng Thế | Hoài Thương | Chơn Tánh.

Thư Ký Tòa Soạn:
Tâm Thường Định | Nguyên Không

Kỹ Thuật:
Cư sĩ Thanh Tuệ (1965 -2005)
Nhuận Pháp | Uyên Nguyên

Phát hành tại Hoa Kỳ, tháng 12, 2024.
ISBN: 979-8-3481-2692-6
© *Phật Việt Tùng Thư.*

MỤC LỤC

MỤC LỤC 3

LỜI NGỎ | NGUYÊN SIÊU 5

TÂM THƯ: *V/v: Ấn Hành Đại Tạng Kinh Việt Nam* | THÍCH NGUYÊN SIÊU 9

**PHIÊN DỊCH ĐẠI TẠNG KINH SANG TIẾNG VIỆT:
THÁCH THỨC, PHƯƠNG PHÁP, VÀ Ý NGHĨA CAO CẢ** | TRÍ ĐĂNG 13

**VÔ LƯỢNG QUANG: ĐẠI TẠNG KINH VIỆT NAM
VÀ DÒNG SÔNG TUỆ GIÁC DÂN TỘC** | MINH ĐẠT 19

NỘI LỰC PHẬT GIÁO TRONG VẬN MỆNH DÂN TỘC | MINH TÂM 23

NGỌN ĐÈN TRÊN SÓNG DỮ | BỔN ĐẠT 33

ĐẠI TẠNG KINH, HÀNH TRÌNH THẮP SÁNG TRÍ TUỆ NHÂN LOẠI
QUẢNG TUỆ 43

TAM TẠNG KINH, NHỊP CẦU NỐI CÁC NỀN VĂN MINH NHÂN LOẠI
THIỆN ĐỨC 49

**TỪ LỜI KINH NGUYÊN THỦY ĐẾN ÁNH SÁNG BẤT TUYỆT:
HÀNH TRÌNH KIẾT TẬP, LAN TỎA CỦA ĐẠI TẠNG KINH** | CHÂN NHƯ . 53

TỊNH LƯU VÔ BIÊN | VÔ NIỆM 73

UY NGHIÊM DÁNG TỪ | VÔ TRÚ 79

**DIỆU ÂM CHUYỂN NGỮ SỨ MỆNH CAO CẢ CỦA NGƯỜI PHIÊN DỊCH
TAM TẠNG TRONG THỜI ĐẠI MỚI** | NGUYÊN SIÊU 83

**LAN TỎA ÁNH SÁNG PHẬT PHÁP: HÀNH TRÌNH VIỆT HÓA
ĐẠI TẠNG KINH** | TUỆ NĂNG 89

TRUYỀN THỪA CHÂN KINH, THẮP SÁNG HỒN VIỆT | THIÊN NHẠN 101

**TAM TẠNG KINH: ÁNH SÁNG TỎA RẠNG TỪ CỔ ĐẠI
ĐẾN THỜI HIỆN ĐẠI** | VẠN ĐỨC 105

**TỪ PHẠN NGỮ ĐẾN CHÂN TRỜI TRUNG HOA
DẤU ẤN LỊCH SỬ PHIÊN DỊCH ĐẠI TẠNG KINH** | THIỆN GIẢ 109

**TỪ TRO TÀN CHIẾN TRANH ĐẾN KỲ QUAN VĂN HÓA: CÂU CHUYỆN
ĐẠI TẠNG KINH CAO LY** | HẠNH NHẪN 125

PHẬT GIÁO NHẬT BẢN: ĐẠI TẠNG KINH
VÀ CON ĐƯỜNG DUNG HÓA TÂM LINH, VĂN HÓA | HẠNH TOÀN 141

SỰ BẢO TỒN ĐẠI TẠNG KINH KỲ DIỆU VÀ TINH HOA TÂY TẠNG
QUẢNG THẾ 160

TỪ CHÂN TRỜI VÔ MINH ĐẾN ÁNH SÁNG GIẢI THOÁT:
CON ĐƯỜNG GIÁO DỤC TRONG ĐẠO PHẬT | UYÊN NGUYÊN 166

GIÁO DỤC PHẬT GIÁO: MỘT TẦM NHÌN TOÀN DIỆN | TUỆ QUANG ... 174

BẢO TỒN VÀ PHÁT TRIỂN GIÁO DỤC PHẬT GIÁO VIỆT NAM
TRONG THẾ KỶ MỚI | HUỆ ĐAN 192

PHỤ ĐÍNH: HƯỚNG ĐẾN MỘT NỀN TẢNG GIÁO DỤC TOÀN DIỆN:
ĐẠI HỌC PHẬT GIÁO VIỆT NAM HẢI NGOẠI 196

ỨNG DỤNG AI TRONG HOẰNG PHÁP VÀ BẢO TỒN KINH ĐIỂN
NGUYÊN TÚC 212

HOẰNG PHÁP CHO TUỔI TRẺ PHẬT GIÁO VIỆT NAM TẠI HOA KỲ:
THÁCH THỨC, CƠ HỘI VÀ GIẢI PHÁP | TÂM THƯỜNG ĐỊNH 228

SỨ MỆNH HỘ ĐẠO - HỘ QUỐC: HUYNH TRƯỞNG GĐPT VIỆT NAM
TRONG ÁNH SÁNG TAM TẠNG THÁNH ĐIỂN | PHÁP UYỂN 238

HUYNH TRƯỞNG GĐPT: VỮNG VÀNG TRONG VAI TRÒ HỘ PHÁP
VÀ HOẰNG PHÁP | NGUYÊN HẠNH 242

HẠT GIỐNG HIỆN TẠI | PHỔ ÁI 246

PHẬT PHÁP VÌ MỘT THẾ HỆ MỚI | HOÀI THƯƠNG 250

GIEO HẠT TỪ BI, ĐỨC PHẬT VÀ TÂM HUYẾT GIÁO DỤC TUỔI TRẺ
DIỆU TRANG 254

BẢO TỒN TIẾNG VIỆT – SỨ MỆNH BẤT KHẢ THOÁI THÁC
CỦA GĐPT TÂM QUẢNG NHUẬN 258

GIEO NHÂN THIỆN LÀNH: LỜI KÊU GỌI QUAN TÂM VÀ HƯỚNG DẪN
GIỚI TRẺ TRONG ÁNH SÁNG PHẬT GIÁO | QUANG NGỘ 262

LỜI CUỐI TẬP | BAN BIÊN TẬP TẬP SAN PHẬT VIỆT 266

PHỤ BẢN: ÁNH SÁNG VÔ NGÃ: PHẬT GIÁO VÀ SỨ MỆNH
KHAI PHÓNG DÂN TỘC | LÔI AM 292

THÔNG BÁO: *V/v: Lưu hành Thanh Văn Tạng Giai Đoạn I, Phần II* |
THÍCH NGUYÊN SIÊU 301

Lời Ngỏ

Công trình phiên dịch Đại Tạng Kinh Phật giáo Việt Nam là một việc làm với ý thức phụng sự, hiến dâng, không chỉ dành cho hiện tại mà còn cho ngàn vạn năm sau, trên con đường hoằng pháp và bảo tồn nền văn hóa hướng thượng, giác ngộ của nhân loại. Để đạt được sự giác ngộ, con người phải học giáo pháp tối thượng mà Đức Thế Tôn đã giảng dạy trong Tam Tạng giáo điển suốt gần 3,000 năm qua.

Học con đường giác ngộ, con người cần phải học bằng ngôn ngữ của chính mình. Dân tộc Việt Nam, hay Phật giáo Việt Nam, nếu muốn nghiên cứu, tìm hiểu và thực nghiệm con đường giác ngộ của Đức Phật, cần tự đặt mình trong Tam Tạng kinh điển, bởi nơi đây chứa đựng và lưu giữ những giá trị tốt đẹp, như một thành trì giác ngộ vững chắc được lưu truyền từ kim khẩu của Đức Phật. Do vậy, hôm nay, tất cả chúng ta hãy cùng tập trung, hạ thủ công phu, nguyện dâng hiến công sức và thời gian để xây dựng nên lâu đài Pháp Bảo vô thượng tôn.

Nếu làm được điều này, chúng ta sẽ nhận ra những gì đã và đang diễn ra trên dòng lịch sử Phật giáo Việt Nam, vốn dường như còn hơi muộn so với các dân tộc Phật giáo khác trên thế giới. Hiện tại, nhiều quốc gia Phật giáo đã có Đại Tạng bằng ngôn ngữ của họ. Một cụ già có thể đọc được lời dạy của Đức Phật, một em bé cũng có thể tiếp cận những lời dạy đó qua ngôn ngữ của chính mình. Đây là điều mà chúng ta cần suy ngẫm sâu sắc trên hành trình phát triển học thuật văn hóa và phiên dịch Đại Tạng Kinh, nếu không muốn bị tụt hậu trước sự phát triển văn minh và tiến bộ của nhân loại.

Ngày nay, với trí tuệ khoa học và công nghệ điện toán, con người có thể tạo ra những công cụ học thuật và trí tuệ thông minh vượt trội, mà ta có thể gọi là "trí tuệ thông minh vật chất." Với sự tiến bộ khoa học kỹ thuật, các nhà trí thức đã phát minh ra những thiết bị vật chất có khả năng lưu trữ trí tuệ của họ, để thực hiện công việc thay con người, như robot thay người lao động, AI thay người dịch thuật, hay thậm chí chỉnh sửa ý văn, nội dung, chứ không chỉ dừng lại ở việc phiên dịch văn tự.

Từ nền văn minh tiến bộ kỹ thuật và khoa học hiện nay, con người đã tạo ra những khối vật chất được lập trình theo ý muốn, để thay thế con người thực hiện công việc. Tuy nhiên, những lời giảng dạy của Đức Thế Tôn, những trí tuệ xuất thế gian, là tài sản giác ngộ và giải thoát vô giá. Những giáo pháp này mang ý vị sâu sắc của tâm thức, được nuôi dưỡng bởi khả năng giác ngộ trong sáng. Vậy, liệu chúng ta có thể đủ tin tưởng để giao phó công việc phiên dịch những lời dạy ấy cho AI thực hiện hay không? Kính thưa, chắc chắn là không.

Bởi vì việc phiên dịch Đại Tạng Kinh không những là công việc ngôn ngữ thông thường, mà là một sự chuyển tải bằng tâm tình chân thật, bằng niềm tin sâu sắc nơi Phật Bảo và Pháp Bảo, xuất phát từ kim khẩu của Đức Thế Tôn. Đó là một hành trình thấm đượm tình tự, suối nguồn giác ngộ, đòi hỏi người thực hiện phải là những người có tu, có học, có thực nghiệm và chứng nghiệm sâu sắc trên chính tự thân mình.

Do vậy, với tất cả niềm tin yêu, tâm nguyện chí thành, chí thiết, kính dâng trọn ước mơ và kỳ vọng thành tựu Phật sự phiên dịch Đại Tạng Kinh Phật giáo Việt Nam lên chư tôn túc, chư vị thức giả, cùng các đại thí chủ. Nguyện xin sự hiến dâng ấy không chỉ giúp tận dụng thời gian quý báu, tránh lãng phí mà còn làm cho đời người không trở nên mòn mỏi và chóng phôi pha trước dòng chảy vô thường của kiếp sống.

Công trình thứ hai là công trình giáo dục toàn diện, một sự nghiệp giáo hóa con người toàn diện, đặc biệt là giáo dục thế hệ thiếu nhi, lớp người măng tơ được sinh ra trong môi trường hải ngoại. Các con em của chúng ta đã đánh mất một quãng thời gian quá dài, một chặng đường gắn bó với đời sống của tổ tiên, ông bà, hay nói cách khác là cội nguồn của dòng giống Việt tộc.

Làm sao các con em có thể thấu hiểu và cảm nhận được cái tình nghĩa tử tôn nòi giống ấy, nếu không có ai đủ tâm huyết tiếp cận, dìu dắt và trao truyền? Ai sẽ là người mang đến cho thế hệ con cháu của mình những giá trị giáo dục về cái hay, cái đẹp, về bốn ngàn năm lịch sử dâng hiến của cha ông và dòng giống? Nếu không phải chính là chúng ta hôm nay, thì còn ai khác có thể làm được điều ấy?

Vậy thì, đối với thế hệ thiếu nhi, con em của chúng ta, cần suy nghĩ và hành động như thế nào để mang lại lợi ích thiết thực cho thế hệ kế thừa? Trên nền tảng bảo tồn và phát huy kiến thức sống của dân tộc Việt Nam, chúng ta cần giúp thế hệ trẻ biết nói tiếng Việt giỏi, đọc hiểu dòng lịch sử dân tộc Việt Nam bằng tiếng mẹ đẻ của chính mình. Đồng thời, điều này cũng giúp khẳng định bản sắc Việt Nam, giữ gìn cội nguồn con Hồng cháu Lạc, không để mai một trong dòng chảy của thời đại.

Để đạt được điều này, việc tạo ra các phương tiện giáo dục và khơi dậy ý thức về cội nguồn là rất cần thiết. Các tự viện, quý Thầy, quý Cô Trụ Trì nên mở những lớp học tiếng Việt tại các mái chùa địa phương, hoặc tổ chức các khóa tu học Phật pháp vào các mùa Xuân, Hạ, Thu, Đông. Tại đây, các em thiếu nhi có thể học tiếng Việt song ngữ (Anh - Việt), kết hợp với việc học Phật pháp, để việc tiếp thu kiến thức trở nên dễ dàng và thú vị hơn. Đây chính là một mô thức định hình cho con đường phát huy vai trò của tuổi trẻ Phật giáo trong tương lai.

Ước mong rằng các tự viện, tổ chức Phật giáo, và các đơn vị Gia Đình Phật Tử sẽ đồng lòng vì một tương lai tươi sáng, vì tiền đồ của Phật pháp mai sau. Khi thế hệ cha ông hôm nay không còn nữa, chính thế hệ kế thừa sẽ tiếp nối sự nghiệp hộ pháp, hộ quốc, và hộ dân mà chúng ta đang dày công đào tạo trong tinh thần tự tồn và kiên định.

Tập san Phật Việt chính là tiếng nói của nhiều thế hệ, là sự kết tinh của những tâm hồn mẫn tiệp, yêu đạo, mến đời hôm nay và cả mai sau. Đây là nơi tôn vinh và gìn giữ những giá trị đẹp đang hiện hữu, là lời kêu gọi phát tâm trong tinh thần từ bi của đạo Phật, giữ gìn giềng mối và kỷ cương, đồng thời nuôi dưỡng dòng giống Việt Nam thân yêu mà chúng ta trân quý.

San Diego, ngày 02 tháng 12 năm 2024

Nguyên Siêu

GIÁO HỘI PHẬT GIÁO VIỆT NAM THỐNG NHẤT
HỘI ĐỒNG HOẰNG PHÁP
HỘI ẤN HÀNH ĐẠI TẠNG KINH VIỆT NAM
VIETNAM GREAT TRIPITAKA FOUNDATION
4333 30th Street, San Diego, CA 92104 – U.S.A.
Tel: **(619) 283-7655**

TÂM THƯ
V/v: *Ấn Hành Đại Tạng Kinh Việt Nam*

Nam Mô Bổn Sư Thích Ca Mâu Ni Phật

Kính bạch chư tôn Thiền đức Tăng Ni,
Kính thưa quý thiện hữu tri thức, cùng quý thiện nam tín nữ Phật tử xa gần,

Phật giáo đã truyền vào Việt Nam hai nghìn năm, nhưng qua bao thăng trầm lịch sử dưới nhiều triều đại, chính thể, việc phiên dịch Tam Tạng Thánh Điển (từ tiếng Phạn hay Hán) sang tiếng Việt vẫn chưa được thực hiện một cách trọn vẹn và thống nhất. Trong khi đó, truyền bản Phạn-Hán thì tương đối đã được hoàn tất từ nhiều thế kỷ trước qua nhiều triều đại Trung Hoa; cho đến thế kỷ thứ 20, Đại Tạng Kinh bằng Hán văn lại được khởi sự biên tập, đối chiếu, hiệu chính và cước chú rất kỹ lưỡng, công phu dưới triều Đại Chánh (Taisho) thứ 11, vào năm 1922, với sự tham gia của trên 100 học giả Phật giáo hàng đầu tại Nhật Bản. Đại Tạng Kinh Việt Nam sẽ dùng Hán bản Đại Chánh Đại Tạng Kinh này làm để bản (bản đáy), và đặc biệt là có tham chiếu các truyền bản tiếng Phạn, Pali và Tây Tạng dưới sự chủ trì của nhị vị học giả tinh thông Phật học và Sử học là Hòa thượng Thích Tuệ Sỹ và Giáo sư Trí Siêu Lê Mạnh Thát.

Kế thừa sự nghiệp phiên dịch Đại Tạng Kinh Việt Nam (ĐTKVN), Hòa thượng Tuệ Sỹ—một trong 18 thành viên của Hội Đồng Phiên Dịch Tam Tạng (do Viện Tăng Thống GHPGVNTN chỉ định thành lập năm 1973), tiếp tục thực hiện công trình phiên dịch dang dở của Hội đồng; và với sự quán thông Tam Tạng Thánh Điển qua các truyền bản Phạn, Hán, Tây Tạng, đã nêu một tiêu chí chuẩn mực nhất có thể để thực hiện một Đại Tạng Kinh Việt Nam với tiếng Việt trong sáng, hàn lâm, góp phần phát triển phương tiện tuệ học cho tứ chúng đệ tử Phật đồng thời làm phong phú thêm cho kho tàng ngôn ngữ Việt. ĐTKVN bao gồm tất cả Thánh Điển Phật giáo được dịch sang tiếng Việt qua các thời kỳ lịch sử, bởi chư vị dịch giả các triều đại quá khứ, cùng với các dịch giả cận đại, hiện tại và tương lai; do vậy, theo dự án của Hội Đồng Phiên Dịch Tam Tạng Lâm Thời (HĐPDTTLT, do Hòa thượng Tuệ Sỹ chủ xướng thành lập vào ngày 03 tháng 12 năm 2021), sẽ là một bộ Kinh đồ sộ ước chừng 200 tập khổ 6.5 x 9.5 inches (16.5 x 24 cm).

HĐPDTTLT với ba Ủy ban là UB Duyệt sách, UB Phiên dịch và UB Chứng nghĩa Chuyết văn, quy tụ một số ủy viên có trình độ chuyên môn về Phật học, Việt văn và cổ ngữ, dành hết tâm lực và thời gian để thực hiện công trình phiên dịch. HĐPDTTLT được sự toàn tâm yểm trợ của Hội Đồng Hoằng Pháp (do chư vị lãnh đạo các GHPGVNTN châu lục và quốc gia thành lập vào ngày 08 tháng 5 năm 2021), trong đó có Ban Bảo Trợ và Hội Ấn Hành Đại Tạng Kinh Việt Nam trực tiếp đảm nhận vận động tài chánh và tiến hành việc in ấn và phát hành ĐTKVN.

Kính thưa chư liệt vị,

Trong Kinh Duy-ma-cật, chương 13, phẩm Cúng Dường Pháp, có dạy: *"Cúng dường Chánh Pháp là cúng dường tối thượng."* Chúng tôi tu học và hành đạo bao năm nay được góp phần nhỏ vào dự án vĩ đại do Hòa thượng Tuệ Sỹ chỉ đạo, với tâm nguyện đền ơn Phật-Pháp-Tăng trong muôn một, với ước vọng được nhìn thấy ĐTKVN hình thành từng kinh, từng bộ trong những năm tháng sắp tới. Có thể nói đây quả là nhân duyên vô cùng thù thắng cho một đời người.

Với tâm thành, chúng tôi xin tha thiết thỉnh cầu chư tôn Thiền đức Tăng Ni và Phật tử khắp nơi, vì tâm nguyện cúng dường Chánh Pháp, vì nguyện vọng được chứng kiến trong đời mình một bộ Đại Tạng Kinh tiếng Việt thật chuẩn mực, mang tầm vóc quốc tế, xứng đáng với chiều dài 2000 năm Phật giáo trên quê hương Việt Nam, hãy cùng đóng góp trí lực và tài lực cho công trình dài lâu này.

Thay mặt Hội Ấn Hành ĐTKVN, chúng tôi thành kính thâm tạ chư tôn Thiền đức và quý Phật tử xa gần. Nguyện đem công đức cúng dường Chánh Pháp này hướng về khắp tất cả; kính chúc chư tôn Thiền đức pháp thể khinh an, chúng sinh dị độ; và chúc nguyện chư thiện tín nam nữ cùng gia quyến vô lượng an khang, cát tường.

Nam Mô Công Đức Lâm Bồ Tát – tác đại chứng minh.

PL. 2566, ngày 01 tháng 6 năm 2022
TM. Hội Ấn Hành Đại Tạng Kinh Việt Nam
Hội trưởng

Hòa thượng Thích Nguyên Siêu

PHIÊN DỊCH ĐẠI TẠNG KINH SANG TIẾNG VIỆT: THÁCH THỨC, PHƯƠNG PHÁP, VÀ Ý NGHĨA CAO CẢ

TRÍ ĐĂNG

Việc phiên dịch Đại Tạng Kinh sang tiếng Việt là một trong những nhiệm vụ quan trọng nhất trong lịch sử Phật giáo Việt Nam hiện đại. Đây là một công trình mang tính học thuật và là một sứ mệnh tâm linh, đóng vai trò cầu nối giữa những lời dạy của Đức Phật với hàng triệu Phật tử tại Việt Nam. Trong bối cảnh hiện nay, khi nhu cầu tiếp cận và hiểu biết về giáo lý Phật giáo ngày càng gia tăng, công trình này mang một ý nghĩa đặc biệt lớn lao. Tuy nhiên, để đảm bảo tính toàn vẹn của giáo lý, sự chính xác trong ngôn ngữ và tính phổ quát trong ý nghĩa, công trình này đòi hỏi những cải tiến về phương pháp và sự kết hợp giữa công nghệ hiện đại với truyền thống dịch thuật lâu đời.

Đồng thời, nếu xem *Công Trình Phiên Dịch Đại Tạng Kinh Việt Nam* như một trách nhiệm trên vai của các thế hệ Phật tử và học giả, thì trách nhiệm còn lại chính là việc *hoằng pháp*, truyền bá những giá trị đó đến cộng đồng một cách hiệu quả và lâu dài. Hai trọng trách này giống như hai đầu của một chiếc đòn gánh, cần phải cân bằng và hỗ trợ lẫn nhau. Việc dịch thuật để lưu giữ tri thức, và là nền tảng để hoằng pháp, đưa ánh sáng Phật pháp đến gần hơn với mọi người. Ngược lại, hoằng pháp dựa trên những bản dịch chuẩn xác và sâu sắc mới có thể lan tỏa trọn vẹn tinh thần giác ngộ mà Đức Phật đã trao truyền.

Lịch sử Phật giáo đã chứng kiến nhiều giai đoạn phiên dịch quan trọng. Ngay từ khi giáo lý của Đức Phật được truyền khẩu qua các thế hệ, việc chuyển hóa ngôn ngữ đã trở thành một phần không thể thiếu trong hành trình truyền bá giáo pháp. Những bộ kinh đầu tiên được ghi chép bằng tiếng Pali và Sanskrit tại Ấn Độ cổ đại đã tạo nền móng cho kho tàng Đại Tạng Kinh hiện nay. Sau đó, qua các cuộc kết tập kinh điển và sự lan tỏa của Phật giáo đến nhiều quốc gia, từng ngôn ngữ bản địa đã tiếp nhận và chuyển hóa giáo pháp sao cho phù hợp với văn hóa và nhu cầu của từng cộng đồng. Sự đổi mới đó, dù diễn ra trong hoàn cảnh nào, vẫn giữ vững cốt lõi là sự trung thành với tinh thần giác ngộ mà Đức Phật đã truyền dạy.

Trong lịch sử, công trình dịch thuật kinh điển sang tiếng Hán dưới thời nhà Đông Hán là một trong những ví dụ tiêu biểu về sự thành công trong việc chuyển hóa ngôn ngữ và văn hóa. Ngài Cưu Ma La Thập[1], một nhà phiên dịch kiệt xuất, đã xây dựng nền tảng cho các thế hệ sau bằng cách không chỉ dịch nghĩa sát gốc mà còn diễn đạt trôi chảy để phù hợp với người đọc. Những kinh nghiệm từ công trình của Ngài đã trở thành bài học quý báu cho việc phiên dịch ở các ngôn ngữ khác. Tại Nhật Bản, khi Phật giáo du nhập, kinh điển được giữ nguyên chữ Hán nhưng mang âm hưởng và sắc thái ngôn ngữ Nhật, giúp giáo lý dễ dàng hòa nhập vào văn hóa địa phương. Tương tự, ở Tây Tạng, sự dịch thuật kinh điển đã kèm theo việc xây dựng hệ thống thuật ngữ mới, phản ánh tinh thần và văn hóa bản địa.

Hoằng pháp, song hành cùng công trình dịch thuật, cũng là một nhiệm vụ không thể thiếu trong sự nghiệp lan tỏa Phật

---

[1] **Cưu Ma La Thập (344–413):** cao tăng Ấn Độ, nổi tiếng dịch kinh Phật sang Hán ngữ, đóng góp lớn cho Phật giáo Trung Quốc.

pháp. Những bản kinh được dịch, nếu không được phổ biến và giải thích, sẽ giống như hạt giống nằm im lìm trong kho. Chính thông qua các hoạt động hoằng pháp—từ giảng giải, biên soạn tài liệu, tổ chức khóa tu, đến truyền tải trên các nền tảng số— mà tinh thần giáo pháp mới thực sự lan tỏa và thấm sâu vào đời sống của từng cá nhân, từng cộng đồng. Như chiếc đòn gánh cần có sự cân bằng, nếu chỉ tập trung vào một bên, gánh nặng sẽ mất đi sự ổn định và có nguy cơ bị đổ vỡ. Do đó, phiên dịch và hoằng pháp phải luôn đi đôi, hỗ trợ và bổ sung cho nhau.

Hiện nay, việc dịch Đại Tạng Kinh sang tiếng Việt đối mặt với nhiều thách thức mới, đặc biệt trong bối cảnh công nghệ phát triển và ngôn ngữ hiện đại không ngừng thay đổi. Để đảm bảo tính chính xác, dễ hiểu và truyền đạt đầy đủ tinh thần giáo lý, cần có một cách tiếp cận khoa học và hệ thống. Công nghệ hiện đại đã mang lại những công cụ hỗ trợ hữu ích cho công việc dịch thuật. Các phần mềm dịch thuật, trí tuệ nhân tạo và xử lý ngôn ngữ tự nhiên (NLP[2]) có thể giúp nhận diện và chuẩn hóa thuật ngữ, so sánh các đoạn kinh văn đồng dạng và giảm thiểu sai sót nhỏ nhặt. Mặc dù công nghệ không thể thay thế vai trò của con người trong việc diễn đạt tinh thần sâu sắc của kinh điển, nó là một công cụ hỗ trợ đắc lực để tăng hiệu suất và giảm bớt áp lực công việc cho các dịch giả.

Thành phần nhân sự dịch thuật cũng đóng vai trò then chốt trong thành công của công trình này. Một nhóm phiên dịch hiệu quả cần sự phối hợp của các nhà Phật học, ngôn ngữ học, chuyên gia văn hóa và cả những người am hiểu thực tiễn xã hội Việt Nam. Các nhà Phật học đảm bảo nội dung và ý nghĩa giáo lý được truyền đạt chính xác; ngôn ngữ học giả giúp bản dịch trôi chảy, dễ hiểu; chuyên gia văn hóa kết nối tinh thần kinh

---

[2] **NLP**: Viết tắt của "Natural Language Processing" (Xử lý ngôn ngữ tự nhiên), một lĩnh vực trong trí tuệ nhân tạo nghiên cứu cách máy tính hiểu và xử lý ngôn ngữ con người.

điển với bối cảnh xã hội; trong khi đó, độc giả thử nghiệm cung cấp phản hồi để hoàn thiện bản dịch sao cho phù hợp với đại chúng. Sự kết hợp giữa các chuyên gia đa ngành này vừa mang lại độ chính xác cao mà vừa giúp bản dịch có sức sống và giá trị thực tiễn.

Một quá trình dịch thuật chặt chẽ và khoa học cũng là yếu tố quan trọng. Quá trình này cần được thiết lập để đảm bảo tính nhất quán, chính xác và hiệu quả trong từng giai đoạn. Đầu tiên, cần nghiên cứu sâu về bản kinh gốc, bao gồm ngữ nghĩa, bối cảnh lịch sử và các tầng ý nghĩa tiềm ẩn. Tiếp đó, giai đoạn dịch thô tập trung vào việc chuyển nghĩa sát gốc, đảm bảo không bỏ sót bất kỳ ý nghĩa nào. Sau đó, giai đoạn chỉnh sửa và đối chiếu giúp so sánh bản dịch với nguyên bản để hoàn thiện nội dung. Cuối cùng, quá trình hiệu đính cần được thực hiện bởi một hội đồng chuyên môn để đảm bảo bản dịch không những chính xác mà còn mạch lạc, trôi chảy, phù hợp với ngữ pháp và phong cách tiếng Việt.

Không riêng dừng lại ở việc dịch thuật, công trình này cần chú trọng đến khâu phổ biến và truyền bá sau khi hoàn thành. Các nền tảng số như website, ứng dụng di động, thư viện điện tử là phương tiện hiệu quả để đưa kinh điển đến gần hơn với đông đảo người đọc. Ngoài ra, việc biên soạn các tài liệu giải thích, bình luận và hướng dẫn cũng sẽ giúp độc giả hiểu rõ hơn về nội dung kinh điển. Những nỗ lực này vừa giúp phổ biến giáo lý Phật giáo mà vừa nâng cao nhận thức và hiểu biết về các giá trị nhân văn sâu sắc.

Như vậy, công trình phiên dịch Đại Tạng Kinh và sự nghiệp hoằng pháp là hai mặt không thể tách rời, cùng nhau làm nên sức mạnh tổng thể của sứ mệnh lan tỏa giáo pháp. Nếu thiếu một trong hai, hành trình này sẽ mất đi sự cân bằng và tinh thần giác ngộ của Đức Phật khó lòng chạm đến được trái tim của nhân loại. Đây chính là minh chứng sống động cho sự phụ thuộc lẫn nhau giữa tri thức và hành động, giữa học thuật và đời sống, giữa sự bảo tồn và sự phát triển. Với tâm nguyện lớn lao, phương pháp khoa học và tinh thần học hỏi từ lịch sử, công trình này không những gìn giữ tinh hoa giáo pháp mà còn mang lại ánh sáng từ bi và trí tuệ của Đức Phật đến với muôn nơi, làm đẹp thêm con đường dẫn đến sự an lạc và giải thoát.

Trí Đăng

VÔ LƯỢNG QUANG: ĐẠI TẠNG KINH VIỆT NAM VÀ DÒNG SÔNG TUỆ GIÁC DÂN TỘC

MINH ĐẠT

Từ buổi bình minh của lịch sử, trên mảnh đất hình chữ S ôm trọn những dòng sông uốn lượn như mạch nguồn sự sống, ánh sáng Phật pháp đã soi rọi, lan tỏa và hòa quyện với tâm hồn người Việt. Đạo Phật đến với dân tộc như giọt nước thấm vào lòng đất, lặng lẽ mà sâu xa, bình dị mà trường tồn. Trải qua bao nhiêu biến thiên của thời gian, những ngôi chùa cổ kính vẫn còn đó, những hồi chuông ngân xa như tiếng vọng của muôn kiếp nhân sinh. Thế nhưng, ánh sáng ấy chưa từng hoàn toàn được chạm đến bởi tất cả, bởi những rào cản ngôn ngữ và thời gian. Chính trong bối cảnh ấy, công trình phiên dịch Đại Tạng Kinh Việt Nam ra đời, không đơn thuần là sự kiện lịch sử mà còn là hành trình tâm linh của một dân tộc, là khúc trường ca của từ bi, trí tuệ, và khát vọng giải thoát.

Hãy ngược dòng thời gian trở về khi những cuốn kinh Phật đầu tiên được truyền bá trên đất Việt. Đạo Phật thời kỳ sơ khai vốn được xem như một tôn giáo nhưng đồng thời là ánh sáng văn minh đến từ phương xa, soi sáng tâm thức của một dân tộc vốn gắn bó sâu sắc với thiên nhiên và triết lý sống hài hòa. Những lời dạy của Đức Phật về từ bi và vô ngã vang lên như tiếng nhạc hòa cùng tiếng gió ru rừng, tiếng sóng vỗ bờ. Nhưng liệu những giáo pháp thâm sâu ấy có thực sự đến được với mỗi con người Việt Nam, khi chúng được bao bọc trong những trang kinh bằng Hán văn, Pali hay Sanskrit? Những ngọn núi cao của tri thức ấy không phải ai cũng có thể vượt qua, và khoảng cách ấy đã tồn tại như một thử thách lớn lao suốt nhiều thế kỷ.

Rồi thời thế thay đổi. Khi đất nước bước vào những cuộc chiến tranh và biến động, khi lòng người tìm về với cội nguồn để khơi dậy nội lực, ngọn lửa Phật pháp trong lòng dân tộc một lần nữa bừng cháy mạnh mẽ. Từ thế kỷ XX, phong trào chấn hưng Phật giáo không những khơi lại nguồn mạch văn hóa Phật giáo mà còn đặt ra một nhiệm vụ cấp thiết: làm sao để Phật pháp thôi là ánh sáng từ xa, mà trở thành nguồn sáng nội tại, gần gũi và dễ tiếp cận hơn bao giờ hết. Và thế là công trình phiên dịch Đại Tạng Kinh Việt Nam ra đời, mang theo không riêng kỳ vọng của giới tu hành mà còn là hy vọng của một dân tộc về sự hòa hợp giữa truyền thống và hiện đại, giữa tinh hoa Phật pháp và ngôn ngữ dân tộc.

Công trình này không đơn thuần là một nhiệm vụ học thuật mà là biểu tượng của sự kiên trì, của trí tuệ tập thể, và trên hết là của lòng từ bi không bờ bến. Những người dịch kinh đâu phải chỉ chuyển tải ngôn từ mà còn mang trong mình trách nhiệm truyền tải tinh thần, cái thần thái của Phật pháp. Bản dịch đâu chỉ cần chính xác về mặt ý nghĩa mà còn phải giữ được sự linh thiêng, thi vị của những câu kinh nguyên bản. Một chữ sai, một từ lạc, cũng có thể làm mất đi cái hồn của giáo pháp.

Hãy hình dung những năm tháng mà các nhà sư, học giả đã dành trọn đời mình bên những trang kinh cổ. Họ miệt mài trong ánh đèn dầu, đối chiếu từng dòng, từng chữ, với lòng kính trọng vô bờ bến. Không phải chỉ là công việc của học giả, đó là sự hành trì tâm linh, một dạng thiền định mà qua đó họ hóa giải chính những chướng ngại trong tâm mình. Đại Tạng Kinh Việt Nam ra đời chẳng phải trong một sớm một chiều, mà là kết tinh của biết bao kiếp người, biết bao giấc mơ về một thế giới nơi mọi người đều có thể tiếp cận giáo pháp.

Nhưng công trình này đâu chỉ dừng lại ở việc dịch kinh. Nó là một biểu tượng của lòng yêu nước, một sự khẳng định rằng văn hóa Phật giáo là một phần không thể thiếu của dân tộc Việt Nam. Trong từng câu chữ, từng trang kinh, là hình bóng của đất nước, của con người Việt Nam. Tiếng Việt không chỉ là ngôn ngữ, mà là trái tim, là hơi thở của dân tộc. Khi Đại Tạng Kinh được dịch sang tiếng Việt, đó là một sự chuyển ngữ, đồng thời là một sự chuyển hóa: từ ánh sáng xa xôi trở thành ngọn lửa ấm áp trong lòng mỗi người Việt.

Từng lời kinh giờ đây vang lên như tiếng gọi từ quá khứ, nhưng đồng thời cũng là ngọn hải đăng dẫn lối cho tương lai. Đại Tạng Kinh đâu chỉ chứa đựng lời dạy của Đức Phật mà còn mang trong mình cả những giá trị đạo đức, nhân văn, và triết lý sâu sắc. Nó đâu riêng là một kho báu của Phật giáo mà còn là một di sản văn hóa của cả dân tộc. Những lời dạy về từ bi, vô thường, và giải thoát đâu hẳn chỉ dành cho những người tu hành mà còn là bài học cho mọi tầng lớp xã hội, từ những em nhỏ học chữ đầu tiên đến những người già đã trải qua bao thăng trầm của đời sống.

Khi soi chiếu công trình phiên dịch Đại Tạng Kinh từ góc nhìn lịch sử, ta chẳng khỏi xúc động trước tinh thần bất khuất của những con người đã dấn thân cho lý tưởng. Trong suốt hàng chục năm, biết bao khó khăn đã được vượt qua, từ việc thiếu nhân lực có trình độ đến sự thay đổi không ngừng của ngôn ngữ. Nhưng chính trong những thử thách ấy, người Việt lại chứng minh được sức mạnh của mình: sức mạnh của sự đoàn kết, của lòng kiên trì, và của tình yêu dành cho giáo pháp.

Hôm nay, khi đứng giữa những đổi thay của thời đại, chúng ta có quyền tự hào rằng công trình này đâu phải chỉ là món quà từ quá khứ mà còn là một hành trang cho tương lai. Trong thế giới hiện đại, khi con người ngày càng bị cuốn vào những áp lực của đời sống, những giá trị nhân văn từ Phật pháp càng trở nên quý giá hơn bao giờ hết. Đại Tạng Kinh Việt Nam, vì thế, đâu chỉ là một di sản mà còn là một kim chỉ nam, một ngọn lửa dẫn đường cho thế hệ trẻ tìm lại sự an lạc trong chính tâm hồn mình.

Và như thế, dòng sông tuệ giác ấy vẫn mãi chảy, không bao giờ ngừng nghỉ. Đại Tạng Kinh Việt Nam là một lời nhắc nhở rằng, dù thời gian có trôi qua, dù thế giới có đổi thay, ánh sáng của Phật pháp vẫn luôn hiện hữu, như ngọn hải đăng vĩnh cửu giữa biển cả mênh mông. Đó là ánh sáng của vô lượng quang, chiếu soi không riêng một đời mà muôn đời, và chẳng dành riêng một người mà tất cả chúng sinh, dẫn lối cho mọi người vượt qua bờ mê để đến bến giác.

Minh Đạt

NỘI LỰC PHẬT GIÁO TRONG VẬN MỆNH DÂN TỘC

MINH TÂM

Trên dòng chảy cuộn xiết của thời đại, nơi mà mọi thứ biến đổi không ngừng và thời gian tựa như một cơn sóng dữ cuốn trôi mọi thứ, con người đứng trước sự bấp bênh của cuộc sống, cố tìm cho mình một điểm tựa, một ý nghĩa giữa muôn trùng những giá trị chồng chéo và đổi thay. Xã hội Việt Nam đương đại đang đứng trước những biến động sâu sắc, nơi những giá trị truyền thống tưởng chừng bất biến đang dần bị bào mòn dưới áp lực toàn cầu hóa và cơn lốc của tư duy vật chất. Giữa khung cảnh ấy, Phật giáo – ánh sáng từ bi và trí tuệ đã chiếu rọi suốt ngàn năm lịch sử, không chỉ là tấm gương phản chiếu những giá trị văn hóa, đạo đức và tâm linh của dân tộc, mà còn là nguồn năng lượng tinh thần bất tận, dẫn lối cho bao thế hệ người Việt vượt qua thử thách, giữ vững bản sắc và xây dựng một xã hội nhân ái, hòa bình – bấy giờ, vẫn lặng lẽ hiện hữu, như một lời nhắc nhở, một nguồn nội lực lớn lao có thể dẫn dắt chúng ta trở về với cội nguồn. Trong hành trình chấn hưng dân tộc, vai trò trọng yếu của Phật giáo là điều không thể phủ nhận, nên sự khôi phục nội lực của Phật giáo không đơn thuần chỉ là sự trỗi dậy của một tôn giáo, mà còn là sự hồi sinh của tâm hồn, của đạo lý Việt Nam, của chính tinh thần dân tộc Việt.

Từ khi Phật giáo đặt chân đến đất Việt, vào thời kỳ Bắc thuộc, đạo lý nhà Phật đã thấm sâu vào tâm thức người dân. Không phải dưới hình hài của một thực thể ngoại lai xa lạ, mà tựa dòng nước mát lành tưới tắm tâm hồn vốn đã gắn bó mật thiết với thiên nhiên và sự hòa hợp. Đạo Phật, với tinh thần từ bi, vô ngã, đã gặp gỡ và hòa quyện cùng truyền thống nhân ái, trọng nghĩa của người Việt, tạo nên một hệ giá trị đặc trưng, bền bỉ qua nhiều thế kỷ. Những câu chuyện như Sĩ Nhiếp[3] truyền đạo, những kỳ tích của các thiền sư thời Lý – Trần[4], cho thấy Phật giáo vừa là một tôn giáo, vừa là mạch nguồn tinh thần nuôi dưỡng trí tuệ, nhân sinh quan và bản lĩnh của người Việt. Những giá trị như từ bi, hỷ xả, vô ngã, vị tha đã không dừng lại riêng việc chuyển hóa cá nhân mà còn góp phần định hình nền tảng đạo đức của cả một dân tộc.

Dưới triều Lý và Trần, Phật giáo không dừng lại ở vị thế quốc giáo, mà vươn lên thành ngọn cờ tinh thần dẫn dắt các cuộc kháng chiến vĩ đại. Thiền sư Vạn Hạnh[5], với trí tuệ uyên thâm

---

[3] **Sĩ Nhiếp (137–226)**, Thái thú Giao Chỉ dưới thời Đông Hán, được xem là người mở đầu việc truyền bá văn hóa Hán và Phật giáo vào Việt Nam. Dưới sự cai trị của ông, Giao Chỉ trở thành trung tâm giao lưu văn hóa, tạo điều kiện cho Phật giáo du nhập và phát triển trên đất Việt. Sĩ Nhiếp được coi là người đặt nền móng cho văn hóa và tư tưởng Phật giáo sơ khởi tại Việt Nam.

[4] **Thời Lý – Trần (1009–1400)**, giai đoạn hoàng kim của lịch sử Việt Nam, nổi bật với sự phát triển văn hóa, kinh tế, và quân sự. Phật giáo hưng thịnh, trở thành quốc giáo, hòa quyện sâu sắc vào đời sống chính trị và xã hội. Đây cũng là thời kỳ đánh bại các cuộc xâm lược Nguyên Mông, khẳng định độc lập và sức mạnh dân tộc.

[5] **Vạn Hạnh (938–1025)**, thiền sư lỗi lạc của Phật giáo Việt Nam, thuộc thiền phái Tì Ni Đa Lưu Chi. Ngài là cố vấn quan trọng trong triều đại Tiền Lê và góp phần to lớn trong việc đưa Lý Công Uẩn lên ngôi, lập ra triều đại nhà Lý. Với trí tuệ uyên thâm và tầm nhìn chính trị sâu rộng, Vạn Hạnh không chỉ phát triển Phật giáo mà còn định hướng sự ổn định và phát triển của đất nước. Di sản của Ngài là biểu tượng cho sự hòa quyện giữa đạo và đời trong lịch sử dân tộc.

và lòng từ bi sâu sắc, vừa an định tâm hồn của Lý Công Uẩn[6] mà vừa vạch đường đi cho một thời kỳ hưng thịnh. Trần Nhân Tông[7], vị vua thiền sư, với tinh thần nhập thế sâu sắc, đã biến triết lý Phật giáo thành sức mạnh chiến lược, lãnh đạo quân dân đánh bại quân Nguyên Mông[8], đồng thời sáng lập nên thiền phái Trúc Lâm – biểu tượng của sự kết hợp giữa đạo và đời, giữa tâm linh và thực tiễn.

Nhưng từ sau thời kỳ vàng son ấy, Phật giáo Việt Nam đã trải qua những thăng trầm khốc liệt. Từ thời kỳ Hậu Lê[9], khi Nho

---

[6] **Lý Công Uẩn (974–1028)**, tức vua Lý Thái Tổ, là người sáng lập triều Lý, mở đầu thời kỳ thịnh trị trong lịch sử Việt Nam. Ông nổi tiếng với sự kiện dời đô từ Hoa Lư ra Thăng Long (Hà Nội ngày nay), thể hiện tầm nhìn chiến lược về văn hóa và chính trị. Là người thấm nhuần tư tưởng Phật giáo, Lý Công Uẩn đã góp phần đưa Phật giáo trở thành quốc giáo, gắn kết đạo và đời, tạo nền móng cho sự ổn định và phát triển đất nước.

[7] **Trần Nhân Tông (1258–1308)**, vị vua thứ ba của triều đại nhà Trần, là anh hùng dân tộc và nhà tư tưởng Phật giáo kiệt xuất của Việt Nam. Ngài lãnh đạo thành công hai cuộc kháng chiến chống quân Nguyên-Mông, sau đó từ bỏ ngai vàng, xuất gia tu hành và sáng lập Thiền phái Trúc Lâm Yên Tử, một dòng thiền đặc trưng của Việt Nam. Tư tưởng Phật giáo của Trần Nhân Tông nhấn mạnh hòa hợp đạo và đời, từ bi, trí tuệ và trách nhiệm với xã hội, để lại dấu ấn sâu sắc trong lịch sử văn hóa và tôn giáo Việt Nam.

[8] **Nguyên Mông**, hay Đế quốc Mông Cổ (thế kỷ 13–14), là đế chế rộng lớn nhất lịch sử, từng tiến hành các cuộc xâm lược khắp Á-Âu, bao gồm Việt Nam. Dưới thời nhà Trần, quân Nguyên Mông thực hiện ba cuộc tấn công (1258, 1285, 1287–1288) nhưng đều thất bại nhờ sự lãnh đạo tài tình của vua Trần và Hưng Đạo Đại Vương Trần Quốc Tuấn, đánh dấu chiến thắng lớn của dân tộc Việt Nam.

[9] **Thời kỳ Hậu Lê (1428–1789)**, kéo dài qua hai giai đoạn Lê Sơ và Lê Trung Hưng, là thời kỳ phát triển mạnh về luật pháp, giáo dục Nho học và văn hóa truyền thống. Đặc biệt, triều đại Lê Sơ dưới vua Lê Thánh Tông đạt đỉnh cao thịnh trị, với Bộ luật Hồng Đức làm nền tảng pháp lý. Thời kỳ này cũng chứng kiến sự suy giảm của Phật giáo, nhường chỗ cho Nho giáo làm tư tưởng chủ đạo trong đời sống xã hội và chính trị.

giáo được chọn làm quốc giáo, đến thời kỳ thực dân Pháp, khi văn hóa phương Tây xâm nhập mạnh mẽ, Phật giáo từng bước mất đi vị thế trọng yếu trong đời sống xã hội và dần rơi vào tình trạng bị lu mờ trước những hệ tư tưởng và quyền lực mới. Trong bối cảnh hiện nay, Phật giáo tiếp tục đối mặt với những khó khăn, khi phải hoạt động dưới sự kiểm soát chặt chẽ và đôi lúc khắc nghiệt của chế độ đương quyền. Tuy nhiên, như dòng suối âm thầm chảy dưới lòng đất, Phật giáo vẫn giữ được sức sống mãnh liệt trong tâm thức người Việt. Những ngôi chùa làng, những bài kinh kệ, những lễ hội truyền thống vẫn âm thầm duy trì mạch nguồn tâm linh cho người dân, qua bao biến thiên lịch sử.

Trong bối cảnh hiện nay, khi xã hội Việt Nam đối diện với sự tha hóa đạo đức, sự lệ thuộc vào văn hóa ngoại lai và sự xói mòn của các giá trị truyền thống, việc chấn hưng nội lực Phật giáo không còn là một yêu cầu tôn giáo thuần túy, mà đã trở thành một sứ mệnh văn hóa và dân tộc. Bởi Phật giáo không dừng lại ở vai trò một tôn giáo mang tính tâm linh, mà còn là hệ tư tưởng mang tính nhân bản sâu sắc, có khả năng định hình lại nhân cách, củng cố đạo đức và xây dựng ý chí cộng đồng.

Phật giáo, với triết lý vô ngã và vị tha, mang đến một giải pháp mạnh mẽ để hóa giải những vấn đề xã hội hiện đại. Khi con người đắm chìm trong lối sống vật chất, mải mê theo đuổi những giá trị phù phiếm, Phật giáo nhắc nhở chúng ta về bản chất vô thường của vạn vật, về sự cần thiết của một đời sống tỉnh thức. Khi xã hội bị chia rẽ bởi lòng ích kỷ và xung đột lợi ích, Phật giáo dạy chúng ta về lòng từ bi, về khả năng hóa giải mọi oán hận bằng sự hiểu biết và yêu thương. Khi con người lạc lối trong thế giới kỹ thuật số, Phật giáo khuyến khích chúng ta trở về với chính mình, sống chậm lại và tìm thấy sự bình an trong từng hơi thở.

Không dừng lại ở lời dạy dành riêng cho cá nhân, Phật giáo

còn tỏa sáng như một ngọn đèn dẫn đường cho cả cộng đồng và quốc gia. Triết lý Phật giáo về hòa bình, về sự hài hòa giữa con người và thiên nhiên, là những bài học quý giá trong bối cảnh khủng hoảng môi trường toàn cầu hiện nay. Tinh thần nhập thế của Phật giáo, thể hiện qua các thiền phái như Trúc Lâm Yên Tử[10], chính là lời kêu gọi mạnh mẽ để mỗi người Việt Nam, dù ở đâu, làm nghề gì, đều có thể sống một cuộc đời ý nghĩa, đóng góp cho cộng đồng và xây dựng đất nước.

Việc chấn hưng nội lực Phật giáo vì thế mang ý nghĩa tái thiết tôn giáo, mà bên cạnh đó còn là hành trình khơi dậy sức mạnh tinh thần tiềm ẩn của cả dân tộc. Đây là hành trình đưa những giá trị truyền thống trở về vị trí trung tâm trong đời sống xã hội, giúp mỗi người Việt Nam, từ trẻ nhỏ đến người già, tìm thấy sự cân bằng, niềm tin và ý nghĩa trong cuộc sống. Phật giáo chính là nguồn nội lực giúp dân tộc Việt Nam đối diện với thách thức và phát triển lâu bền.

Song, trên con đường ấy, cần có sự đoàn kết của toàn bộ cộng đồng, không phân biệt tôn giáo hay giai cấp. Phật giáo, với tinh thần từ bi và hòa hợp, có thể trở thành cầu nối, gắn kết các thành phần khác nhau trong xã hội. Những giá trị như yêu thương, tha thứ và trách nhiệm không phải là tài sản riêng của Phật giáo, mà là di sản chung của nhân loại. Khi Phật giáo làm sống lại những giá trị ấy trong xã hội Việt Nam, không chỉ giúp đạo Phật thăng hoa mà còn giúp dân tộc Việt Nam đứng vững trong thời đại mới.

Hành trình chấn hưng này không hề dễ dàng, nhưng đó là sứ

---

[10] **Thiền phái Trúc Lâm Yên Tử**, do vua Trần Nhân Tông sáng lập vào cuối thế kỷ 13, là dòng thiền mang bản sắc Việt, hòa quyện tinh thần nhập thế và giác ngộ. Phái này nhấn mạnh tu hành trong đời sống thường nhật, gắn kết đạo và đời, đóng vai trò quan trọng trong sự phát triển Phật giáo và văn hóa Việt Nam.

mệnh cao cả và đầy ý nghĩa. Từ ánh sáng thiền phái Trúc Lâm, đến những lời kinh Đại Tạng, Phật giáo Việt Nam mãi mãi là ngọn đèn soi sáng tâm hồn và con đường phát triển của dân tộc. Một dân tộc mạnh mẽ không chỉ dựa vào kinh tế hay quân sự, mà còn vào nội lực tinh thần, và Phật giáo chính là nguồn sức mạnh tinh thần lớn lao mà chúng ta cần khơi dậy và phát huy.

Phật giáo đã hiện hữu như một tôn giáo thuần túy, và là một nguồn cảm hứng lớn lao trong việc định hình bản sắc và nội lực của dân tộc Việt Nam. Từ những bài học về lòng từ bi và trí tuệ, đến tinh thần vô úy và nhập thế, Phật giáo đã trở thành chất liệu không thể thiếu trong nền văn hóa và lịch sử nước nhà. Việc chấn hưng nội lực Phật giáo ngày nay không đơn thuần là việc khôi phục những giá trị cũ, mà còn là quá trình làm sống lại một tinh thần sáng tạo và khai phóng, để Phật giáo có thể thích nghi và phát triển trong bối cảnh hiện đại.

Tinh Thần Nhập Thế của Phật Giáo Việt Nam

Một trong những đặc điểm nổi bật của Phật giáo Việt Nam là tinh thần nhập thế – sự kết hợp giữa việc tu hành và cống hiến cho đời. Khác với quan niệm phổ biến rằng tôn giáo thường tách rời thế gian, Phật giáo Việt Nam luôn coi trọng việc hòa mình vào đời sống thực tiễn. Điều này thể hiện rõ nét qua các triều đại Lý và Trần, khi các thiền sư vừa là người truyền bá đạo lý, vừa đóng vai trò cố vấn chính trị, quân sự và văn hóa.

Thiền sư Vạn Hạnh là một ví dụ điển hình. Ông không những dẫn dắt Lý Công Uẩn lên ngôi, đặt nền móng cho triều đại Lý thịnh vượng, mà còn đề nghị những chính sách nhằm ổn định đất nước, nâng cao đời sống nhân dân. Tinh thần nhập thế này là bài học lịch sử và là một kim chỉ nam quan trọng cho xã hội hiện đại. Trong thời nay, khi các vấn đề xã hội trở nên phức tạp hơn bao giờ hết, Phật giáo cần tiếp tục vai trò của mình bằng cách tham gia vào những lĩnh vực như giáo dục, y tế, bảo vệ môi trường và xây dựng cộng đồng nhân quần xã hội.

Vai Trò của Phật Giáo Trong Việc Định Hình Đạo Đức Xã Hội

Một xã hội muốn phát triển tốt đẹp cần có nền tảng đạo đức vững chắc. Phật giáo, với triết lý từ bi và nhân ái, chính là một trong những nguồn cội sâu xa của đạo đức xã hội Việt Nam. Những giá trị như lòng hiếu thảo, sự biết ơn và lòng vị tha vốn là những bài học giáo lý, và là nguyên tắc sống đã ăn sâu vào tâm thức người Việt. Ngay cả những người không phải tín đồ Phật giáo cũng ít nhiều chịu ảnh hưởng từ những giá trị này, thông qua các phong tục, lễ nghi và truyền thống văn hóa.

Tuy nhiên, trong bối cảnh hiện nay, khi đạo đức xã hội đang đối diện với nhiều thách thức, vai trò của Phật giáo càng trở nên quan thiết. Sự xuống cấp của các mối quan hệ gia đình, cộng đồng và xã hội đã và đang phản ánh sự thiếu hụt về mặt giáo dục và còn cho thấy một khoảng trống lớn về tâm linh và giá trị sống. Phật giáo, với những nguyên lý sâu sắc như "tứ vô lượng tâm" (từ, bi, hỷ, xả) và "bát chính đạo," có thể đóng vai trò như một nguồn lực quan trọng để định hình lại các chuẩn mực đạo đức trong xã hội.

Việc đưa những giá trị Phật giáo vào giáo dục không nhất thiết phải mang màu sắc tôn giáo. Thay vào đó, cần tập trung vào những bài học về nhân cách, trách nhiệm và lòng từ bi, thông qua những câu chuyện, bài học và hoạt động mang tính nhân văn. Đó vừa là cách để truyền bá đạo Phật, và là cách để xây dựng một thế hệ trẻ có ý thức đạo đức và trách nhiệm với xã hội.

Phật Giáo và Ý Thức Môi Trường

Một trong những vấn đề nghiêm trọng nhất của thời đại hiện

nay là khủng hoảng môi trường. Biến đổi khí hậu, ô nhiễm không khí và nước, cùng sự mất mát đa dạng sinh học đang đe dọa tương lai của hành tinh. Trong bối cảnh này, triết lý Phật giáo về sự hòa hợp giữa con người và thiên nhiên mang ý nghĩa quan trọng đặc biệt.

Phật giáo luôn nhấn mạnh rằng con người không phải là trung tâm của vũ trụ, mà là một phần của hệ sinh thái chung. Quan niệm về "vô ngã" vừa áp dụng cho con người, vừa mở rộng đến tất cả các sinh vật và thế giới tự nhiên. Sự đau khổ của một loài không thể tách rời khỏi sự đau khổ của cả hệ thống. Chính vì vậy, bảo vệ môi trường phải là trách nhiệm đạo đức và là cách thực hành tâm linh.

Phật giáo Việt Nam, với truyền thống gắn bó sâu sắc với thiên nhiên, có thể đóng góp lớn lao vào cuộc cách mạng ý thức về môi trường. Các ngôi chùa là nơi thờ tự, nhưng cũng có thể trở thành trung tâm giáo dục môi trường, nơi mọi người học cách sống hài hòa với thiên nhiên. Các tăng sĩ, với uy tín và trí tuệ của mình, có thể đóng vai trò như những nhà lãnh đạo tinh thần trong việc kêu gọi cộng đồng hành động vì môi trường.

Chấn Hưng Tinh Thần Dân Tộc Thông Qua Phật Giáo

Trong dòng chảy toàn cầu hóa, Việt Nam đối diện với nguy cơ đánh mất bản sắc văn hóa truyền thống. Nhiều người, đặc biệt là giới trẻ, có xu hướng chạy theo những giá trị ngoại lai mà không có sự chọn lọc, dẫn đến sự mờ nhạt của những giá trị dân tộc. Trong bối cảnh ấy, việc chấn hưng Phật giáo không chỉ nhằm tái thiết một tôn giáo, mà còn là cách để bảo tồn và phát huy bản sắc văn hóa dân tộc.

Phật giáo, với lịch sử gắn bó sâu sắc với dân tộc Việt Nam, có thể trở thành cầu nối để kết nối quá khứ với hiện tại, truyền thống với hiện đại. Những giá trị như lòng yêu nước, tinh thần đoàn kết và ý thức cộng đồng, vốn đã từng được hun đúc qua các giai đoạn lịch sử, cần được làm mới và lan tỏa trong bối cảnh hiện nay. Phật giáo sẽ là nguồn cảm hứng cho sự chấn hưng tinh thần dân tộc, và còn là chất liệu để Việt Nam đóng góp vào nền văn hóa toàn cầu.

Hành Trình Chấn Hưng Đầy Ý Nghĩa

Chấn hưng nội lực Phật giáo là tái thiết một tôn giáo, và chính là hành trình khơi dậy sức mạnh tinh thần của dân tộc Việt Nam. Trong một thế giới đầy biến động, Phật giáo mang đến sự ổn định và ý nghĩa, đối với cá nhân mà còn cho cả cộng đồng và quốc gia. Đây là một hành trình lâu dài và bền bỉ, đòi hỏi sự chung tay của toàn bộ xã hội, từ các nhà lãnh đạo tôn giáo đến các nhà giáo dục, chính trị gia và từng cá nhân.

Trên hành trình này, Phật giáo vừa đóng vai trò như một ngọn đuốc soi đường, vừa là nguồn cảm hứng để dân tộc Việt Nam khẳng định vị thế và bản lĩnh trong thời đại mới. Một dân tộc có tâm hồn sâu sắc và nội lực tinh thần mạnh mẽ sẽ không bao giờ bị khuất phục, và đó chính là di sản mà Phật giáo để lại cho đất nước Việt Nam hôm nay và mai sau. Chấn hưng Phật giáo, vì thế, chính là chấn hưng dân tộc – một sứ mệnh đầy ý nghĩa và thiết yếu, mà mỗi người Việt Nam đều cần chung tay thực hiện.

Minh Tâm

NGỌN ĐÈN TRÊN SÓNG DỮ

BỔN ĐẠT

Giữa cuồng phong lịch sử, dân tộc Việt Nam như một con thuyền nhỏ bồng bềnh trên đại dương rộng lớn, nơi những lượn sóng biến động không ngừng nghỉ vỗ vào bờ cõi và tâm hồn con người. Mỗi đợt sóng tưởng chừng như có thể nhận chìm tất cả, từ cánh đồng mênh mông lúa nước, những mái chùa cổ kính ẩn hiện giữa làn sương, đến cả những giá trị ngàn đời đã ăn sâu vào từng giọt máu đào, từng làn hơi thở của người Việt. Nhưng trong mọi thời đại, dù là bình yên hay khốc liệt, ánh sáng của chánh pháp vẫn luôn soi rọi như một ngọn đèn bất diệt dẫn đường, một sợi dây xuyên suốt nối liền tâm hồn dân tộc với bản nguyên sâu thẳm của sự sống.

Phật giáo Việt Nam, từ lúc gieo những hạt giống đầu tiên trên đất nước này, không đơn thuần là một tôn giáo, mà là hơi thở, máu thịt, là tinh thần dung hợp của dân tộc. Từ những ngày xa xưa, khi các thiền sư như Khuông Việt[11], Vạn Hạnh bước chân giữa những biến động triều chính, đến những năm tháng đau thương của thế kỷ XX, khi lòng người bị xé nát bởi khói lửa

---

[11] **Khuông Việt (933–1011)**, tên thật Ngô Chân Lưu, là Tăng thống đầu tiên của Phật giáo Việt Nam, được phong dưới triều Đinh Tiên Hoàng. Ngài thuộc thiền phái Vô Ngôn Thông, vừa là một thiền sư xuất chúng vừa đóng vai trò quan trọng trong chính trị và ngoại giao thời Đinh và Tiền Lê. Khuông Việt để lại dấu ấn lớn trong sự phát triển Phật giáo và văn hóa Việt Nam, nổi bật với bài thơ "Ngọc Lang Quy," một trong những tác phẩm chữ Hán đầu tiên của văn học nước nhà.

chiến tranh, Phật giáo luôn hiện diện như một người mẹ dịu dàng nhưng vững chãi, dang rộng vòng tay bao dung.

GHPGVNTN chính là hình ảnh của con thuyền ấy, vững tay trước sóng dữ, chèo lái không riêng đạo Phật mà cả tâm thức của hàng triệu con người đang mơ về một bến bờ an lành. Đây không phải là một hành trình đơn độc, mà là sự tiếp nối của hàng nghìn năm lịch sử, nơi ánh sáng của chánh pháp trở thành ngọn hải đăng, lý tưởng Bồ-tát đạo trở thành kim chỉ nam dẫn dắt chúng sinh vượt qua những u tối của vô minh.

Trong lịch sử dân tộc, Phật giáo từng không ít lần chứng minh sức mạnh nhập thế của mình. Vua Trần Nhân Tông, từ một vị minh quân trên ngai vàng, đã chọn từ bỏ tất cả để khoác áo cà sa, trở thành Tổ sư của Thiền phái Trúc Lâm, mang trong mình lý tưởng Bồ-tát[12]. Trong cõi nhân sinh đầy biến động, mỗi bước chân của Ngài trên non thiêng Yên Tử[13] không chỉ để tìm sự giải thoát cá nhân, mà còn để xây dựng một con đường giải thoát cho toàn dân tộc, một con đường dẫn đến hòa bình, trí tuệ và từ bi.

Lý tưởng ấy được truyền thừa và lan tỏa qua từng thời kỳ, vượt lên trên những giới hạn của thời gian và không gian. Khi nhà Lý dựng nên triều đại của từ bi và nhân ái, Phật giáo đã thấm đẫm trong từng chính sách, từ việc miễn thuế cho dân nghèo đến những ngôi chùa lớn nhỏ mọc lên khắp đất nước, nơi người dân tìm được sự an trú trong những thời khắc bất an nhất.

---

[12] **Lý tưởng Bồ-tát** là tinh thần từ bi và trí tuệ, hướng đến cứu độ chúng sinh và đạt giác ngộ. Người thực hành lý tưởng này không chỉ tự giải thoát mà còn tận tâm giúp người khác vượt qua khổ đau, tiêu biểu trong Phật giáo Đại thừa.

[13] **Yên Tử**, dãy núi ở Quảng Ninh, là trung tâm Phật giáo Việt Nam, nơi vua Trần Nhân Tông sáng lập Thiền phái Trúc Lâm. Với chùa tháp cổ kính và cảnh sắc hùng vĩ, Yên Tử được tôn là "đất tổ Phật giáo Việt Nam.

Đến thời hiện đại, GHPGVNTN tiếp tục vai trò của mình như một ngọn đèn giữa đêm trường, soi sáng những lối đi mới cho dân tộc, đặc biệt là trong thời kỳ hỗn loạn và mất phương hướng. Giữa những tiếng gọi của chủ nghĩa cá nhân, của lợi ích kinh tế ngắn hạn, Phật giáo nhắc nhở con người về tính vô thường của mọi sự, về giá trị bền vững của sự từ bi và lòng vị tha.

Trong lý tưởng Bồ-tát đạo, không có sự tách biệt giữa ta và người, giữa cái tôi nhỏ bé và cái chúng sinh rộng lớn. Một người tu tập đúng pháp không tìm sự an nhàn cho bản thân, mà hòa mình vào đời sống, mang ánh sáng của chánh pháp vào mọi ngõ ngách tối tăm nhất. Đó là tinh thần mà GHPGVNTN đã và đang truyền tải, không qua lời giảng, mà bằng hành động thực tiễn, đồng hành cùng nhân loại trên hành trình gian nan tìm kiếm hạnh phúc và bình an.

Những hình ảnh ấy, những triết lý ấy, khi đặt trong bối cảnh dân tộc, lại càng trở nên tha thiết và mạnh mẽ. Từ những mái chùa nhỏ bé giữa cánh đồng xanh rì, đến những ngôi tháp cổ kính giữa núi rừng, ánh sáng của Phật giáo Việt Nam chưa bao giờ lịm tắt. Dù trong cảnh hòa bình hay chiến tranh, những ngọn đèn trên bàn thờ Phật vẫn cháy sáng, như một lời nhắc nhở rằng sự bình an không bao giờ là điều viển vông, nếu con người biết quay về với chính mình, sống từ bi và trí tuệ.

Và trong chuỗi dài bất tận của thời gian. GHPGVNTN không chỉ giữ lửa, mà còn thổi bùng. Những ngọn lửa của lý tưởng Bồ-tát đạo, của sự nhập thế không ngừng nghỉ, của tinh thần "cứu khổ ban vui" đã và đang được truyền đi, lan tỏa đến mọi nơi.

Nhìn lại lịch sử, ta thấy Phật giáo đã từng là chỗ dựa tinh thần cho những thời kỳ khủng hoảng lớn nhất của dân tộc, và nhìn vào hiện tại và tương lai, vai trò ấy chưa hề suy giảm. Trong một thế giới đầy xung đột và bất định, ánh sáng của chánh pháp càng cần được lan tỏa, soi sáng những con đường mà nhân loại đang dò dẫm bước đi.

Trong tâm thức người Việt, chùa chiền không chỉ là nơi lễ bái, mà còn là nơi tìm về cội nguồn, nơi mỗi người lắng lòng để nghe tiếng chuông vang vọng, nhắc nhở rằng an lạc không đến từ bên ngoài, mà khởi nguồn từ chính bên trong.

GHPGVNTN, với sứ mệnh của mình, sẽ làm sống lại tinh thần ấy, tinh thần của một dân tộc không bao giờ cúi đầu trước khó khăn, của một nền văn hóa lấy trí tuệ và từ bi làm gốc rễ, của một tôn giáo hòa mình vào đời sống mà vẫn giữ được chiều sâu cao thượng.

Con thuyền giữa sóng dữ ấy, dù bị quăng quật bởi cuồng phong, vẫn giữ vững tay chèo, vẫn hướng về bến bờ của chánh pháp, của hòa bình và hạnh phúc thực sự. Đó không những là hành trình của Phật giáo, mà còn là hành trình của cả dân tộc, hành trình của từng nhịp thở, từng sự sống trong hiện tại và mai sau.

Bấy giờ, công trình phiên dịch Kinh tạng, trong ý nghĩa thiêng liêng và sâu sắc, không đơn thuần chỉ là một nhiệm vụ học thuật hay một công việc mang tính chất lưu giữ tri thức, mà chính là sứ mệnh sống còn, một động mạch chủ nối liền Phật giáo Việt Nam qua muôn thế hệ. Từ những ngày đầu tiên khi Phật giáo bén rễ trên mảnh đất này, việc chuyển hóa giáo pháp từ ngôn ngữ, văn hóa xa lạ sang hơi thở và tinh thần của dân tộc đã trở thành biểu tượng bất hoại của sự hòa hợp và phát triển.

Việc phiên dịch Kinh tạng làm sống lại những lời dạy của Đức Phật đồng thời là quá trình chuyển hóa những tinh hoa trí tuệ đó trở thành ngôn ngữ gần gũi, chạm đến tâm hồn người Việt. Đó là sự tiếp nối của các bậc tiền nhân đã tận tụy chắt lọc, nghiên cứu và thổi hồn vào từng câu chữ, để chánh pháp không còn là một bảo vật được lưu giữ trong các bảo tháp mà là ánh sáng dẫn đường cho chúng sinh trên hành trình giác ngộ.

Hãy nhớ lại buổi đầu của Phật giáo Việt Nam, khi các thiền sư như Khương Tăng Hội[14], Khuông Việt đã gieo những hạt giống chánh pháp đầu tiên trên đất Việt. Việc chuyển ngữ và dung hợp giáo lý từ ngôn ngữ Phạn, Hán sang tư duy và tiếng Việt là minh chứng cho trí tuệ và tâm huyết không mệt mỏi của các ngài. Trong bối cảnh ấy, công trình phiên dịch mang tính chuyển tải tri thức, và còn là sự hội tụ giữa tinh thần Phật giáo và văn hóa dân tộc, tạo nên một nền tảng đạo pháp bền vững trong lòng người Việt Nam.

Qua từng giai đoạn lịch sử, dù đất nước trải qua chiến tranh hay những thời kỳ bình yên, việc dịch thuật và gìn giữ Kinh tạng không thể để bị gián đoạn. Đó là nhờ vào lòng quyết tâm của các thế hệ Tăng Ni, những vị xem việc này là trách nhiệm và lý tưởng phụng sự. Công việc ấy đòi hỏi tri thức sâu rộng và cả tấm lòng vô ngã, một tinh thần Bồ-tát không ngừng dấn thân vì lợi lạc chúng sinh.

Trong thời đại hiện nay, khi khoa học và công nghệ phát triển mạnh mẽ, công trình phiên dịch Kinh tạng lại càng có ý nghĩa quan trọng. Đây là cầu nối để thế hệ hôm nay và mai sau có thể tiếp cận với giáo lý nhà Phật trong một ngôn ngữ dễ hiểu, thấm đẫm tinh thần dân tộc. Hành động phiên dịch vừa là chuyển ngữ vừa là hành trình khám phá bản chất sâu xa của từng lời dạy, từng khái niệm, để tái hiện chúng trong ánh sáng của thời đại mà không làm mất đi tinh thần nguyên bản.

---

[14] **Khương Tăng Hội (?-280)**, nhà sư và dịch giả đầu tiên truyền bá Phật giáo vào Việt Nam thời Hán, thuộc gốc Ấn – Việt. Ngài dịch nhiều kinh quan trọng như *An Ban Thủ Ý* và đóng vai trò lớn trong việc phát triển Phật giáo tại Giao Chỉ, đặt nền móng cho Phật giáo Việt Nam.

Kế thừa và phát triển sự nghiệp phiên dịch Kinh tạng là một trong những hướng đi thiết yếu để Phật giáo Việt Nam tiếp tục hành hoạt đúng với tinh thần chánh đạo. Đây vừa là sự tri ân đối với truyền thống, mà còn là cách để Phật giáo luôn tươi mới, luôn phù hợp với những thay đổi không ngừng của nhân gian. Qua đó, Phật giáo Việt Nam không những giữ vai trò là nơi nương tựa tinh thần mà còn là ngọn đuốc dẫn đường cho xã hội phát triển một cách hài hòa, an lạc.

Cố Trưởng lão Hòa thượng Thích Tuệ Sỹ, một bậc long tượng của Phật giáo Việt Nam, đã dành cả đời mình để phụng sự cho sự nghiệp cao cả này. Ngài đã thọ ký cho Ủy Ban Phiên Dịch Trung Ương và Hội Đồng Hoằng Pháp[15], trực thuộc Viện Tăng Thống, Giáo Hội Phật Giáo Việt Nam Thống Nhất, giao phó sứ mệnh tiếp nối di nguyện của Thầy Tổ vô cùng cao quý ấy. Đó không chỉ là lời nhắn nhủ, mà còn là ngọn hải đăng soi sáng con đường mà các thế hệ Tăng Ni kế thừa phải kiên trì và vững bước.

Các tầng lớp Tăng Ni, từ những người đã trưởng thành trong đạo pháp đến thế hệ trẻ, đều được kêu gọi chung tay trong sự nghiệp lớn lao này. Dù ở trong hay ngoài nước, dù tại các trú xứ khác nhau, sợi dây kết nối tất cả là lòng trung thành với mạng mạch của Giáo hội, sự kính trọng với chánh pháp và niềm tin vào lý tưởng Bồ-tát đạo.

Sự nghiệp phiên dịch Tam Tạng Kinh là việc bảo tồn di sản tâm linh, và là biểu tượng cho sự sống động và trường cửu của

---

[15] **Hội Đồng Hoằng Pháp**, thuộc GHPGVNTN, thành lập năm 2021 với sứ mệnh "hoằng pháp lợi sinh," tập trung truyền bá Chánh pháp qua giáo dục, phiên dịch kinh điển, đào tạo Tăng Ni, và hướng dẫn quần chúng tu học. Hội đồng hoạt động toàn cầu, đáp ứng nhu cầu tâm linh trong thời đại mới, với sự chứng minh của Hội Đồng Chứng Minh Tăng Già và tán trợ từ Viện Tăng Thống.

Phật giáo. Qua từng trang kinh được tái hiện bằng ngôn ngữ dân tộc, Phật pháp là những triết lý cao siêu, trở thành nguồn cảm hứng, là ánh sáng soi rọi con đường đời, hướng dẫn mỗi người hành động một cách đúng đắn trong thực tiễn.

GHPGVNTN, trong vai trò giữ gìn mạng mạch Phật giáo, tiếp tục khẳng định rằng công trình phiên dịch Kinh tạng chính là biểu hiện của sự kiên định, của lòng trung trinh, và tinh thần bất thoái chuyển của bao thế hệ Tăng Ni, Phật tử Việt Nam. Đó là sự kết nối hài hòa giữa quá khứ, hiện tại và tương lai, một minh chứng cho sức mạnh vô tận của ánh sáng chánh pháp trên con đường phụng sự nhân sinh.

Sứ mệnh ấy, khi hoàn thành, không chỉ tiếp nối di nguyện của các bậc tiền nhân mà còn là lời tri ân sâu sắc nhất đối với Phật pháp và chúng sinh. Đó là hành trình không ngừng nghỉ của một dân tộc lấy trí tuệ và từ bi làm cốt lõi, của một Phật giáo hòa quyện trong dòng đời nhưng vẫn giữ được chiều sâu thanh tịnh và cao quý.

Sự nghiệp phiên dịch Kinh tạng, trong ý nghĩa cao cả nhất, chính là một mạch sống chảy không ngừng trong lòng Phật giáo Việt Nam. Mỗi trang kinh được dịch là sự chuyển hóa ngôn ngữ, là sự truyền tải một tinh thần, một tư tưởng đã được hun đúc qua hàng nghìn năm tu tập và thực hành của các bậc Thánh Tăng, một cầu nối giữa những giá trị bất diệt của giáo pháp với sự vận động không ngừng của đời sống xã hội.

Công trình này, qua mỗi thời kỳ lịch sử, thể hiện cho lòng trung kiên của Phật giáo Việt Nam đối với chánh pháp. Dù trong những thời khắc đen tối nhất của đất nước, khi chiến tranh, xung đột và chia rẽ bao trùm, các thế hệ Tăng Ni vẫn âm thầm, bền bỉ dấn thân vì sự nghiệp phiên dịch, gìn giữ để ánh sáng từ bi không bao giờ vụt tắt.

Trong bối cảnh xã hội hiện đại, khi nhịp sống trở nên hối hả và giá trị truyền thống dễ bị lãng quên, việc phiên dịch Kinh tạng càng có ý nghĩa quan trọng hơn bao giờ. Đó là chiếc cầu nối giúp thế hệ trẻ tiếp cận với giáo pháp, và là phương tiện để chánh pháp được diễn đạt một cách sâu sắc, dễ hiểu, phù hợp với những nhu cầu thời đại. Qua mỗi bản kinh được dịch, Phật giáo Việt Nam đang góp phần tạo nên một nền tảng tâm linh bền vững cho cộng đồng, giúp con người đối diện với những biến động của cuộc sống bằng lòng từ bi và trí tuệ.

Cố Trưởng lão Hòa thượng Thích Tuệ Sỹ, người đã dành cả đời mình cống hiến cho lý tưởng hoằng pháp và phiên dịch, chính là ngọn hải đăng soi sáng con đường này. Ngài đã nhấn mạnh rằng sự nghiệp phiên dịch là bổn phận không phải của một nhóm người, mà là trách nhiệm chung của toàn thể các tầng lớp Tăng Ni trong và ngoài nước, cùng hợp lực để bảo vệ và lan tỏa mạng mạch của Phật giáo Việt Nam. Đó là di nguyện thiêng liêng mà Hòa thượng gửi gắm, là lời nhắc nhở sâu sắc để tất cả những người con Phật cùng hướng về một mục tiêu chung.

Từ những ngôi chùa nhỏ bé giữa đồng quê đến các trú xứ hải ngoại, ánh sáng của công trình phiên dịch Kinh tạng đã và đang rực sáng trong từng câu kinh, từng câu chữ. Đặc biệt, các Tăng Ni trẻ, với lòng nhiệt huyết và tri thức hiện đại, đang tiếp nối sự nghiệp hoằng pháp cần ứng dụng công nghệ, mở rộng cách tiếp cận giáo pháp đến mọi tầng lớp xã hội. Nhưng trên tất cả, tinh thần cốt lõi từ công trình phiên dịch vẫn là sự trung thành với giáo pháp nguyên bản, sự kính trọng đối với chánh đạo và lòng quyết tâm phụng sự chúng sinh.

Phiên dịch không dừng lại ở việc bảo tồn, mà mở ra một không gian để đối thoại giữa các thế hệ, giữa truyền thống và hiện đại, giữa dân tộc Việt Nam và cộng đồng Phật giáo thế giới. Mỗi bản kinh được hoàn thiện vừa mang ý nghĩa văn hóa, tâm linh, vừa là thông điệp về sự hòa hợp, sự kết nối giữa những giá trị bất tuyệt của Phật giáo và những khát vọng bình an, giải thoát của nhân loại.

Nhìn về tương lai, sứ mệnh phiên dịch Kinh tạng là một công trình không giới hạn ở hiện tại, mà là lời hứa thiêng liêng đối với thế hệ mai sau. Đó là ngọn lửa mà mỗi thế hệ Tăng Ni, Phật tử đều có trách nhiệm gìn giữ và thắp sáng. Đó là hành trình không ngừng nghỉ để đưa giáo pháp vượt qua mọi biên giới, mọi giới hạn của thời gian và không gian, để ánh sáng từ bi và trí tuệ mãi mãi lan tỏa trên cõi đời.

Với tất cả ý nghĩa ấy, công trình phiên dịch Kinh tạng chính là biểu tượng sống động nhất của sự bền bỉ, kiên định và trí tuệ của Phật giáo Việt Nam. Là lời khẳng định rằng, dù trải qua bao sóng gió lịch sử, chánh pháp vẫn trường tồn trong lòng dân tộc, như ngọn đèn không bao giờ lịm tắt giữa đại dương sóng dữ.

Bổn Đạt

ĐẠI TẠNG KINH, HÀNH TRÌNH THẮP SÁNG TRÍ TUỆ NHÂN LOẠI

QUẢNG TUỆ

Đại Tạng Kinh, biểu tượng của sự kết tinh tri thức nhân loại, không còn nằm trong phạm vi Phật giáo mà vượt qua các ranh giới văn hóa và tôn giáo, hình thành qua hàng nghìn năm. Đại Tạng là sự hòa quyện giữa trí tuệ siêu việt của Đức Thích Tôn và tâm huyết của chư Tổ suốt nhiều thế hệ, mang lại nguồn cảm hứng bất tận cho những ai khát khao tìm kiếm sự giác ngộ và hướng đến một đời sống an lạc.

Tuy nhiên, giá trị của Đại Tạng không đơn thuần nằm ở việc bảo tồn, mà ở sức mạnh truyền tải trí tuệ và lòng từ bi vào đời sống. Một bản kinh, dù hoàn mỹ đến đâu, cũng không thể tự mình thay đổi thế giới nếu bị bó buộc trong sự im lặng của các tủ kiếng hay thư viện cổ kính. Đại Tạng chỉ thực sự sống động khi được tiếp nhận, hiểu sâu và thực hành, khi ánh sáng của thánh điển không dừng lại ở việc chiếu rọi vào tâm thức mà còn hướng dẫn hành động.

Những nền văn hóa Phật giáo lớn trên thế giới đã cho thấy sự lan tỏa của kinh điển không đơn giản phụ thuộc vào việc bảo tồn mà còn dựa vào khả năng kết nối giáo pháp với đời sống thực tế. Ở Ấn Độ, vua A Dục đã mang giáo lý của Đức Phật làm nền tảng cho chính sách trị quốc. Ông không những khuyến khích việc xây dựng tự viện mà còn thúc đẩy các công trình phúc lợi xã hội, từ bệnh viện, trạm xá, đến các con đường và giếng nước công cộng. Những công trình này vừa mang lại lợi ích thiết thực mà còn là minh chứng cho sự hiện thực hóa tinh thần từ bi và trí tuệ.

Ở Trung Hoa, triều đại nhà Đường là thời kỳ hoàng kim của Phật giáo, khi các tự viện vừa là nơi thờ tự mà còn trở thành trung tâm giáo dục và nghiên cứu. Các học giả Phật giáo Trung Hoa đã biên soạn, dịch thuật và bình giải kinh điển, đồng thời áp dụng các nguyên lý Phật học vào việc phát triển khoa học, nghệ thuật và chính trị. Sự hòa điệu này đã giúp Phật giáo không dừng lại ở việc tồn tại mà còn thăng hoa trong lòng xã hội.

Hàn Quốc, với Đại Tạng Kinh Cao Ly[16], đã chứng minh rằng

---

[16] **Đại Tạng Kinh Cao Ly** (고려대장경, 高麗大藏經), còn được gọi là **Tân Tạng Kinh Cao Ly** hoặc **Bát Vạn Đại Tạng Kinh**, là một bộ kinh văn Phật giáo quan trọng của Triều Tiên, được biên soạn và khắc in trên 81.258 tấm gỗ trong triều đại Cao Ly. Đây là một trong những di sản văn hóa và tôn giáo quan trọng nhất của thế giới, bởi quy mô đồ sộ và bởi tính chính xác và nghệ thuật khắc gỗ đạt đến độ tinh xảo đỉnh cao.

Bộ kinh được biên soạn lần đầu vào thế kỷ 11 nhằm tập hợp toàn bộ các kinh điển Phật giáo của thời kỳ đó. Tuy nhiên, sau khi bị hủy hoại bởi quân Mông Cổ trong cuộc xâm lược vào thế kỷ 13, triều đình Cao Ly đã quyết định tái tạo một phiên bản mới với độ chính xác cao hơn, phản ánh tinh thần bất khuất và lòng sùng kính Phật giáo của người dân Cao Ly. Việc tái khắc kinh bắt đầu từ năm 1237 và hoàn thành vào năm 1251, dưới sự chỉ đạo của nhà vua và các cao tăng.

Điểm đặc biệt của Đại Tạng Kinh Cao Ly nằm ở chỗ toàn bộ kinh điển đều được khắc bằng tay trên các tấm gỗ làm từ cây dâu tằm, xử lý qua nhiều giai đoạn để chống mối mọt và duy trì độ bền. Nội dung của bộ kinh không chỉ bao gồm các kinh điển, luận thư mà còn bao gồm các giới luật, ghi chép lịch sử và tư liệu nghiên cứu triết học Phật giáo.

Ngày nay, bộ Đại Tạng Kinh này được lưu giữ tại chùa Hải Ấn (Haeinsa) ở tỉnh Gyeongsang Nam, Hàn Quốc, và được UNESCO công nhận là **Di sản Ký ức Thế giới**. Đây vốn là một bảo vật quốc gia của Hàn Quốc, và là một sự lưu giữ kinh điển phải đi kèm với sự lan tỏa tri thức. Những thư viện hiện đại như Haeinsa[17] không chỉ bảo tồn kinh điển mà còn tiến hành số hóa, tạo điều kiện để thế hệ trẻ tiếp cận dễ dàng hơn. Đây là mô hình mà Việt Nam hoàn toàn có thể học hỏi, kết hợp giữa công nghệ và truyền thống để đưa Đại Tạng Kinh đến gần hơn với mọi tầng lớp quần chúng.

Giới trẻ không đơn thuần chỉ là người thừa hưởng mà còn phải là người sáng tạo, mang đến sức sống mới cho giáo pháp. Tuy nhiên, trong bối cảnh xã hội hiện đại, khi các giá trị vật chất và công nghệ chiếm ưu thế, việc giới trẻ xa rời tâm linh là một thực trạng đáng lo ngại. Để khắc phục vấn đề này, cần tạo ra một môi trường mà giới trẻ không chỉ học Phật pháp mà còn được sống và trải nghiệm giáo pháp trong thực tế.

Những khóa tu mùa hè, các trại thanh thiếu niên, hay các chương trình ngoại khóa với nội dung sáng tạo, sinh động sẽ giúp giới trẻ cảm nhận rằng Phật giáo không đơn thuần là một tôn giáo, mà còn là một cách sống, một phương tiện giúp họ đối mặt với những áp lực và khó khăn trong cuộc đời. Đặc biệt, việc áp dụng công nghệ như ứng dụng Phật học, các video giảng pháp trực tuyến, sẽ là cầu nối để giáo lý đi sâu hơn vào cuộc sống hiện đại.

Bấy giờ, một cộng đồng Phật giáo, dù có nhiều tự viện và chùa chiền trang nghiêm trải dài khắp lãnh thổ quốc gia, vẫn không thể đạt được sự hoàn thiện nếu thiếu đi những cơ sở hạ tầng thiết yếu như hệ thống giáo dục, thư viện và các trung tâm từ

---

nguồn cảm hứng tinh thần to lớn, minh chứng cho sự cống hiến không ngừng nghỉ của con người trong việc gìn giữ và phát triển trí tuệ nhân loại.

[17] **Haeinsa**, ngôi chùa Phật giáo ở Hàn Quốc, nổi tiếng là nơi lưu giữ bộ kinh Tripitaka Koreana - một kiệt tác khắc gỗ gồm hơn 81.000 bản khắc kinh điển Phật giáo từ thế kỷ 13, được UNESCO công nhận là Di sản Thế giới.

thiện xã hội. Đặc biệt, khi môi trường giáo dục dành cho thế hệ trẻ – những người kế thừa và phát triển đạo pháp – không được chú trọng xây dựng và phát triển, thì công trình phiên dịch Đại Tạng Kinh, dù vĩ đại đến đâu, cũng khó tránh khỏi sự thiếu cân bằng và hiệu quả lớn lao. Đại Tạng Kinh, với sứ mệnh truyền tải trí tuệ và lòng từ bi, cần có những phương tiện, cơ sở và môi trường để không đơn giản được bảo tồn mà còn lan tỏa, thấm sâu vào đời sống, nuôi dưỡng tâm hồn và khai mở trí tuệ của các thế hệ mai sau. Nếu những thiết chế này không được quan tâm đầy đủ, thì ánh sáng của Đại Tạng sẽ khó lòng tỏa rạng một cách trọn vẹn, và sức mạnh chuyển hóa của giáo pháp cũng không thể đạt được độ sâu sắc như mong đợi.

Tại Nhật Bản, Đại học Ryukoku[18] và Đại học Komazawa[19] không chỉ giảng dạy kinh điển mà còn tích hợp các giá trị Phật học vào khoa học và nghệ thuật. Đối với Việt Nam, và riêng đặc biệt cộng đồng Phật Giáo tại hải ngoại, việc xây dựng các trường học Phật giáo, từ mầm non, trung cho đến cao đẳng, đại học, sẽ tạo cơ hội để thế hệ trẻ không dừng lại ở việc học kiến thức mà còn nuôi dưỡng tâm hồn, phát triển lòng nhân ái và trí tuệ. Những ngôi trường này sẽ là nơi gieo mầm chánh niệm, để từng học sinh lớn lên không đơn thuần là người thông thái mà còn đầy lòng trắc ẩn, từ bi.

---

[18] **Đại học Ryukoku** (Ryukoku University) là một trong những trường đại học lâu đời nhất Nhật Bản, được thành lập vào năm 1639, có nguồn gốc từ Phật giáo Jōdo Shinshū. Trường nổi tiếng về các chương trình nghiên cứu Phật học, nhân văn và xã hội học, với sứ mệnh lan tỏa giá trị hòa bình và trí tuệ.

[19] **Đại học Komazawa** (駒澤大学, Komazawa Daigaku), thành lập năm 1592, là một trong những trường đại học lâu đời tại Nhật Bản, gắn liền với truyền thống Phật giáo Thiền tông Soto. Trường nổi tiếng về các ngành nghiên cứu nhân văn, triết học, và thể thao, tọa lạc tại Setagaya, Tokyo.

Cũng vậy, thư viện không đơn thuần chỉ là nơi lưu giữ kinh điển mà còn là trung tâm nghiên cứu và học tập. Các thư viện ở Hàn Quốc hay Nhật Bản đã chứng minh rằng, một thư viện hiện đại có thể trở thành nơi giao thoa giữa truyền thống và hiện đại, giữa Phật học và khoa học nhân văn. Sự tích hợp công nghệ số sẽ giúp thư viện trở thành cầu nối giữa thế hệ trẻ và kho tàng trí tuệ của Đại Tạng Kinh.

Tại Thái Lan, các trung tâm y tế và nhà tình thương Phật giáo đã trở thành biểu tượng của lòng từ bi. Cộng đồng Phật tử Việt Nam, với truyền thống từ thiện sâu sắc, có tiềm năng phát triển các trung tâm tương tự, từ các bệnh viện miễn phí đến các chương trình hỗ trợ người nghèo, cứu trợ thiên tai. Những trung tâm này không những mang lại lợi ích thiết thực mà còn là cách để giáo pháp thấm sâu vào từng góc khuất của đời sống.

Phật giáo, từ thời Đức Phật, đã luôn mang tinh thần nhập thế, hòa mình vào đời sống để đáp ứng nhu cầu của con người. Ngày nay, với sự phát triển của công nghệ, việc hiện đại hóa phương pháp hoằng pháp là điều cần thiết. Tuy nhiên, điều quan trọng là giữ vững bản chất siêu việt của giáo pháp, để mỗi lời giảng dạy không chỉ hiện đại mà còn sâu sắc, không dừng lại ở việc hấp dẫn mà còn mang giá trị chuyển hóa.

Đại Tạng Kinh không đơn thuần là di sản của Phật giáo mà còn là tài sản quý báu của nhân loại. Để dòng chảy ấy tiếp tục lan tỏa, cần sự đồng lòng của cộng đồng-xã hội, từ những người hoằng pháp, các nhà giáo dục, đến từng cá nhân Phật tử. Sự sống động của Đại Tạng không nằm ở việc tôn thờ, mà ở khả năng hiện thực hóa, biến giáo pháp thành nguồn năng lượng chuyển hóa từng góc nhỏ của cuộc sống, từng con người, từng thế hệ.

Quảng Tuệ

TAM TẠNG KINH, NHỊP CẦU NỐI CÁC NỀN VĂN MINH NHÂN LOẠI

THIỆN ĐỨC

Dòng sông lịch sử của nhân loại tựa như vô vàn lớp sóng thời gian lặng lẽ chảy trôi, mang theo những giá trị văn hóa và tinh thần từ những nền văn minh xưa cũ. Trong dòng chảy ấy, Tam Tạng Kinh (Tipiṭaka) hiện hữu như một nhịp cầu nối giữa các nền văn minh, giữa con người và chân lý bất biến. Đó không đơn thuần là những trang kinh, mà là cánh cửa mở ra vũ trụ tri thức, nơi mà từ bi và trí tuệ hòa quyện thành ánh sáng dẫn đường cho cả nhân loại. Từ khoảnh khắc Đức Thích Ca Mâu Ni chuyển Pháp luân tại vườn Lộc Uyển, những lời dạy ấy đã bắt đầu cuộc hành trình vượt không gian và thời gian, để lan tỏa khắp thế giới, đến nay vẫn nguyên vẹn sức mạnh và ý nghĩa. Phiên dịch Tam Tạng Kinh, vừa là công việc ngôn ngữ, vừa là hành trình chuyển hóa tâm linh, một sự nghiệp gắn bó chặt chẽ với sự phát triển của nền văn hóa nhân loại. Từ bản kinh nguyên thủy khắc trên lá bối, hành trình của Tam Tạng Kinh đã vượt qua những vùng đất khắc nghiệt, những chướng ngại tưởng chừng không thể vượt qua, để rồi vươn tới các nền văn minh như Trung Hoa, Tây Tạng, Nhật Bản và Việt Nam. Những bản kinh Pali nguyên thủy, qua sự cống hiến của những bậc đại dịch giả như Ngài Huyền Trang[20], Cưu Ma La Thập[21], đã được

---

[20] **Huyền Trang (602–664)**, nhà sư và dịch giả vĩ đại của Phật giáo Trung Hoa, nổi tiếng với hành trình 17 năm thỉnh kinh từ Ấn Độ về Trung Quốc. Ngài mang về hơn 600 bộ kinh Phạn ngữ và dành đời mình để dịch thuật tại

dịch sang tiếng Hán, mở đầu cho sự tiếp nhận và phát triển Phật giáo tại Đông Á. Chính những công trình đó đã bảo tồn lời dạy của Đức Phật và còn làm phong phú thêm hệ thống ngôn ngữ, văn học và triết học của các dân tộc tiếp nhận.

Trong hành trình ấy, việc phiên dịch Tam Tạng Kinh còn phản ánh một tinh thần vị tha và khát vọng vượt thoát khỏi mọi giới hạn của con người. Những bậc dịch giả như Huyền Trang, người dám vượt qua dãy Himalaya đầy hiểm nguy để thỉnh kinh, hay như Cưu Ma La Thập, dành cả đời để làm giàu kho tàng tri thức nhân loại bằng những bản dịch đầy tinh tế và sâu sắc, chính là những tấm gương sáng về lòng dũng cảm và sự tận tụy. Những bản kinh Pali nguyên thủy, những cụm từ như "Anattā" (vô ngã), "Dukkha" (khổ), hay "Nirvāṇa" (niết bàn), qua những bàn tay ấy, trở thành những hạt giống trí tuệ lan tỏa khắp thế giới, tạo nên những dòng triết học, những nền văn hóa đa dạng nhưng hòa hợp trong tinh thần từ bi và trí tuệ.

Giờ đây, dấu ấn đặc biệt trong hành trình này chính là sự hoàn thiện Đại Tạng Kinh Việt Nam – một dấu mốc không chỉ có giá trị lịch sử mà còn đáp ứng kịp thời nhu cầu hoằng pháp trong thời đại mới. Đại Tạng Kinh Việt Nam không đơn thuần là bản dịch ngữ nghĩa, mà còn là biểu tượng cho sự bảo tồn và

---

chùa Đại Từ Ân ở Trường An. Những tác phẩm của Ngài, như *Đại Bát Nhã Ba La Mật Kinh* và *Du Già Sư Địa Luận*, đã đặt nền móng cho Duy thức học tại Đông Á. Huyền Trang được tôn kính như biểu tượng của trí tuệ và sự tận tụy trong việc truyền bá giáo pháp.

[21] **Cưu Ma La Thập (344–413)**, nhà dịch thuật lỗi lạc Phật giáo, sinh tại vương quốc Quy Tử. Ông nổi tiếng với sự nghiệp dịch thuật kinh điển từ tiếng Phạn sang tiếng Hán, bao gồm *Kinh Diệu Pháp Liên Hoa*, *Kinh Kim Cang* và *Kinh A Di Đà*. Phong cách dịch của ông nổi bật nhờ sự chính xác và văn phong trôi chảy, góp phần quan trọng trong việc truyền bá Phật giáo Đại thừa tại Trung Quốc và Đông Á. Là một trong bốn dịch giả vĩ đại nhất trong lịch sử Phật giáo Trung Quốc, Cưu Ma La Thập được tôn kính như biểu tượng của trí tuệ và tâm huyết với giáo pháp.

phát triển của Phật giáo trên quê hương Việt Nam. Với việc hoàn thành bộ kinh, Phật giáo Việt Nam sẽ có thêm một phương tiện tối thượng để đáp ứng không chỉ cho đời sống tâm linh mà còn hỗ trợ trong việc xây dựng cộng đồng từ bi và trí tuệ, cả trong nước và nơi các quốc độ hải ngoại.

Nhờ sự đóng góp của các nhà học giả, các vị tăng ni và cư sĩ tận tụy, Đại Tạng Kinh Việt Nam mở ra những chân trời mới cho công tác hoằng pháp. Ở Việt Nam, bộ kinh này là cầu nối để thế hệ trẻ hiểu rõ cội nguồn Phật pháp, kế thừa tinh thần từ bi và trí tuệ. Với cộng đồng hải ngoại, nơi nhiều người con xa xứ khao khát tìm về nguồn cội, những trang kinh tiếng Việt không chỉ giúp duy trì bản sắc dân tộc mà còn là lời nhắc nhở về sự kết nối tâm linh vượt biên giới. Từng câu kinh tiếng Việt, với sự chuẩn mực trong dịch thuật, là ngọn đèn soi sáng giữa dòng đời lưu vong.

Tam Tạng Kinh không đơn thuần là một di sản của Phật giáo, mà còn là một tấm gương soi chiếu bản chất của sự tương sinh và tương hỗ trong đời sống nhân loại. Triết lý "Nhân duyên sinh" (Paticca Samuppāda) được thể hiện trong từng chữ, từng dòng kinh, vừa dạy chúng ta về bản chất của mọi hiện tượng, vừa nhắc nhở về trách nhiệm của mỗi người trong việc giữ gìn và truyền bá ánh sáng trí tuệ ấy. Từ sự hợp nhất của các yếu tố trong tự nhiên, con người học được bài học về sự hòa hợp và phát triển lâu bền, điều mà thế giới hiện đại đang khao khát tìm kiếm.

Trong thế kỷ XXI, khi công nghệ thông tin và truyền thông phát triển vượt bậc, việc phổ biến Tam Tạng Kinh càng trở nên thuận lợi hơn bao giờ hết. Đại Tạng Kinh Việt Nam, khi được số hóa và đưa vào các nền tảng trực tuyến, không chỉ làm phong phú thêm phương thức tiếp cận mà còn mở ra cơ hội cho người Việt khắp nơi nơi hiểu và ứng dụng lời dạy của Đức Phật vào cuộc sống hàng ngày. Nhưng sự tiện lợi ấy không làm giảm đi tầm quan trọng của bản kinh gốc. Chính trong sự đơn sơ của những trang kinh lá bối, chúng ta nhận ra một thông điệp sâu sắc: rằng giá trị thật sự không nằm ở hình thức, mà ở nội dung tinh thần.

Ánh sáng từ Tam Tạng Kinh không dừng lại ở việc chiếu rọi con đường của những người con Phật, mà còn dẫn dắt cả nhân loại vượt qua bóng tối của vô minh và khổ đau. Những lời dạy ấy, khi được chuyển tải trọn vẹn và trung thực, trở thành một thông điệp hòa bình, một bản giao hưởng của từ bi và trí tuệ vang vọng qua mọi thời đại. Bấy giờ, Tam Tạng Kinh, không còn là di sản của một tôn giáo, mà là nhịp cầu kết nối trái tim và khối óc của toàn nhân loại.

Giữa biển đời vô thường, ánh sáng ấy vẫn luôn là nguồn cảm hứng bất tận, là động lực để mỗi người tìm về bản chất chân thật của mình. Cũng như những dịch giả ngày xưa, chúng ta hôm nay là người tiếp nhận, giữ gìn và lan tỏa những giá trị ấy. Đó chính là sứ mệnh của thời đại, một sứ mệnh đầy thách thức nhưng cũng tràn đầy hy vọng và ý nghĩa.

Thiện Đức

TỪ LỜI KINH NGUYÊN THỦY ĐẾN ÁNH SÁNG BẤT TUYỆT: HÀNH TRÌNH KIẾT TẬP VÀ LAN TỎA CỦA ĐẠI TẠNG KINH

CHÂN NHƯ

Hội Nghị Đầu Tiên Và Lời Kinh Bắt Đầu Cất Cánh

Trong màn sương mờ ảo của thời đại xa xưa, khi Ấn Độ còn là miền đất thấm đẫm tinh thần tôn giáo và triết học, một sự kiện trọng đại đã diễn ra, khắc ghi dấu ấn đầu tiên trong hành trình kỳ diệu của Đại Tạng Kinh. Hội nghị kiết tập kinh điển đầu tiên, diễn ra chỉ vài tháng sau khi Đức Phật Thích Ca Mâu Ni nhập Niết bàn, là bước khởi đầu cho công cuộc bảo tồn và truyền bá những lời dạy cao quý của Ngài.

Hội nghị ấy, được tổ chức tại hang Thất Diệp (Saptaparna)[1], gần thành Vương Xá (Rajgir)[2], dưới sự bảo trợ của vua A Xà Thế (Ajatashatru)[3], là một tập hợp của 500 vị A-la-hán[4], những

---

[1] **Hang Thất Diệp (Saptaparna):** Nơi Đức Phật thuyết giảng sau khi giác ngộ, được xem là một trong những địa điểm đầu tiên tổ chức kết tập kinh điển Phật giáo.

[2] **Vương Xá (Rajgir)** là cố đô của vương quốc Ma-kiệt-đà (Magadha), Ấn Độ cổ đại, nổi tiếng với liên hệ đến Đức Phật Thích Ca Mâu Ni, nơi Ngài từng giảng pháp và thành lập tăng đoàn.

[3] **Ajatashatru (Vua A Xà Thế):** Vị vua nổi tiếng của vương quốc Ma Kiệt Đà (Magadha) thời kỳ Phật giáo sơ khai, trị vì vào thế kỷ 5 TCN. Ông từng phạm tội ác giết cha nhưng sau đó quy y và trở thành một hộ pháp quan

đệ tử giác ngộ hoàn toàn, với mục tiêu duy nhất: gìn giữ sự trong sáng nguyên thủy của giáo pháp. Giữa không gian trang nghiêm, dưới sự chủ trì của đại đức Ma Ha Ca Diếp (Mahākāśyapa)[5], những lời dạy của Đức Phật được tụng lại với lòng kính cẩn và chính xác tuyệt đối. Lời kinh vang lên, không phải chỉ là âm thanh, mà như những nhịp sóng thiêng liêng lan tỏa, in sâu vào tâm khảm của những người tham dự. Tôn giả Ānanda[6], người thị giả thân cận của Đức Phật, được giao nhiệm vụ truyền tụng phần Kinh (Sutta) – những bài thuyết giảng của Ngài. Từng chữ, từng câu, được Ānanda nhắc lại một cách chuẩn xác đến lạ kỳ, như thể từng lời kinh ấy vẫn đang sống động trong tâm trí ông.

Tôn giả Upāli[7], một bậc đại đức về Giới Luật, đảm nhận phần tụng Luật (Vinaya) – những nguyên tắc đạo đức và quy định

---

trọng, góp phần tổ chức Đại hội Kết tập Kinh điển lần đầu tiên tại Vương Xá Thành.

[4] **A-la-hán (*Arhat*)**: Bậc giác ngộ hoàn toàn, đã vượt qua mọi lậu hoặc và chấm dứt luân hồi, được tôn kính trong truyền thống Phật giáo như một mẫu mực của sự giải thoát và thanh tịnh.

[5] **Ma-ha Ca Diếp (Mahākāśyapa)**: Một trong mười đại đệ tử xuất sắc của Đức Phật, nổi bật với hạnh đầu-đà khổ hạnh. Ngài kế thừa y bát, giữ vai trò quan trọng trong việc duy trì giáo pháp và chủ trì kỳ kết tập kinh điển lần thứ nhất.

[6] **Tôn giả Ānanda** là vị thị giả thân cận nhất của Đức Phật Thích Ca, nổi bật với trí nhớ siêu việt, góp phần quan trọng trong việc hệ thống hóa và truyền tụng kinh điển sau khi Đức Phật nhập diệt. Ông được kính ngưỡng vì lòng từ bi, khả năng thuyết giảng rõ ràng, và vai trò cầu pháp cho nữ giới được gia nhập Tăng đoàn.

[7] **Tôn giả Upāli**, một trong mười vị đại đệ tử của Đức Phật, nổi bật với trí tuệ và sự tinh thông về giới luật. Là người xuất thân từ giai cấp thấp, nhưng nhờ lòng kính Phật và sự tinh tấn, Ngài được giao trọng trách ghi nhớ, truyền thừa và biên tập Luật tạng trong kỳ kết tập kinh điển đầu tiên, đóng vai trò quan trọng trong việc bảo tồn nền tảng giới luật của Tăng đoàn.

mà Đức Phật đặt ra cho tăng đoàn. Qua giọng tụng của ông, những nguyên tắc ấy không còn là những điều luật khô khan mà trở thành ánh sáng dẫn đường, giúp tăng đoàn duy trì sự thanh tịnh và hòa hợp.

Hội nghị đầu tiên không đơn thuần là sự kiện mang tính tổ chức mà còn là biểu tượng của lòng kính trọng tuyệt đối với giáo pháp. Những vị A-la-hán tham dự không phải để thêm thắt hay chỉnh sửa mà để đảm bảo rằng lời dạy của Đức Phật sẽ được lưu truyền trọn vẹn, không bị nhuốm màu thời gian hay thay đổi bởi những toan tính trần tục.

Dưới những tán cây già cỗi nơi đất Phật, sự nhất tâm của các vị thánh tăng đã thắp lên ngọn lửa đầu tiên cho một di sản vĩ đại. Di sản ấy không bó hẹp trong khuôn khổ Phật giáo mà còn là kho báu văn hóa và tinh thần của nhân loại.

Những Bước Chuyển Mình Của Kinh Điển Qua Thời Gian

Thời gian lặng lẽ trôi, và dòng chảy của giáo pháp cũng không ngừng thích nghi với những thay đổi của thế giới. Sau hội nghị đầu tiên, Phật giáo lan tỏa từ miền Trung Ấn Độ đến khắp vùng Nam Á, và cùng với đó là sự xuất hiện của những hình thức mới trong truyền bá kinh điển.

Vào thời vua A Dục (Ashoka)[8] – vị minh quân vĩ đại nhất trong lịch sử Phật giáo, Đại Tạng Kinh tiếp tục bước vào giai đoạn phát triển rực rỡ. Dưới sự bảo trợ của ông, những lời dạy của Đức Phật không còn bó hẹp trong các tăng đoàn mà bắt đầu lan tỏa đến quần chúng. A Dục chẳng những khắc các lời

---

[8] **Vua A Dục (Ashoka)** là một trong những vị hoàng đế nổi tiếng nhất của Ấn Độ cổ đại, trị vì Đế quốc Maurya (thế kỷ III TCN). Sau cuộc chiến Kalinga tàn khốc, ông cải đạo sang Phật giáo, đề cao tư tưởng ahimsa (bất bạo động), và thúc đẩy chính sách đạo đức dựa trên từ bi và hòa bình, để lại dấu ấn qua các trụ đá khắc chiếu chỉ về luân lý.

kinh lên bia đá và cột trụ mà còn gửi các nhà truyền giáo đến những vùng đất xa xôi như Sri Lanka, Trung Á, và Đông Nam Á.

Cũng trong giai đoạn này, Tam Tạng Kinh Điển – bao gồm Kinh (Sutta), Luật (Vinaya), và Luận (Abhidhamma) – bắt đầu được hệ thống hóa và ghi chép lại bằng văn bản. Việc này đánh dấu một bước chuyển lớn từ truyền khẩu sang văn tự, bảo vệ kinh điển khỏi sự thất lạc và biến đổi trong quá trình truyền thừa.

Sự phát triển của Đại Tạng Kinh không dừng lại trong hệ thống Pali mà còn mở rộng ra các ngôn ngữ khác, đặc biệt là Sanskrit – ngôn ngữ tri thức của Ấn Độ cổ đại. Với sự ra đời của các kinh điển Đại thừa như *Kinh Pháp Hoa*, *Kinh Hoa Nghiêm*, và *Kinh Bát Nhã*, giáo pháp của Đức Phật tiếp tục được làm giàu thêm, phù hợp với những tâm thức đa dạng và nhu cầu mới của xã hội.

Trong dòng chảy ấy, mỗi bản kinh, mỗi lời dạy, đều là những viên ngọc sáng, mang theo không đơn thuần trí tuệ mà còn cả lòng từ bi và sự giác ngộ. Đại Tạng Kinh trở thành chiếc thuyền lớn, chuyên chở không riêng giáo pháp mà còn cả những giá trị văn hóa và nhân văn vĩ đại.

Phật Giáo Đại Thừa Và Sự Xuất Hiện Của Kinh Điển Mới

Khi Phật giáo ngày càng lan rộng khắp Ấn Độ và ra ngoài biên giới của nó, ánh sáng của giáo pháp **không đơn thuần** chiếu sáng con đường nguyên thủy mà còn nảy sinh những dòng chảy tư tưởng mới, đáp ứng nhu cầu tâm linh và triết học của các tầng lớp xã hội khác nhau. Vào khoảng thế kỷ I TCN đến thế kỷ II SCN, một phong trào tư tưởng mang tên Đại Thừa (Mahāyāna) bắt đầu xuất hiện, mở ra một chương mới trong lịch sử Phật giáo và kinh điển của nó.

Đại Thừa **chẳng những** không phủ nhận giáo pháp nguyên

thủy mà còn mở rộng ý nghĩa của con đường giác ngộ. Các kinh điển Đại Thừa, *như Kinh Bát Nhã Ba La Mật Đa, Kinh Pháp Hoa, và Kinh Hoa Nghiêm*, **không giới hạn** vào việc giải thoát cá nhân mà còn hướng đến sự cứu độ toàn thể chúng sinh. Chính trong tinh thần ấy, hình ảnh Bồ Tát được tôn vinh như một biểu tượng của lòng từ bi vô hạn và khát vọng mang ánh sáng giác ngộ đến cho mọi người.

Những kinh điển Đại Thừa được biên soạn chủ yếu bằng tiếng Sanskrit, một ngôn ngữ cổ điển của tri thức và triết học Ấn Độ. Từ đây, Đại Tạng Kinh không chỉ đơn giản là một thực thể thống nhất mà trở thành một kho báu đa dạng, phản ánh sự phong phú của tư tưởng Phật giáo. Mỗi kinh văn đều mang theo sự sâu sắc của triết học, sự bao la của từ bi, và cả sự mềm mại, uyển chuyển trong cách tiếp cận chúng sinh.

Sự xuất hiện của Đại Thừa không dừng lại ở việc làm phong phú thêm giáo pháp mà còn tạo ra những dòng chảy văn hóa và triết học rộng lớn. Tại các trung tâm Phật giáo như Nalanda[9] và Vikramashila[10], những nhà học giả và thiền sư Đại Thừa đã không ngừng nghiên cứu, giảng dạy và phổ biến các kinh điển

---

[9] **Nalanda**, trung tâm Phật giáo cổ đại ở Ấn Độ, nổi bật với vai trò là một viện đại học quốc tế trong thời kỳ hoàng kim của Phật giáo. Thành lập khoảng thế kỷ thứ 5, nơi đây thu hút học giả từ khắp châu Á, nổi tiếng với hệ thống giáo dục toàn diện bao gồm triết học, y học, thiên văn học và các môn học thế tục khác. Nalanda không chỉ là biểu tượng tri thức, mà còn là trung tâm truyền bá Phật pháp, góp phần sâu rộng vào sự lan tỏa văn hóa và tinh thần Phật giáo trên toàn thế giới.

[10] **Vikramashila** là một trung tâm Phật giáo nổi tiếng tại Ấn Độ cổ đại, được xây dựng vào thế kỷ 8 dưới triều đại Pala. Đây là một trong những đại học Phật giáo hàng đầu, cùng với Nalanda, nổi bật với việc đào tạo cao cấp về triết học Phật giáo và Mật tông. Trung tâm này đóng vai trò quan trọng trong việc truyền bá Phật giáo sang Tây Tạng trước khi bị hủy hoại vào thế kỷ 12 do các cuộc xâm lược.

mới.

Những luận giải của các bậc thầy như *Long Thụ* (Nāgārjuna) và *Vô Trước* (Asaṅga) đã đặt nền móng cho các trường phái triết học nổi tiếng như Trung Quán Tông và Duy Thức Tông, góp phần làm sáng tỏ những triết lý sâu sắc trong Đại Tạng Kinh.

Hành Trình Ra Khỏi Đất Mẹ – Lan Tỏa Ánh Sáng Đến Thế Giới

Đại Tạng Kinh không dừng lại trên mảnh đất Ấn Độ mà bắt đầu hành trình vượt qua những dãy núi và đại dương để lan tỏa ánh sáng trí tuệ đến những miền đất xa xôi. Cuộc hành trình ấy không đơn thuần là sự di chuyển vật lý của kinh văn mà còn là một cuộc giao lưu văn hóa sâu sắc, nơi mà mỗi vùng đất, mỗi ngôn ngữ đều trở thành mảnh đất màu mỡ cho những hạt giống giáo pháp nảy mầm.

Một trong những quốc gia đầu tiên đón nhận ánh sáng Phật giáo từ Ấn Độ là Sri Lanka. Vào khoảng thế kỷ III TCN, dưới sự chỉ đạo của vua A Dục, hoàng tử Mahinda[11] đã mang kinh điển Phật giáo bằng tiếng Pali đến hòn đảo này. Tại đây, Tam Tạng Pali (*Tripiṭaka*) được chép lại bằng văn bản trên lá bối, đánh dấu bước ngoặt quan trọng trong việc bảo tồn kinh điển. Nhờ đó, Sri Lanka trở thành một trung tâm lớn của Phật giáo Nguyên Thủy, nơi lưu giữ và truyền bá những lời dạy nguyên thủy của Đức Phật.

Khi Phật giáo tiếp tục lan tỏa, các trung tâm học thuật như

---

[11] **Hoàng tử Mahinda**, con trai của vua A Dục (Ashoka) thời Maurya, là nhân vật quan trọng trong việc truyền bá Phật giáo đến Sri Lanka. Ông được ghi nhận là vị tăng đầu tiên mang giáo lý của Đức Phật vượt ra ngoài Ấn Độ, thiết lập nền móng cho sự phát triển lâu dài của Phật giáo tại quốc đảo này.

Nalanda đã trở thành nơi hội tụ của các tăng sĩ từ Trung Á, Trung Hoa, Hàn Quốc và Tây Tạng. Những nhà dịch thuật vĩ đại như Cưu Ma La Thập (Kumārajīva)[12] và Huyền Trang (Xuanzang)[13] đã dành cả đời mình để dịch các kinh văn từ Sanskrit sang tiếng Hán, mở ra một kho báu mới cho Phật giáo tại Đông Á.

Cưu Ma La Thập, với trí tuệ sâu sắc và tài năng ngôn ngữ thiên bẩm, đã dịch các kinh điển quan trọng như *Kinh Diệu Pháp Liên Hoa* và *Kinh Bát Nhã Ba La Mật Đa*, mang lại sự thấu hiểu mới mẻ và cảm hứng lớn lao cho giới học giả và tín đồ Phật giáo tại Trung Hoa. Huyền Trang, với lòng nhiệt thành và khát vọng vô biên, đã vượt qua muôn trùng khó khăn trong hành trình thỉnh kinh từ Ấn Độ về Trung Hoa, mang theo hàng trăm bản kinh quý giá để tiếp tục sự nghiệp dịch thuật và giảng dạy.

Sự lan tỏa của Đại Tạng Kinh không đơn giản đóng góp vào sự phát triển của Phật giáo mà còn ảnh hưởng sâu rộng đến văn hóa và nghệ thuật của các quốc gia tiếp nhận. Những bức tượng Phật tại Lạc Dương[14], hang động Mạc Cao[15] ở Đôn

---

[12] **Cưu Ma La Thập (Kumārajīva, 344–413):** Đại sư dịch giả nổi tiếng, đóng vai trò quan trọng trong việc truyền bá và hệ thống hóa kinh điển Phật giáo tại Trung Quốc, đặc biệt qua những bản dịch chuẩn xác, tao nhã, như *Kinh Pháp Hoa* và *Kinh Kim Cang*.

[13] **Huyền Trang (Xuanzang, 玄奘, 602–664):** Nhà sư, học giả và dịch giả nổi tiếng thời nhà Đường, người có công dịch nhiều kinh điển Phật giáo từ tiếng Phạn sang Hán văn. Ông hành hương sang Ấn Độ để học đạo (629–645), ghi lại hành trình trong *Đại Đường Tây Vực Ký*, tác phẩm quan trọng về lịch sử, văn hóa và địa lý Ấn Độ. Huyền Trang đóng vai trò then chốt trong việc phát triển triết học Duy thức tại Trung Hoa

[14] **Lạc Dương:** Một trong "Tứ đại cố đô" Trung Hoa, thuộc tỉnh Hà Nam, nổi tiếng với lịch sử lâu đời, từng là trung tâm chính trị, văn hóa, và kinh tế qua nhiều triều đại.

Hoàng[16] hay các chùa chiền nguy nga tại Nhật Bản đều mang dấu ấn của kinh điển Phật giáo, trở thành những biểu tượng của lòng sùng kính và sự sáng tạo vô hạn của con người.

Suy Thoái Và Phục Hưng – Một Hành Trình Bất Tận

Như một dòng sông lớn, hành trình của Đại Tạng Kinh cũng trải qua những khúc quanh co, nơi ánh sáng của giáo pháp đôi khi bị lu mờ bởi những biến động lịch sử và sự đổi thay của thời cuộc. Vào khoảng thế kỷ XII, Phật giáo tại Ấn Độ bắt đầu suy thoái nghiêm trọng do các cuộc xâm lược của người Hồi giáo. Những trung tâm học thuật như Nalanda và Vikramashila bị tàn phá, hàng nghìn bản kinh quý giá bị thiêu rụi hoặc thất lạc.

Tuy nhiên, ánh sáng của Đại Tạng Kinh không bao giờ tắt. Nhờ những nỗ lực phi thường của các tăng sĩ tại Tây Tạng, Trung Hoa, và các quốc gia Đông Nam Á, những bản kinh còn lại được bảo tồn và tiếp tục lưu truyền. Tại Tây Tạng, Đại Tạng Kinh được biên soạn lại thành hai bộ lớn: Kanjur (Kinh Tạng) và Tanjur (Luận Tạng), trở thành nguồn cảm hứng cho hàng thế kỷ học thuật và tu tập.

Sự phục hưng Phật giáo tại Ấn Độ vào thế kỷ XX, với sự dẫn

---

[15] **Hang động Mạc Cao** (Mogao) nằm tại Đôn Hoàng, Trung Quốc, là quần thể hang động chứa đựng kho tàng nghệ thuật Phật giáo với hơn 1.000 năm lịch sử, nổi bật với các bức họa và tượng điêu khắc từ thời kỳ Ngụy, Đường, đến Tống. Đây được UNESCO công nhận là Di sản Thế giới, minh chứng cho sự giao thoa văn hóa và tôn giáo dọc Con đường Tơ lụa.

[16] **Đôn Hoàng**, nằm trên Con đường Tơ lụa, là trung tâm giao thoa văn hóa, tôn giáo, và thương mại cổ đại, nổi tiếng với quần thể hang động Mạc Cao chứa đựng di sản Phật giáo độc đáo qua nghệ thuật và kiến trúc từ thế kỷ 4 đến thế kỷ 14.

dắt của những nhà lãnh đạo như Tiến sĩ B.R. Ambedkar[17], đã mở ra một trang mới trong hành trình của Đại Tạng Kinh. Những nỗ lực khôi phục các bản kinh cổ và xây dựng lại các trung tâm học thuật đã đưa giáo pháp trở về với quê hương, mang lại sức sống mới cho di sản vĩ đại này.

Các Bậc Đại Sư Và Những Nỗ Lực Phi Thường Trong Việc Phiên Dịch

Trong hành trình dài đầy thăng trầm của Đại Tạng Kinh, có những con người mà tên tuổi của họ đã trở thành biểu tượng bất tử, gắn liền với sự bảo tồn và lan tỏa ánh sáng giáo pháp. Họ vừa là những dịch giả, và là những sứ giả của trí tuệ, lòng từ bi và sự kiên định không lay chuyển trước những thử thách khắc nghiệt nhất.

Một trong những người tiên phong xuất sắc chính là Cưu Ma La Thập (Kumārajīva), bậc đại sư của thế kỷ IV. Sinh ra tại Trung Á trong một gia đình có dòng dõi quý tộc, La Thập sớm được tiếp xúc với cả văn hóa Ấn Độ và Trung Hoa. Với trí tuệ thiên bẩm và lòng thành kính đối với giáo pháp, ông đã dành trọn cuộc đời mình để phiên dịch kinh điển từ Sanskrit sang tiếng Hán. Những bản dịch của ông vừa chính xác về nghĩa mà còn giàu nhạc tính, khiến lời kinh không chỉ dễ hiểu mà còn lay động lòng người. Các kinh điển như *Kinh Diệu Pháp Liên Hoa, Kinh Bát Nhã Ba La Mật Đa* và *Kinh Thập Thiện Nghiệp Đạo* dưới bàn tay của ông đã trở thành nguồn cảm hứng cho giới tăng sĩ, và cho cả các nhà văn, nghệ sĩ cũng như thiền giả Trung Hoa.

---

[17] **B.R. Ambedkar**, nhà cải cách xã hội và kiến trúc sư Hiến pháp Ấn Độ, đã chuyển đổi sang Phật giáo vào năm 1956 cùng hàng triệu người Dalit, lấy cảm hứng từ giáo lý Phật Đà. Ông xem Đại Tạng Kinh là nguồn tư liệu quý giá để tái khám phá và truyền bá các nguyên lý nhân văn, bình đẳng và giải thoát trong Phật giáo.

Tiếp nối La Thập là Huyền Trang (Xuanzang), một người đã viết nên câu chuyện truyền kỳ về lòng can đảm và sự tận tụy. Vào thế kỷ VII, Huyền Trang bắt đầu hành trình vĩ đại của mình, vượt qua muôn trùng hiểm nguy để đến Ấn Độ thỉnh kinh. Những năm tháng tu học tại Nalanda đã mang lại cho ông một kho tàng kiến thức khổng lồ, bao gồm hàng trăm bản kinh quan trọng. Khi trở về Trung Hoa, ông đã dành phần còn lại của cuộc đời để dịch thuật và giảng dạy, đưa Phật giáo Đại Thừa đạt đến đỉnh cao tại Đông Á. Những tác phẩm của ông như *Đại Bát Nhã Kinh*, *Kinh Duy Ma Cật* và *Du Già Sư Địa Luận* là những tài liệu triết và là những kiệt tác về ngôn ngữ và tư tưởng.

Nhưng không duy Trung Hoa là nơi kinh điển tỏa sáng. Tại Tây Tạng, sự xuất hiện của Liên Hoa Sinh (Padmasambhava) vào thế kỷ VIII đã đánh dấu một giai đoạn mới trong việc truyền bá kinh điển. Với năng lực siêu phàm và sự thấu hiểu sâu sắc, ông đã mang giáo pháp từ Ấn Độ đến Tây Tạng, đặt nền móng cho truyền thống Kim Cương Thừa. Tại đây, các bản kinh được dịch sang tiếng Tây Tạng với sự hỗ trợ của các dịch giả và học giả địa phương, hình thành nên hai bộ Đại Tạng: Kanjur và Tanjur, là kho báu quý giá cho người Tây Tạng và các truyền thống Kim Cương Thừa trên toàn thế giới.

Không thể không nhắc đến sự đóng góp của các bậc thầy tại Nhật Bản, nơi mà các tông phái như Thiên Thai và Tịnh Độ đã nảy nở nhờ sự du nhập kinh điển từ Trung Hoa và Triều Tiên. Tổ sư Saicho[18] và Kukai[19], hai trong những nhân vật quan

---

[18] **Saicho (767–822)**, còn gọi là Đại sư Tối Trừng, là tổ sư sáng lập Thiên Thai Tông tại Nhật Bản. Ngài du học Trung Quốc, nghiên cứu Phật giáo Thiên Thai, Mật giáo và giới luật Đại thừa. Sau khi trở về, Saicho thành lập Enryaku-ji trên núi Hiei, trung tâm học thuật Phật giáo lớn của Nhật Bản.

trọng nhất của Phật giáo Nhật Bản, đã xây dựng các trường phái tu học dựa trên nền tảng của các kinh điển Đại Thừa, đặc biệt là *Kinh Pháp Hoa* và *Kinh Hoa Nghiêm*.

Những bậc đại sư và dịch giả ấy, dù sống ở những thời kỳ và không gian khác nhau, đều chung một tâm nguyện: gìn giữ và truyền tải giáo pháp với sự chính xác và lòng thành kính tuyệt đối. Công lao của họ là giữ cho ánh sáng của Đại Tạng Kinh luôn rực rỡ và mở ra những chân trời mới cho sự thấu hiểu và thực hành giáo pháp trên toàn thế giới.

Đại Tạng Kinh Trong Nghệ Thuật Và Văn Hóa Nhân Loại

Nếu giáo pháp là linh hồn của Phật giáo, thì nghệ thuật chính là tấm gương phản chiếu linh hồn ấy trong đời sống con người. Đại Tạng Kinh, với sức mạnh của ngôn từ và tư tưởng, đã trở thành nguồn cảm hứng vô tận cho nghệ thuật và văn hóa nhân loại. Từng lời kinh, từng triết lý đã được chuyển hóa thành những hình tượng, công trình, và tác phẩm nghệ thuật, trở thành cầu nối giữa thế giới tâm linh và đời sống trần tục.

Tại Ấn Độ, nơi Phật giáo khai sinh, những hang động Ajanta[20] và Ellora[21] là minh chứng sống động cho sự giao thoa

---

Ngài đề xướng hệ thống giới luật Đại thừa độc lập, đặt nền tảng cho Phật giáo Nhật Bản thời kỳ Heian.

[19] **Kukai (774–835)**, còn gọi là Không Hải Đại Sư, sáng lập Chân Ngôn Tông (Shingon) tại Nhật Bản, nổi bật với tư tưởng mật giáo dựa trên Đại Nhật Kinh (Mahavairocana Sutra). Ông là học giả, thiền sư, và nhà thư pháp lỗi lạc, đóng góp to lớn trong việc phát triển văn hóa và Phật giáo Nhật Bản thời Heian. Kukai nhấn mạnh tầm quan trọng của thực hành thiền định, trì chú và nghi lễ để đạt giác ngộ, đồng thời là người khai sinh bảng chữ cái Kana, làm phong phú văn hóa Nhật Bản.

[20] Hang động **Ajanta**: Quần thể hang động tại bang Maharashtra, Ấn Độ, nổi tiếng với các bức tranh và điêu khắc Phật giáo, thuộc thế kỷ II TCN đến thế kỷ VI SCN. Là Di sản Thế giới UNESCO, Ajanta phản ánh nghệ thuật,

giữa kinh điển và nghệ thuật. Các bức tranh tường và tượng Phật trong các hang động này không chỉ thể hiện sự kính ngưỡng đối với giáo pháp mà còn tái hiện những câu chuyện kinh điển một cách sinh động và cảm xúc. Những hình ảnh Đức Phật ngồi thiền dưới gốc cây bồ đề hay giảng pháp tại Vườn Nai[22] trở thành biểu tượng của trí tuệ và từ bi, được khắc họa với sự tinh tế và lòng thành kính tuyệt đối.

Khi Phật giáo lan đến Trung Hoa, nghệ thuật chạm khắc và hội họa đã tiếp nhận và làm giàu thêm ý nghĩa của kinh điển. Hang động Mạc Cao ở Đôn Hoàng là một trong những kho báu nghệ thuật vĩ đại nhất của nhân loại, nơi lưu giữ hàng ngàn bức họa và tượng Phật, tái hiện những nội dung triết lý sâu sắc của Đại Tạng Kinh.

Tại Nhật Bản, văn hóa Thiền đã biến những triết lý tinh tế của Phật giáo thành những tác phẩm giản dị nhưng sâu sắc. Nghệ thuật vườn đá, thơ Haiku[23] và tranh thủy mặc vốn mang tính thẩm mỹ và còn phản ánh tinh thần giải thoát và sự hòa hợp với thiên nhiên, những giá trị cốt lõi của Đại Tạng Kinh.

---

kiến trúc và tôn giáo thời cổ đại, với những cảnh miêu tả từ kinh điển Phật giáo và đời sống đương thời.

[21] Hang động **Ellora** là quần thể di tích khảo cổ nổi tiếng tại bang Maharashtra, Ấn Độ, gồm 34 công trình tạc vào vách núi, phản ánh sự giao thoa của ba tôn giáo lớn: Ấn Độ giáo, Phật giáo và Kỳ Na giáo. Được xây dựng từ thế kỷ thứ 6 đến 10, quần thể này nổi bật với đền Kailasa, một kiệt tác kiến trúc tạc nguyên khối từ đá bazan.

[22] **Vườn Nai** - nơi Đức Phật giảng bài pháp đầu tiên sau khi thành đạo, còn gọi là Lộc Uyển (Sarnath, Ấn Độ). Đây là điểm khởi nguồn cho sự truyền bá giáo pháp Tứ Diệu Đế và Bát Chánh Đạo, đánh dấu sự hình thành của Tăng đoàn đầu tiên.

[23] **Haiku**: Thể thơ ngắn truyền thống Nhật Bản, gồm 3 dòng với số âm tiết lần lượt 5-7-5, thường mô tả thiên nhiên, cảm xúc tức thời hoặc khoảnh khắc sâu sắc, mang tính gợi mở và tinh tế.

Đại Tạng Kinh không dừng lại ở các công trình nghệ thuật mà còn ảnh hưởng đến văn hóa và tư duy của con người qua hàng thế kỷ. Từ các tác phẩm văn học như "Tây Du Ký" của Ngô Thừa Ân[24] đến những tác phẩm triết học hiện đại, ảnh hưởng của kinh điển Phật giáo là không thể phủ nhận.

Sự Suy Thoái Và Tái Sinh Của Đại Tạng Kinh Trong Lịch Sử Hiện Đại

Thời gian là dòng sông bất tận, cuốn trôi mọi thứ trong sự thay đổi và biến dịch. Đại Tạng Kinh, dù là ánh sáng của trí tuệ và lòng từ bi, cũng không thể thoát khỏi sự tác động khắc nghiệt của lịch sử. Từ đỉnh cao của sự lan tỏa trong thời kỳ hoàng kim, Phật giáo và Đại Tạng Kinh tại Ấn Độ dần bước vào một giai đoạn suy thoái kéo dài hàng thế kỷ. Nhưng trong bóng tối ấy, ánh sáng của kinh điển vẫn le lói, chờ ngày được phục hồi rực rỡ.

Sự suy thoái của Phật giáo tại Ấn Độ bắt đầu từ thế kỷ XII, khi các đợt xâm lược của người Hồi giáo đưa đến sự hủy diệt không thể tưởng tượng được. Những trung tâm học thuật lừng danh như Nalanda, Vikramashila và Odantapuri[25], nơi lưu giữ hàng nghìn bản kinh quý giá, bị đốt phá. Hàng trăm ngàn bản kinh bị thất lạc, nhiều giáo pháp quý báu bị xóa sổ khỏi quê hương nơi chúng ra đời. Phật giáo, từ vị trí là một trong những tôn giáo lớn nhất tại Ấn Độ, dần dần thu hẹp lại, nhường chỗ cho sự thống trị của Ấn Độ giáo và Hồi giáo.

---

[24] **Ngô Thừa Ân (1501–1582)**, nhà văn nổi tiếng thời Minh, Trung Quốc, tác giả tiểu thuyết *"Tây Du Ký"* – một trong tứ đại danh tác văn học cổ điển Trung Hoa, biểu tượng của trí tưởng tượng phong phú và sự kết hợp nhuần nhuyễn giữa Phật giáo, Đạo giáo và Nho giáo.

[25] **Odantapuri**, trung tâm học thuật nổi tiếng thời cổ đại, được thành lập vào thế kỷ 8 tại vùng Bihar, Ấn Độ, từng là một trong những cơ sở giáo dục Phật học lớn, góp phần lan tỏa tri thức và văn hóa Phật giáo trong khu vực.

Tuy nhiên, ánh sáng của Đại Tạng Kinh không bao giờ hoàn toàn tắt. Các bản kinh được bảo tồn trong các quốc gia láng giềng như Tây Tạng, Sri Lanka, Trung Hoa và Đông Nam Á, tiếp tục được sao chép, nghiên cứu và truyền bá. Tại Tây Tạng, sự hình thành hai bộ Đại Tạng Kanjur và Tanjur đã góp phần bảo vệ và phát triển các nội dung triết học, luật học và thiền học của Phật giáo. Tại Trung Hoa, Nhật Bản và Hàn Quốc, các tông phái Phật giáo Đại Thừa tiếp tục phát triển rực rỡ, giữ vững vị trí của Đại Tạng Kinh trong đời sống tâm linh và triết học của người dân.

Như đã kể, thế kỷ XX đánh dấu sự tái sinh mạnh mẽ của Phật giáo tại Ấn Độ, nhờ những nỗ lực phi thường của các cá nhân và phong trào xã hội. Một trong những nhân vật nổi bật nhất là Tiến sĩ B.R. Ambedkar, người đã lãnh đạo phong trào phục hưng Phật giáo cho cộng đồng Dalit – những người từng bị xem là "tiện dân" trong hệ thống đẳng cấp của Ấn Độ. Vào năm 1956, hàng triệu người Dalit đã chính thức cải đạo sang Phật giáo, một phần nhờ vào ánh sáng soi đường của Đại Tạng Kinh. Ambedkar không chỉ nhìn nhận Phật giáo như một con đường tâm linh mà còn như một biểu tượng của công bằng, tự do và nhân quyền.

Những thập kỷ gần đây, sự phát triển của công nghệ và toàn cầu hóa đã mở ra những cơ hội mới cho việc bảo tồn và truyền bá Đại Tạng Kinh. Các dự án số hóa kinh điển tại nhiều quốc gia, đặc biệt là sự ra đời của các thư viện trực tuyến như Digital Sanskrit Buddhist Canon[26] và Buddhist Digital Resource

---

[26] **Digital Sanskrit Buddhist Canon (DSBC):** Một dự án số hóa các kinh điển Phật giáo bằng tiếng Sanskrit, cung cấp nguồn tài liệu phong phú phục vụ nghiên cứu và học tập thông qua nền tảng trực tuyến.

Center[27], đã giúp kinh điển trở nên dễ tiếp cận hơn bao giờ hết. Các học giả trên toàn thế giới có thể nghiên cứu, dịch thuật và chia sẻ các bản kinh quý giá, mở rộng phạm vi ảnh hưởng của Đại Tạng Kinh ra ngoài biên giới văn hóa và tôn giáo.

Đại Tạng Kinh Và Ý Nghĩa Trường Tồn Trong Thời Đại Mới

Trong nhịp sống hối hả và đầy biến động của thế giới hiện đại, Đại Tạng Kinh vẫn giữ nguyên giá trị như ngày đầu tiên, như một tấm gương soi sáng bản chất chân thật của cuộc sống. Từ những lời dạy đơn giản về đạo đức trong *Kinh Tứ Niệm Xứ*, đến những triết lý thâm sâu về *Tánh Không* trong *Kinh Bát Nhã*, Đại Tạng Kinh tiếp tục đóng vai trò là nguồn cảm hứng và hướng dẫn cho hàng triệu người tìm kiếm ý nghĩa cuộc đời.

Tại các quốc gia phương Tây, nơi mà Phật giáo từng chỉ là một tôn giáo ngoại lai, ngày nay giáo pháp đã trở thành một phần của đời sống tinh thần và tri thức. Các trung tâm thiền tập, các khóa học về Phật pháp, và các nghiên cứu học thuật về Đại Tạng Kinh ngày càng phổ biến, thu hút sự quan tâm của các nhà khoa học, triết gia và nhà hoạt động xã hội.

Đại Tạng Kinh không chỉ là một di sản tôn giáo mà còn là một kho tàng văn hóa và tri thức vĩ đại. Những bài học về lòng từ bi, sự tỉnh thức và trách nhiệm cá nhân trong kinh điển giúp con người đạt được sự bình an nội tại và góp phần giải quyết những thách thức toàn cầu như xung đột, bất bình đẳng, và biến đổi khí hậu.

Hơn hết, Đại Tạng Kinh nhắc nhở con người rằng hạnh phúc không nằm trong sự chiếm hữu hay thành công bên ngoài, mà

---

[27] **Buddhist Digital Resource Center (BDRC):** Một tổ chức phi lợi nhuận chuyên bảo tồn, số hóa và cung cấp quyền truy cập vào các tài liệu Phật giáo từ khắp nơi trên thế giới, bao gồm nhiều ngôn ngữ và truyền thống khác nhau, nhằm hỗ trợ nghiên cứu và thực hành Phật giáo toàn cầu.

ở sự buông bỏ và hòa hợp với chính mình. Giữa một thế giới đầy hỗn loạn, Đại Tạng Kinh là một lời kêu gọi dịu dàng nhưng mạnh mẽ, đưa con người trở về với bản chất chân thật của mình.

Ánh Sáng Đại Tạng Kinh Và Phong Trào Xã Hội Đương Đại

Trong những biến động của thế kỷ XX và XXI, thế giới luôn đối mặt với sự tiến bộ vượt bậc về công nghệ mà còn đối diện với những thách thức chưa từng có về khủng hoảng xã hội, môi trường và tâm linh. Chính trong những thời điểm đầy hỗn loạn ấy, ánh sáng của Đại Tạng Kinh một lần nữa bừng lên, trở thành nguồn cảm hứng cho các phong trào xã hội, thúc đẩy công bằng, bình đẳng và hòa bình trên khắp hành tinh.

Một trong những hiện tượng nổi bật nhất là sự xuất hiện của phong trào **Engaged Buddhism** (Phật giáo dấn thân)[28], được khởi xướng bởi các nhà lãnh đạo Phật giáo như Thiền sư Thích Nhất Hạnh[29] và Đức Đạt Lai Lạt Ma[30]. Dựa trên các giá trị cốt lõi trong Đại Tạng Kinh – lòng từ bi, sự tỉnh thức và trách nhiệm với mọi loài – phong trào này đã mở rộng phạm vi của Phật giáo từ thiền định cá nhân sang hành động xã hội.

---

[28] **Engaged Buddhism**: Một phong trào thực hành đạo Phật nhấn mạnh việc áp dụng các nguyên lý từ bi, trí tuệ và bất bạo động vào các vấn đề xã hội, môi trường, và cá nhân, khởi nguồn từ thế kỷ 20, đặc biệt qua lời dạy của Thiền sư Thích Nhất Hạnh.

[29] **Thiền sư Thích Nhất Hạnh (1926–2022)**, nhà sư, nhà thơ, và nhà hoạt động vì hòa bình người Việt Nam, nổi tiếng với sự truyền bá chánh niệm, nghệ thuật sống tỉnh thức, và tư tưởng Phật giáo ứng dụng, sáng lập Làng Mai – cộng đồng tu học quốc tế.

[30] **Đức Đạt Lai Lạt Ma**: Danh hiệu tôn kính dành cho nhà lãnh đạo tinh thần cao nhất của Phật giáo Tây Tạng, biểu tượng từ bi và trí tuệ, hiện nay là vị Đạt Lai Lạt Ma thứ 14, Tenzin Gyatso, được biết đến với vai trò truyền bá hòa bình và từ bi trên toàn cầu.

Thiền Sư Nhất Hạnh, một nhà sư người Việt Nam, đã diễn giải những lời dạy trong Đại Tạng Kinh thành những nguyên tắc thực hành đơn giản nhưng sâu sắc cho đời sống hàng ngày. Ông khuyến khích việc thực tập *Chánh Niệm* (mindfulness) không riêng trong thiền đường mà còn trong những hoạt động thường nhật, từ việc ăn uống, đi bộ đến cách giao tiếp. Những tác phẩm của ông, như *Đường Xưa Mây Trắng* hay *Phép Lạ Của Sự Tỉnh Thức*, đã làm sống lại tinh thần của Đại Tạng Kinh trong lòng hàng triệu người trên thế giới.

Đức Đạt Lai Lạt Ma, lãnh tụ tinh thần của Phật giáo Tây Tạng, đã lấy triết lý *Tánh Không* và *Bồ Đề Tâm* làm nền tảng cho những lời kêu gọi hòa bình toàn cầu. Ngài vừa giảng dạy về các kinh điển Tây Tạng như Kanjur và Tanjur, vừa truyền tải thông điệp về sự liên kết mật thiết giữa tất cả chúng sinh – một khái niệm được nhấn mạnh nhiều lần trong các kinh điển Đại Thừa. Ngài nhấn mạnh rằng, chỉ khi mỗi cá nhân đạt được sự hòa bình nội tâm, thế giới mới có thể thực sự hòa bình.

Phong trào Phật giáo dấn thân, tập trung vào tâm linh và giải quyết các vấn đề xã hội cụ thể. Tại Ấn Độ, các cộng đồng Dalit đã sử dụng giáo pháp từ Đại Tạng Kinh để đấu tranh cho quyền bình đẳng và thoát khỏi hệ thống đẳng cấp áp bức. Các tổ chức như phong trào Phật giáo của người Dalit (The Dalit Buddhist Movement)[31] đã đưa các giá trị từ bi và trí tuệ của kinh điển vào cuộc sống, làm thay đổi thân phận cá nhân và xa hơn, cả ý thức cộng đồng.

---

[31] **The Dalit Buddhist Movement**, hay phong trào Phật giáo của người Dalit, là một cuộc cải cách xã hội và tôn giáo tại Ấn Độ, do Dr. B.R. Ambedkar khởi xướng vào giữa thế kỷ 20, nhằm thoát khỏi sự kỳ thị của hệ thống đẳng cấp Hindu thông qua việc chuyển đổi sang Phật giáo.

Ứng Dụng Triết Lý Đại Tạng Kinh Trong Thời Đại Mới

Triết lý trong Đại Tạng Kinh là những lời dạy tôn giáo mà còn là một kho tàng trí tuệ có thể áp dụng vào mọi khía cạnh của cuộc sống, từ quản trị xã hội đến giải quyết các vấn đề cá nhân. Trong bối cảnh thế giới hiện đại, những giá trị như lòng từ bi, sự vô ngã, và khả năng nhận thức về bản chất của khổ đau vẫn còn nguyên sức mạnh chữa lành và hướng dẫn.

1. **Triết lý Tánh Không và Kết Nối Toàn Cầu**: Trong các kinh điển như *Kinh Bát Nhã Ba La Mật Đa*, khái niệm Tánh Không (śūnyatā) được giải thích như bản chất không cố định của mọi hiện tượng. Điều này không chỉ là một chân lý triết học mà còn mang ý nghĩa thực tiễn sâu sắc trong thời đại hiện nay. Trong một thế giới ngày càng toàn cầu hóa, nơi mọi quốc gia, cá nhân và hệ sinh thái đều phụ thuộc lẫn nhau, sự nhận thức về tính kết nối đã trở thành yếu tố cốt lõi để duy trì hòa bình và phát triển bền vững.

   Những bài học từ Đại Tạng Kinh nhấn mạnh rằng mọi khổ đau đều bắt nguồn từ sự bám chấp và ảo tưởng về cái tôi. Sự hiểu biết này đã trở thành nền tảng cho các phong trào tâm lý học hiện đại như Mindfulness-Based Stress Reduction (MBSR)[32], giúp con người đối diện với áp lực và tìm lại sự cân bằng trong cuộc sống.

2. **Bồ Đề Tâm Và Lòng Từ Bi Toàn Cầu**: Triết lý Bồ Đề Tâm – lòng nguyện cứu độ tất cả chúng sinh – trong các kinh như *Kinh Hoa Nghiêm* và *Kinh Đại Bi* đã vượt ra ngoài khuôn khổ tôn giáo để trở thành một triết lý nhân văn phổ

---

[32] **Mindfulness-Based Stress Reduction (MBSR)**: Một chương trình giảm căng thẳng dựa trên chánh niệm, kết hợp thiền định và yoga nhẹ nhàng, được phát triển bởi Jon Kabat-Zinn vào cuối thập niên 1970 nhằm hỗ trợ quản lý căng thẳng, đau mãn tính và các vấn đề sức khỏe tinh thần.

quát. Ngày nay, ý tưởng này đã được ứng dụng trong các chương trình từ thiện, bảo vệ môi trường và đấu tranh cho quyền con người. Những tổ chức quốc tế lấy cảm hứng từ Phật giáo, như Tổ chức nhân đạo quốc tế (The Buddhist Global Relief)[33], đã dùng tinh thần Bồ Đề Tâm để cung cấp lương thực, giáo dục và chăm sóc y tế cho các cộng đồng khó khăn trên toàn thế giới.

3. **Chánh Niệm Và Lãnh Đạo Đạo Đức**: Những lời dạy về Chánh Niệm trong Đại Tạng Kinh vừa giúp cá nhân đạt được sự bình an mà còn tạo nên những nhà lãnh đạo có trách nhiệm. Các chương trình đào tạo dựa trên Chánh Niệm hiện nay đã được áp dụng trong lĩnh vực quản trị doanh nghiệp, giáo dục và y tế. Những nhà lãnh đạo thực hành Chánh Niệm có thể đưa ra quyết định sáng suốt và xây dựng môi trường làm việc hài hòa, bền vững.

Đại Tạng Kinh – Ánh Sáng Bất Tuyệt

Khi kết thúc hành trình từ lời kinh nguyên thủy đến thời đại số hóa, Đại Tạng Kinh không đơn thuần là một di sản tôn giáo mà còn là một kho báu văn hóa, tri thức và tâm linh trường tồn. Qua hàng nghìn năm, những giá trị ẩn chứa trong từng lời dạy vẫn tiếp tục tỏa sáng, soi đường cho con người vượt qua bóng tối của vô minh và khổ đau.

Đại Tạng Kinh là biểu tượng của sức mạnh trí tuệ và lòng từ bi vô hạn. Dù trải qua bao biến động lịch sử, những lời kinh vẫn vang vọng, khơi dậy trong tâm thức nhân loại khát vọng hòa bình, chân lý và tự do. Đó là ánh sáng không bao giờ tắt, là

---

[33] **Buddhist Global Relief (Cứu Trợ Phật Giáo Toàn Cầu)**: Tổ chức nhân đạo quốc tế dựa trên tinh thần từ bi và trí tuệ của đạo Phật, tập trung vào giảm thiểu nghèo đói, thúc đẩy giáo dục, hỗ trợ y tế, và phát triển bền vững cho các cộng đồng khó khăn trên khắp thế giới.

ngọn hải đăng dẫn lối cho mọi thế hệ, mọi thời đại.

Khi đứng trước Đại Tạng Kinh, chúng ta không những thấy lịch sử của một tôn giáo, mà còn là lịch sử của lòng người – lịch sử của những nỗ lực vượt qua giới hạn để giữ vững những giá trị vĩnh cửu. Đó là câu chuyện không còn của riêng của Phật giáo, mà là câu chuyện của toàn nhân loại.

Chân Như

TỊNH LƯU VÔ BIÊN

VÔ NIỆM

Ánh sáng của chân lý, từ buổi ban đầu của cội bồ đề, không phải là ánh sáng hữu hạn như ngọn đèn nơi căn phòng hẹp. Đó là ánh sáng của sự thức tỉnh, soi rọi không gian và thời gian, xóa tan màn vô minh, nhưng không áp đặt. Ánh sáng ấy lan tỏa, tự nhiên như nước chảy xuống từ đỉnh cao, len lỏi qua từng khe đá, hòa vào sông ngòi và biển cả. Những kinh điển Phật giáo ra đời trong không khí ấy, là tiếng vọng của từ bi và trí tuệ, được các đệ tử ghi lại với tâm nguyện giữ gìn những giọt tinh túy còn đọng lại từ lời dạy của bậc Giác ngộ.

Lịch sử của những bộ kinh Phật là lịch sử của sự lan tỏa, chuyển dịch và dung hòa. Nó không đơn thuần là câu chuyện của ngôn ngữ, mà chính là sự hòa quyện giữa văn hóa, trí tuệ và tinh thần. Một bản kinh khi rời khỏi ngôn ngữ gốc mang theo không hẳn là ý nghĩa của từng câu chữ, mà còn đong đầy hơi thở của một thời đại, dấu ấn của một dân tộc, và nhiệt huyết của những con người đã dâng hiến cả đời mình cho công việc tưởng chừng như vô hình: phiên dịch.

Kinh điển Phật giáo không khởi nguồn từ tham vọng xây dựng một hệ thống giáo điều, mà bắt đầu từ lòng từ bi vô hạn muốn cứu giúp chúng sinh thoát khỏi đau khổ. Từng chữ trong những bộ kinh ấy, dẫu trải qua bao lần chuyển dịch, vẫn giữ lấy một cốt lõi bất biến: đưa con người trở về với chính mình, soi rọi những mê lầm để thấy được con đường vượt qua bể khổ. Nhưng chính ở chặng đường từ một ngôn ngữ sang một ngôn ngữ khác, kinh điển trở thành không chỉ là phương tiện giác ngộ, mà còn là cây cầu nối liền giữa các nền văn minh, những cõi tâm linh tưởng chừng xa cách.

Lịch sử đã ghi lại những bước chân đầu tiên của kinh điển khi rời khỏi vùng đất Ấn Độ. Từ những bản ghi bằng tiếng Phạn và tiếng Pali, những giáo pháp đầu tiên đã lan sang Trung Hoa, Tây Tạng, Nhật Bản, và từ đó mở rộng đến các nước Đông Nam Á, cho đến khi gặp gỡ những vùng đất phương Tây đầy khát vọng tri thức. Chặng đường ấy không hề thẳng tắp. Nó được dệt nên từ những gian truân, lòng kiên nhẫn và niềm tin mãnh liệt vào sức mạnh của chân lý. Đó là cuộc lữ hành không ngừng nghỉ, nơi mỗi dịch giả là một người hành hương, bước đi với một tâm niệm duy nhất: giữ vẹn nguyên hương vị giải thoát mà Đức Phật đã trao lại.

Hãy hình dung một buổi chiều xa xưa, khi ngài Cưu-ma-la-thập[1], vị dịch giả vĩ đại của thế kỷ thứ tư, ngồi bên đống kinh Phạn ngữ. Ngọn đèn trước mặt ngài không đơn giản chỉ chiếu sáng những chữ nghĩa, mà còn chiếu sáng cả tâm hồn ngài. Mỗi từ, mỗi câu ngài dịch, đều được cân nhắc không phải chỉ bằng lý trí mà bằng lòng tôn kính sâu xa dành cho Phật pháp. Những bản kinh Hán ngữ mà ngài để lại trở thành phương tiện để người Trung Hoa tiếp cận giáo lý Phật, và là nền tảng cho các trường phái tư tưởng lớn lao như Thiền tông[2] và Tịnh Độ

---

[1] **Cưu Ma La Thập** (鳩摩羅什, Kumārajīva, 344–413): Đại sư Phật giáo, nổi tiếng dịch kinh điển từ Phạn sang Hán. Sinh tại Quy Từ (Tân Cương), con hoàng thân Ấn Độ và công chúa Quy Từ. Dịch hơn 300 kinh, tiêu biểu *Pháp Hoa, Bát Nhã, A Di Đà*, truyền bá tư tưởng Trung quán của Long Thọ. Là một trong "Tứ Đại Dịch Giả" Phật giáo, ảnh hưởng sâu sắc đến Phật giáo Đông Á.

[2] **Thiền Tông** (禪宗, Zen): Một tông phái Phật giáo, khởi nguồn từ Ấn Độ, phát triển mạnh ở Trung Quốc, Nhật Bản, và Việt Nam. Nhấn mạnh thực

tông³. Qua những dòng kinh ấy, chân lý từ Ấn Độ đã hòa quyện với linh hồn của văn hóa Trung Hoa, tạo nên một dòng sông mới trong biển lớn Phật giáo.

Nhưng công việc của một dịch giả không thể được xem như sự thâu tóm mà là sự từ bỏ. Khi ngài Huyền Trang⁴, một trong những dịch giả lớn nhất lịch sử, đi qua sa mạc Gobi, vượt qua dãy Himalaya để mang về hàng trăm bộ kinh, hành trình ấy không nhằm mục đích khẳng định cái "tôi" của ngài, mà để xóa nhòa chính cái "tôi" ấy. Với ngài, mỗi bản kinh dịch thành công là một lần tâm nguyện được hoàn thành: không phải để người đời nhớ đến tên ngài, mà để ánh sáng chân lý được truyền đi xa hơn. Những năm tháng ngài miệt mài dịch thuật trong cô tịch đã để lại cho đời những bộ kinh và còn là một tấm gương sáng ngời về lòng kiên nhẫn và sự vô ngã.

Sự chuyển dịch kinh điển không dừng lại ở Trung Hoa, mà tiếp tục lan rộng đến Tây Tạng, nơi núi cao và không khí loãng dường như là nơi thích hợp nhất để những tư tưởng Phật giáo sâu xa tìm được chỗ đứng. Các dịch giả Tây Tạng như

---

hành thiền định, trực ngộ bản tâm, và truyền ngoài kinh điển (bất lập văn tự). Tư tưởng cốt lõi: "Kiến tánh thành Phật". Người sáng lập: Bồ Đề Đạt Ma.

³ **Tịnh Độ Tông** (淨土宗): Tông phái Phật giáo tập trung vào niệm Phật A Di Đà để cầu vãng sinh về cõi Tịnh Độ (Cực Lạc). Xuất phát từ Ấn Độ, phát triển mạnh ở Trung Quốc, Nhật Bản, và Việt Nam. Giáo lý cốt lõi: Đức tin, nguyện lực, và thực hành niệm Phật để đạt giải thoát. Kinh chính: *Kinh A Di Đà*, *Kinh Vô Lượng Thọ*, *Kinh Quán Vô Lượng Thọ*.

⁴ **Huyền Trang** (玄奘, Xuánzàng, 602–664): Đại sư Phật giáo, dịch giả và học giả Trung Quốc. Thỉnh kinh từ Ấn Độ (629–645), học tại Nalanda. Dịch hơn 70 bộ kinh, tiêu biểu: *Đại Bát Nhã*, *Du Già Sư Địa*. Là người truyền bá Duy Thức học, ảnh hưởng lớn đến Phật giáo Đông Á.

Vairotsana[5] và Marpa[6] đã thực hiện không chỉ việc chuyển ngữ những bản kinh từ tiếng Phạn, mà còn xây dựng cả một hệ thống triết lý dựa trên những bản dịch ấy. Điều đáng chú ý ở đây là tinh thần chính xác tuyệt đối trong dịch thuật của họ, bởi lẽ đối với người Tây Tạng, mỗi câu kinh là một biểu hiện của chân lý, và chân lý thì không thể bị xuyên tạc dù chỉ là một từ ngữ.

Khi bước chân của những bản kinh rời khỏi vùng đất châu Á, chúng bước vào một cuộc lữ hành mới, đến với thế giới phương Tây. Nếu ở Đông Á và Tây Tạng, kinh điển đã hòa quyện với các nền văn hóa cổ, thì ở phương Tây, chúng đối diện một thử thách khác: sự va chạm với tư duy duy lý, phân tích và khoa học. Nhưng ở nơi tưởng chừng như khó khăn nhất ấy, Phật giáo lại tìm thấy một cách thức biểu đạt mới. Những bản kinh dịch sang tiếng Anh, tiếng Pháp, và tiếng Đức, trở thành không đơn giản chỉ sự chuyển ngữ mà còn là sự mở ra một con đường mới, nơi những tri thức cổ xưa gặp gỡ với những câu hỏi hiện đại về ý nghĩa của cuộc sống, về khổ đau và giải thoát.

Trong hành trình ấy, mỗi dịch giả là một nhân chứng sống động cho sự tương sinh của mọi hiện tượng. Không có dịch giả

---

[5] **Vairotsana** (रोचन, Tỳ Lô Giá Na, 毘盧遮那): Dịch giả và học giả Phật giáo nổi tiếng của Tây Tạng (thế kỷ 8), một trong "25 đệ tử chính" của Liên Hoa Sinh (Padmasambhava). Ngài đóng vai trò quan trọng trong việc truyền bá và dịch kinh điển từ tiếng Phạn sang tiếng Tây Tạng, đặc biệt trong các giáo lý Dzogchen (Đại Viên Mãn). Tư tưởng ngài nhấn mạnh sự trực ngộ và bản chất chân thật của tâm.

[6] **Marpa** (मार्प, Mã Bá, 馬爾巴): Dịch giả và đạo sư Tây Tạng (1012–1097), sáng lập dòng truyền Kagyu. Thỉnh kinh từ Ấn Độ, học với Naropa và Maitripa, mang về nhiều kinh điển Mật giáo. Dịch các giáo lý quan trọng từ Phạn sang Tạng, đặc biệt về Đại Thủ Ấn (Mahāmudrā). Là thầy của Milarepa, truyền thống nổi bật về thiền định và giác ngộ.

nào đứng tách biệt khỏi lịch sử hay văn hóa của thời đại mình. Những bản kinh mà họ để lại không gói gọn trong giáo lý Phật, mà còn là tâm hồn và bối cảnh văn hóa của chính họ. Qua từng thời đại, những bản dịch ấy là minh chứng cho sức mạnh của sự thấu hiểu và lòng kiên nhẫn. Chúng cho thấy rằng ánh sáng của chân lý không bao giờ tắt, dù bị thử thách bởi ngôn ngữ, văn hóa hay thời gian.

Khi nhìn lại, ta nhận ra rằng sự lan tỏa của kinh điển vượt khỏi giới hạn của câu chuyện về những dịch giả hay người học Phật, mà là câu chuyện của toàn nhân loại. Trong mỗi bản kinh, ta vừa thấy lời dạy của Đức Phật, mà vừa thấy hình bóng của những con người đã đi qua, những con người đã hiến dâng cả đời mình để giữ gìn và truyền tải ánh sáng ấy. Những bản kinh ấy, vượt qua bao thăng trầm của lịch sử, vẫn luôn là ngọn đèn dẫn đường cho những ai còn lạc lối.

Hành trình của kinh điển Phật giáo, từ buổi ban đầu ở Ấn Độ đến khi lan tỏa khắp thế giới, là một hành trình không thể có điểm dừng. Nó giống như dòng nước, luôn chảy, luôn hòa mình vào mọi dòng sông và biển lớn, nhưng vẫn giữ lấy bản chất thuần khiết của mình. Và mỗi chúng ta, khi đọc những dòng kinh ấy, cũng đang hòa mình vào dòng chảy bất tận ấy, để rồi, từ những trang giấy tĩnh lặng, tìm thấy ánh sáng của chính mình.

Vô Niệm

UY NGHIÊM DÁNG TỪ
VÔ TRÚ

Khi ánh mặt trời lặng lẽ buông mình xuống sau rặng núi, ánh chiều tà nhuốm sắc vàng nhạt lên khung cảnh làng quê, người ta thường thấy bóng dáng một vị Tăng sĩ bước chậm trên con đường làng, tay nâng bình bát, ánh mắt trầm tư mà sáng rõ. Hình ảnh ấy như một bức tranh thấm đẫm tinh thần thanh cao, gợi lên sự an lành và thâm trầm giữa dòng chảy xô bồ của thời cuộc. Trong sự uy nghiêm của vị tu sĩ, người đời nhận ra không chỉ là một khuôn phép mẫu mực, mà còn cảm nhận được lòng từ bi bao la, như dòng suối dịu mát âm thầm xoa dịu những tâm hồn mỏi mệt.

Giới luật là tấm gương sáng trong suốt mà người tu sĩ soi mình mỗi ngày. Đó không phải là xiềng xích ràng buộc, mà chính là đôi cánh đưa người tu sĩ vượt qua những cám dỗ, vững vàng trên con đường tu tập. Người ta thường ví giới luật như chiếc la bàn, định hướng từng bước đi trong cuộc hành trình đầy thử thách. Một vị Tăng sĩ sống nghiêm trì giới hạnh tựa như gốc cây vững chắc giữa bão giông, để từ đó lan tỏa bóng mát của sự tỉnh giác và thanh tịnh đến muôn nơi. Trong xã hội ngày nay, khi sự ồn ào của công nghệ lấn át tiếng nói nội tâm, thì việc một người xuất gia giữ gìn giới luật còn là thông điệp sâu sắc về giá trị của đời sống giản dị và sự buông bỏ.

Tứ oai nghi – đi, đứng, nằm, ngồi – là biểu hiện sống động của sự thực hành giới luật trong đời sống thường nhật. Khi bước đi, một vị Tăng sĩ chẳng phải chỉ đưa thân tiến về phía trước, mà mỗi bước chân còn mang theo sự định tâm, an trú trong hiện tại. Hình ảnh đôi chân nhẹ nhàng nhưng chắc chắn, từng bước in sâu trên con đường đất, gợi lên sự hòa hợp giữa thân và tâm, giữa con người và vũ trụ.

Khi đứng, như ngọn tháp cao, sừng sững mà không ngạo nghễ, khiến người đối diện cảm nhận được sự an toàn và tin cậy. Khi ngồi, tư thế kiết già tĩnh lặng tựa như núi cao trầm mặc, là lời nhắc nhở không lời về sự bền bỉ trong chánh niệm. Và khi nằm, dáng ngủ nghiêng bên phải chẳng đơn thuần là hành vi tuân thủ oai nghi, mà còn là hình ảnh biểu tượng của sự tỉnh thức ngay cả trong giấc mộng vô thức.

Người tu sĩ, trong vai trò hoằng pháp, là ánh đuốc soi rọi con đường đi đến bến bờ giác ngộ. Nhưng để ánh đuốc ấy luôn cháy sáng, đòi hỏi sự nghiêm cẩn trong từng lời nói, hành động. Người tu sĩ không rao giảng bằng những ngôn từ hoa mỹ, mà bằng chính cuộc sống của mình – một cuộc sống giản đơn nhưng đầy nội lực, một đời hành trì bền bỉ và kiên định. Người ta có thể thấy, một vị Tăng sĩ ngồi dưới gốc cây, tay lần chuỗi niệm Phật, nhưng sự hiện diện ấy đủ làm dịu đi những bất an, lo toan trong lòng người xung quanh.

Khi đứng vào vai trò đại diện Giáo hội hay Tăng đoàn, một vị Tăng sĩ còn mang trọng trách bảo vệ sự trong sáng của Phật pháp, duy trì sự hòa hợp trong cộng đồng tu học. Một lời nói không suy xét có thể làm tổn thương niềm tin; một hành động thiếu cân nhắc có thể khiến người đời hiểu lầm về giáo lý nhà Phật. Vì thế, sự uy nghiêm trở thành lớp áo giáp bảo vệ pháp thân trước những thử thách vô hình. Nhưng uy nghiêm ấy chẳng dừng lại ở khía cạnh xa cách hay khắc nghiệt. Đó là sự nghiêm trang thấm đượm lòng từ, như ánh nắng vừa đủ ấm để làm tan sương lạnh, nhưng không làm cháy lá non.

Lòng từ bi của người Tăng sĩ giống như con thuyền lớn, sẵn

sàng đưa tất cả chúng sinh vượt qua biển khổ. Nhưng con thuyền ấy không thể thiếu tay chèo của trí tuệ và giới luật. Chính sự hòa quyện hài hòa giữa nghiêm và từ đã tạo nên một phong thái đặc biệt, vừa gần gũi mà lại uy nghi. Khi tiếp xúc với người đời, các vị Tăng sĩ học cách lắng nghe để thấu hiểu, không phán xét để tìm cách dẫn dắt. Một lời khuyên từ vị Tăng sĩ không phải là áp đặt, mà như lời ru của người mẹ dành cho con thơ – êm dịu, mà thấm sâu.

Riêng vai trò hoằng pháp ở hải ngoại, một hành trình mang đầy cơ duyên nhưng cũng nhiều thử thách, đòi hỏi nơi người tu sĩ sự thích nghi và trí tuệ linh hoạt. Ở những vùng đất xa quê hương, nơi văn hóa, ngôn ngữ và tập quán khác biệt, hình ảnh của vị Tăng sĩ chẳng đơn giản là biểu tượng của Phật pháp, mà còn là chiếc cầu nối giữa cộng đồng người Việt xa xứ với cội nguồn văn hóa tâm linh.

Những trung tâm thiền viện, ngôi chùa nhỏ ở xứ người trở thành nơi để cộng đồng tạm gác lại sự bận rộn của cuộc sống, tìm về một không gian tĩnh lặng, nơi tiếng chuông chùa nhắc nhớ đến quê nhà. Các vị tu sĩ, với tấm lòng từ ái và phong thái uy nghiêm, không chỉ làm sống lại truyền thống Phật giáo mà còn khơi gợi trong mỗi người một niềm tin bền bỉ vào giá trị của sự an lạc và tỉnh giác. Ở đây, vai trò của Tăng sĩ vượt xa hơn ý niệm về một người truyền giảng giáo lý; để trở thành cột mốc tinh thần, nơi con người có thể nương tựa giữa những biến động của đời sống tha hương.

Dẫu vậy, con đường này không hẳn là một lối đi êm đềm. Tại những vùng đất nơi Phật giáo chưa được lan tỏa rộng rãi, người tu sĩ từng phải đối mặt với những khó khăn như sự hạn chế về cơ sở hạ tầng, rào cản ngôn ngữ, và thậm chí cả ánh mắt nghi hoặc từ cộng đồng bản xứ. Việc truyền tải giáo lý giữa một thế giới đa văn hóa đòi hỏi sự khéo léo và nhẫn nại, để lời giảng không những hòa hợp với truyền thống mà còn lan tỏa được những giá trị phổ quát. Tuy nhiên, khó khăn ấy lại là cơ hội để vị Tăng sĩ thể hiện hết sự uy nghi và lòng từ bi. Vì chẳng đơn thuần là người giảng giải kinh điển, mà chính cuộc sống mẫu mực của mình là minh chứng sinh động nhất về chân lý nhà Phật.

Giữa xã hội ngày càng chạy theo tốc độ của công nghệ và vật chất, sự hiện diện của các vị Tăng sĩ ở hải ngoại như làn gió mát lành, nhắc nhở cộng đồng rằng bên cạnh những giá trị vật chất, vẫn còn đó những chân giá trị tinh thần. Ánh sáng từ giới luật và sự thực hành không những soi sáng con đường tu học mà còn thắp lên niềm hy vọng trong những trái tim đang tìm sự bình yên.

Và chính nhờ sự nghiêm túc trong việc thọ trì giới luật cùng phong thái uy nghiêm, Tăng sĩ mới giữ gìn được sự trong sáng của giáo pháp, đồng thời làm phong phú thêm đời sống tinh thần của xã hội nơi mình đặt chân đến. Hoằng pháp, dù trong nước hay hải ngoại, luôn đòi hỏi người tu sĩ không ngừng trau dồi trí tuệ và tinh thần phụng sự. Những bước chân nhẹ nhàng của mình trên đất khách, tựa như những cánh hoa sen âm thầm nở giữa dòng sông xa lạ, vừa tỏa hương thanh khiết, vừa làm đẹp thêm cho dòng chảy văn hóa của vùng đất ấy.

Trong một thế giới ngày càng biến động, hình ảnh người tu sĩ vẫn luôn là biểu tượng của sự bền bỉ và bất tuyệt. Ánh sáng của giới luật, kết hợp với lòng từ bi vô biên, sẽ giúp lan tỏa tinh thần Phật giáo đến mọi miền, làm dịu mát những tâm hồn khô cằn. Và như thế, vai trò hoằng pháp của Tăng sĩ không dừng lại ở một sứ mệnh thiêng liêng mà còn là biểu tượng của một đời sống giác ngộ, chân thật và ý nghĩa.

Võ Trú

DIỆU ÂM CHUYỂN NGỮ
SỨ MỆNH CAO CẢ
CỦA NGƯỜI PHIÊN DỊCH TAM TẠNG
TRONG THỜI ĐẠI MỚI

NGUYÊN SIÊU

Ánh Sáng Từ Bi, Tiếng Vọng Muôn Đời

Tam Tạng Kinh Điển, viên ngọc quý báu trong kho tàng tri thức nhân loại, là tinh hoa từ bi và trí tuệ vô lượng của Đức Thế Tôn, không ngừng soi sáng qua muôn thế hệ. Suốt hơn hai thiên niên kỷ, dòng chảy bất tận của những lời dạy thâm sâu ấy đã vượt qua mọi ranh giới ngôn ngữ và văn hóa, len lỏi vào đời sống, trở thành nguồn cảm hứng vô tận và là kim chỉ nam dẫn lối chúng sinh trên hành trình giải thoát.

Tuy nhiên, ánh sáng của Tam Tạng không tự mình lan tỏa khắp nơi. Đó là nhờ công sức âm thầm của các bậc tổ sư, các nhà phiên dịch lỗi lạc, những người đã hết lòng chuyển hóa lời kinh nguyên thủy thành ngôn ngữ sống động của từng vùng đất, từng thời đại. Các vị ấy chính là những người thổi hồn vào ngôn ngữ, để lời kinh không dừng lại trong việc được đọc hay học, mà còn được cảm nhận, thực hành và chuyển hóa thành năng lượng sống thực tế trong đời sống.

Ngày nay, giữa thế giới biến động và con người ngày càng xa rời căn bản tâm linh, vai trò của người phiên dịch kinh điển trở nên cấp thiết hơn bao giờ hết. Các vị gánh trên vai trọng trách lớn lao: không chỉ gìn giữ di sản Phật giáo mà còn tái hiện tinh thần từ bi và trí tuệ của Đức Phật, biến giáo pháp ấy thành ngọn đèn sáng soi, dẫn dắt nhân loại trở về với cội nguồn giác ngộ.

Tam Tạng Thánh Điển – Nguồn Mạch Vô Tận Của Chân Lý Sống Động

Tam Tạng Kinh – bao gồm Kinh Tạng, Luật Tạng và Luận Tạng – không chỉ mang giá trị lịch sử và văn hóa mà còn là dòng suối nguồn vô tận của chân lý, vừa uyên thâm vừa thiết thực, thấm đẫm từ bi và trí tuệ. Mỗi lời dạy trong Tam Tạng không phải là những khái niệm trừu tượng khô cứng mà là những dòng chảy mát lành, có khả năng xoa dịu mọi nỗi đau và bất an sâu kín trong tâm hồn con người.

Nhưng để dòng suối ấy có thể vượt qua mọi rào cản ngôn ngữ, người phiên dịch phải hóa thân thành "người khơi nguồn." Công việc của các vị ấy không đơn giản là tái hiện ý nghĩa mà còn cần truyền tải tinh thần, hơi thở và sức sống của kinh điển. Một bản dịch kinh văn thực sự thành công không đơn giản chỉ đúng về mặt học thuật mà còn phải đánh thức được những xúc cảm sâu lắng, dẫn dắt người đọc từ lý trí đến trái tim, từ sự hiểu biết đến sự thực hành.

Ví dụ, khi dịch bài kinh *Từ Bi (Metta Sutta)*, người phiên dịch cần phải chuyển tải chính xác các lời dạy nhưng còn phải khơi dậy được hơi ấm của tình thương, lòng bao dung và trạng thái an nhiên mà bài kinh muốn gợi mở. Chính ngôn từ của người dịch sẽ trở thành nhịp cầu kết nối độc giả với trí tuệ và tình thương vô biên của Đức Phật.

Vô Ngã và Vị Tha – Kim Chỉ Nam Của Người Dịch

Người dịch Tam Tạng là người vừa đối diện với những thử thách ngôn ngữ mà còn phải vượt qua chính mình. Tâm ngã mạn, sự tự mãn về tri thức hay những thành kiến tiềm ẩn đều có thể làm biến dạng ý nghĩa sâu sắc của kinh điển. Đức Phật từng dạy: "Ngã chấp là cội nguồn của khổ đau." Nếu người dịch không buông bỏ bản ngã, lời kinh khi được chuyển ngữ có thể bị bóp méo bởi những ý muốn cá nhân, mất đi sự thuần khiết vốn có.

Ngược lại, khi người dịch hành xử với tinh thần vô ngã, các vị ấy trở thành chiếc bình trong suốt, sẵn sàng đón nhận và truyền tải dòng nước pháp thanh tịnh. Sự khiêm cung ấy sẽ làm sáng rõ tinh thần của kinh điển và giúp người dịch vượt qua những giới hạn của mình, để dấn thân trọn vẹn vào công việc cao quý này.

Tinh thần vị tha cũng là cội nguồn sức mạnh giúp người phiên dịch đối mặt với muôn vàn khó khăn. Các vị ấy luôn tự vấn: "Lời kinh này sẽ mang lại điều gì cho chúng sinh? Liệu có giúp họ vơi đi nỗi khổ, tăng trưởng trí tuệ và từ bi?" Nhờ đó, người dịch vượt qua những thử thách bằng tri thức, và bằng trái tim đầy yêu thương và trách nhiệm.

Ngôn Từ – Nhịp Cầu Chuyển Hóa

Ngôn từ, tựa như những viên ngọc quý, cần được gọt giũa cẩn thận để tỏa sáng. Trong dịch thuật kinh điển, ngôn ngữ vừa là phương tiện truyền đạt, vừa là hơi thở sống động của bản dịch. Một từ ngữ được chọn đúng sẽ như cánh cửa mở ra ánh sáng của chân lý, trong khi một từ ngữ chưa chuẩn xác có thể làm che khuất toàn bộ tinh thần của giáo pháp.

Ví dụ, từ *"dukkha"* trong Pali thường được dịch là "khổ," nhưng ý nghĩa của nó vượt xa cảm giác đau đớn thông thường. "Dukkha" bao hàm sự bất toại nguyện, sự bất toàn vốn hiện hữu trong bản chất mọi sự vật. Để dịch được từ này, người phiên dịch không chỉ cần hiểu rõ ý nghĩa nguyên thủy mà còn phải cân nhắc ngữ cảnh văn hóa và tâm lý của độc giả hiện đại, sao cho lời kinh vừa sâu sắc vừa dễ tiếp cận.

Hơn thế nữa, ngôn từ trong kinh điển cần mang âm hưởng nghệ thuật, tạo nên nhịp điệu trầm bổng: khi dịu dàng như dòng suối trong mát, lúc dồn dập như tiếng chuông vọng vang.

Chính nhờ sự hòa quyện giữa chiều sâu tri thức và sự tinh tế trong cách diễn đạt, bản dịch mới có thể khơi dậy niềm cảm hứng, dẫn dắt người đọc vượt qua những tầng lớp ngôn từ để chạm đến cốt lõi chân lý.

Những Thách Thức Trên Con Đường Phụng Sự

Trong thời đại công nghệ phát triển và toàn cầu hóa sâu rộng, việc dịch thuật Tam Tạng Thánh Điển đối mặt với nhiều thách thức chưa từng có. Một mặt, sự biến đổi nhanh chóng của ngôn ngữ và văn hóa hiện đại đem đến cơ hội mới để làm phong phú thêm giáo pháp. Mặt khác, nó cũng đặt ra nguy cơ lớn khi lời kinh bị giản lược, biến chất hoặc sa vào xu hướng phổ biến, xa rời tinh thần nguyên thủy.

Hơn nữa, áp lực từ sự tiện lợi và tốc độ đôi khi khiến quá trình dịch thuật trở nên vội vã, dễ dẫn đến những sai sót hoặc sự mất mát chiều sâu ý nghĩa. Trong bối cảnh này, người phiên dịch cần kiên định với lý tưởng cao cả, giữ vững sự cẩn trọng và không ngừng rèn luyện tâm trí, để bảo đảm rằng mỗi bản dịch được tạo ra sẽ là một tác phẩm có giá trị vượt thời gian.

Vai Trò Chỉ Đạo Của Cố Hòa Thượng Thích Tuệ Sỹ Trong Công Trình Phiên Dịch Tam Tạng

Cố Hòa Thượng Thích Tuệ Sỹ[1], bậc thầy lỗi lạc về Triết học

---

[1] **Hòa thượng Thích Tuệ Sỹ (1945–2023)**, thế danh Phạm Văn Thương, là một học giả Phật giáo uyên bác, nhà thơ, dịch giả và nhà văn Việt Nam. Ông xuất gia từ nhỏ, tốt nghiệp Viện Cao đẳng Phật học, và sau trở thành giáo sư thực thụ tại Viện Đại học Vạn Hạnh. Hòa thượng đã đóng góp nhiều công trình nghiên cứu và dịch thuật quan trọng, đặc biệt là trong lĩnh vực Phật học. Ông cũng được biết đến như một nhân vật bất đồng chính kiến tại Việt Nam, từng bị bắt và kết án tử hình năm 1988, sau đó được giảm án và thả tự do năm 1998.

Hòa thượng viên tịch ngày 24 tháng 11 năm 2023 tại chùa Phật Ân, tỉnh Đồng Nai, hưởng thọ 80 tuổi.

và Phật học, đã dốc tâm huyết vào công trình phiên dịch Tam Tạng Thánh Điển – một di sản mang tầm vóc lịch sử. Với tầm nhìn sâu sắc, Hòa thượng không chỉ dẫn dắt quá trình chuyển ngữ mà còn định hướng để lời kinh trở thành con đường tu tập thực tiễn cho chúng sinh.

Ngài nhấn mạnh rằng Tam Tạng Thánh Điển không phải là tài sản của riêng một thời đại, mà là suối nguồn trí tuệ trường cửu. Trong một thế giới đầy biến động, công trình dịch thuật này trở thành một nhu cầu cấp bách, nhằm bảo tồn di sản và để giáo pháp tiếp tục làm lợi lạc quần sinh.

Dưới sự lãnh đạo của Hòa thượng, Ủy Ban Phiên Dịch Trung Ương[2] thuộc Viện Tăng Thống[3] đã và đang thực hiện những công trình phiên dịch vượt bậc, tạo nền móng cho thế hệ mai sau. Di sản ấy không chỉ là ánh sáng trí tuệ mà còn là lời nhắc nhở về trách nhiệm và tinh thần phụng sự không ngừng nghỉ.

Dệt Lời Kinh, Thắp Sáng Đời Người

Người phiên dịch Tam Tạng Thánh Điển là những người âm thầm thắp sáng trong bóng tối, dẫn dắt chúng sinh vượt qua khổ đau. Sứ mệnh ấy là công việc trí thức và là hành trình tâm linh đầy ý nghĩa: kết nối giữa quá khứ và hiện tại, giữa lời dạy

---

[2] **Ủy Ban Phiên Dịch Trung Ương**, thuộc Viện Tăng Thống GHPGVNTN, là tổ chức chuyên trách phiên dịch và hoàn thiện Đại Tạng Kinh Việt Nam. Với sự chứng minh của các Trưởng lão Hòa thượng và sự tham gia của chư Tăng Ni, cư sĩ, hội đồng hướng đến bảo tồn, truyền bá giáo pháp qua các kinh điển được biên dịch chuẩn mực, phục vụ cho hoằng pháp và sự phát triển Phật giáo Việt Nam trong thời đại mới.

[3] **Viện Tăng Thống**, cơ quan lãnh đạo tối cao của GHPGVNTN, chịu trách nhiệm chứng minh và hướng dẫn hoạt động của Giáo hội. Viện đảm bảo sự thống nhất trong truyền bá giáo pháp, gìn giữ truyền thống Phật giáo và phụng sự dân tộc, với vai trò trung tâm trong việc duy trì mạng mạch Phật giáo Việt Nam.

của Đức Phật và cuộc sống con người.

Di sản của Cố Hòa Thượng Thích Tuệ Sỹ và Hội Đồng Phiên Dịch - Viện Tăng Thống, Giáo Hội Phật Giáo Việt Nam Thống Nhất[4] sẽ mãi là ngọn đèn soi sáng cho nhân loại. Chính nhờ những cống hiến ấy, ánh sáng Tam Tạng Thánh Điển sẽ tiếp tục lan tỏa, không những thắp sáng kinh văn mà còn làm rạng ngời tâm hồn, giúp mọi chúng sinh tìm về bến bờ giác ngộ.

Nguyên Siêu

---

[4] **Giáo Hội Phật Giáo Việt Nam Thống Nhất (GHPGVNTN)**, thành lập năm 1964, là tổ chức kế thừa tinh thần thống nhất Phật giáo Việt Nam. Với mục tiêu hoằng dương Phật pháp, phục vụ dân tộc và bảo vệ hòa bình, GHPGVNTN đóng vai trò quan trọng trong đời sống văn hóa, tâm linh, đồng hành cùng dân tộc qua nhiều giai đoạn lịch sử, bất chấp khó khăn và thách thức.

LAN TỎA ÁNH SÁNG PHẬT PHÁP: HÀNH TRÌNH VIỆT HÓA ĐẠI TẠNG KINH

TUỆ NĂNG

Trên dòng chảy miên viễn của thời gian bất tận, nơi những nền văn minh trỗi dậy và lụi tàn, có những giá trị vượt qua sự biến thiên của lịch sử để tồn tại như minh chứng sống động về trí tuệ và lòng từ bi. Đại Tạng Kinh, kho tàng giáo lý tinh hoa của Đức Phật, chính là một trong những giá trị như thế. Tại Việt Nam, hành trình phiên dịch Đại Tạng Kinh sang ngôn ngữ mẹ đẻ không đơn thuần là sự bảo tồn di sản tinh thần mà còn là dấu mốc quan trọng trong sự phát triển của Phật giáo, nơi đạo và đời hòa quyện, soi sáng con đường chuyển hóa tâm thức. Đặc biệt, với nỗ lực không ngừng nghỉ của những người con Phật như Cố Hòa Thượng Thích Tuệ Sỹ, Đại Tạng Kinh Việt Nam đang dần trở thành một biểu tượng của minh triết thường hằng, sẽ lan tỏa ánh sáng giác ngộ đến mọi tầng lớp xã hội.

Người đời thường nhắc đến Đại Tạng Kinh như một bảo vật của nhân loại, nhưng ít ai hiểu rằng, phía sau mỗi dòng kinh là cả một hành trình đầy gian truân của những người phiên dịch. Các vị ấy không chỉ là nhịp cầu nối giữa ngôn ngữ và tư tưởng, mà còn là những người gánh trên vai trọng trách to lớn: giữ trọn vẹn tinh thần giáo pháp, thổi hồn vào từng câu chữ để những lời dạy của Đức Phật sống động trong quá khứ và vẫn tiếp tục lan tỏa trong hiện tại và tương lai. Công trình này đòi hỏi tri thức uyên thâm và kỹ năng xuất sắc, và còn cần một trái tim đầy từ bi và một ý chí kiên định vượt qua mọi thử thách.

Khi Cố Hòa Thượng Thích Tuệ Sỹ dấn thân vào hành trình tiếp nối này, Thầy không phải chỉ vì hoàn thành một nhiệm vụ cá nhân. Tâm nguyện của Thầy giống như ngọn lửa bừng sáng giữa đêm tối, soi đường dẫn lối cho thế hệ tăng sĩ hậu học và cư sĩ tại gia tìm về với chánh pháp. Thầy đã đặt cả tâm huyết và ý chí của mình vào việc xây dựng một nền tảng giáo lý vững chắc, để bảo vệ cộng đồng Phật giáo Việt Nam khỏi những lệch lạc trong tu tập và hành đạo. Đại Tạng Kinh Việt Nam, khi hoàn thành, sẽ là di sản của một thời kỳ, là ánh sáng dẫn dắt tâm hồn người Việt qua nhiều thế hệ, giúp chúng ta thấu hiểu con đường đi đến giải thoát trong bối cảnh một thế giới đầy biến động.

Công trình phiên dịch Đại Tạng Kinh không đơn thuần là sự tiếp nối truyền thống, mà còn mang ý nghĩa vượt thời đại. Trong thời kỳ toàn cầu hóa, khi những giá trị tinh thần dễ bị lu mờ bởi sức mạnh của chủ nghĩa vật chất, việc Việt hóa Đại Tạng Kinh chính là một lời khẳng định mạnh mẽ về sự trường cửu của Phật giáo Việt Nam. Đây vốn là một hành động bảo tồn mà còn là một lời kêu gọi đầy sức sống: rằng ánh sáng của từ bi và trí tuệ luôn hiện hữu và con người, bất kể sống trong thời đại nào, đều có thể tìm thấy bình an nếu biết quay về với giáo pháp.

Phật giáo, với giáo lý uyên thâm và tinh thần nhập thế, mãi luôn đồng hành cùng dân tộc Việt Nam qua bao thăng trầm của lịch sử. Trong mỗi thời kỳ, ánh sáng của Phật pháp mang đến sự an lành cho từng cá nhân và giúp xây dựng nền tảng đạo đức và văn hóa cho cả xã hội. Đặc biệt, trong thời đại ngày nay, khi con người phải đối mặt với những khủng hoảng về giá trị và ý nghĩa cuộc sống, Đại Tạng Kinh lại càng trở nên thiết yếu, không chỉ là nơi lưu giữ những lời dạy bất hủ mà là tấm bản đồ dẫn lối, giúp mỗi người vượt qua khổ đau và tìm về chân lý.

*

Nếu cuộc đời là một biển cả rộng lớn đầy sóng gió, thì Đại Tạng Kinh chính là ngọn hải đăng soi đường cho những con thuyền lạc lối tìm lại bến bờ an vui. Với Việt Nam, sự hiện diện của Đại Tạng Kinh là biểu tượng của lòng kính ngưỡng giáo pháp, và là cột mốc khẳng định trí tuệ dân tộc. Trong những năm tháng đầy biến động, khi con người dễ bị cuốn vào những guồng quay của tham vọng và vô minh, Đại Tạng Kinh hiện hữu như một nhắc nhở thiêng liêng rằng mọi con đường đều có thể dẫn về bình an, nếu ta có lòng tin vào giáo lý của Đức Phật.

Khi Cố Hòa Thượng Thích Tuệ Sỹ bắt đầu tiếp nối công trình phiên dịch, Thầy thắp lên một ngọn lửa trí tuệ và gieo mầm hy vọng cho tương lai của Phật giáo Việt Nam. Thầy hiểu rằng việc chuyển ngữ không đơn thuần là sự dịch nghĩa, mà là quá trình truyền tải tinh thần, hồn cốt của giáo lý. Mỗi câu chữ được chọn lựa vừa phản ánh sự chính xác học thuật, vừa phải chạm đến tầng sâu nhất của tâm hồn người học. Để làm được điều đó, Thầy không chỉ dựa vào tri thức mà còn vào một trái tim đầy từ bi, một tâm hồn đã vượt qua mọi giới hạn của bản ngã.

Ngôn ngữ là chiếc cầu nối giữa ý tưởng và thực tại, nhưng khi nói về Đại Tạng Kinh, ngôn ngữ còn mang một vai trò cao cả hơn: đó là chất liệu của sự chuyển hóa tâm thức. Người phiên dịch, như một nghệ nhân tạo hình, vừa tái hiện nội dung mà còn phải giữ nguyên được tinh thần nguyên bản của giáo pháp, đồng thời hòa quyện với đặc thù văn hóa Việt Nam.

Việt hóa Đại Tạng Kinh không đơn giản chỉ là việc thay đổi từ ngữ, mà là hành trình tương sinh giữa giáo pháp và ngôn ngữ bản địa. Khi từng lời kinh được chuyển thể, sẽ phản ánh trí tuệ của Đức Phật nhưng đồng thời còn được tái hiện trong sự gần gũi, dễ hiểu với tâm thức người Việt. Đây chính là điểm đặc biệt giúp Đại Tạng Kinh không dừng lại ở việc bảo tồn tinh hoa, mà còn mở rộng phạm vi tiếp cận, làm phong phú hơn đời sống tâm linh của dân tộc.

Trải qua hàng nghìn năm, Phật giáo đã hòa quyện vào từng hơi thở của văn hóa Việt Nam. Từ những mái chùa cổ kính đến những câu chuyện dân gian, từ những bản kinh khắc trên lá bối đến tiếng chuông chùa ngân vang giữa đêm khuya, tất cả đều mang dấu ấn của Phật giáo. Đại Tạng Kinh, trong bối cảnh đó, vừa là một bộ kinh điển mà vừa là một phần không thể thiếu của bản sắc văn hóa dân tộc.

Khi xã hội ngày càng chịu ảnh hưởng của toàn cầu hóa, những giá trị truyền thống dễ dàng bị cuốn trôi theo dòng chảy của thời gian. Việc hoàn thiện Đại Tạng Kinh Việt Nam chính là một hành động bảo tồn văn hóa mạnh mẽ, như cách mà tổ tiên ta đã từng khắc chạm lên đá những lời dạy của Đức Phật để truyền lại cho đời sau. Bộ kinh không đơn giản là nguồn tài nguyên tinh thần, mà là biểu tượng cho ý chí kiên cường của người Việt Nam trong việc giữ gìn và phát huy những giá trị tốt đẹp của dân tộc.

Những lời dạy của Đức Phật trong Đại Tạng Kinh không chỉ dừng lại ở việc giảng giải về sự thật tối thượng, mà còn chứa đựng những bài học thực tiễn cho cuộc sống thường ngày. Trong một thế giới nơi con người ngày càng chịu áp lực bởi công việc, gia đình và xã hội, giáo pháp Phật giáo trở thành liều thuốc chữa lành khổ đau, giúp chúng ta tìm lại sự cân bằng và ý nghĩa của cuộc sống.

Ví dụ, những lời dạy về vô thường giúp con người chấp nhận sự thay đổi như một phần tất yếu của cuộc sống, thay vì níu kéo hay chấp trước. Các nguyên tắc về từ bi và trí tuệ vừa là kim chỉ nam cho người tu sĩ, vừa là nền tảng để xây dựng một xã hội hòa bình, nơi mỗi cá nhân biết yêu thương và chia sẻ.

Việc phổ biến Đại Tạng Kinh trong thời đại mới giúp mỗi cá nhân tự chuyển hóa chính mình, và mở ra những cơ hội để cộng đồng cùng nhau xây dựng một thế giới tốt đẹp hơn. Điều này càng đặc biệt quan trọng trong bối cảnh hiện nay, khi những xung đột và khủng hoảng đang đe dọa sự ổn định của xã hội.

Những thế hệ tương lai chính là những người sẽ tiếp nối ánh sáng của Đại Tạng Kinh. Cố Hòa Thượng Thích Tuệ Sỹ, với tầm nhìn sâu xa của mình, luôn nhấn mạnh việc giáo dục thế hệ trẻ là một nhiệm vụ hàng đầu. Nếu không có sự kế thừa đúng đắn, những giá trị cao quý của Đại Tạng Kinh sẽ dễ dàng bị mai một, và Phật giáo sẽ mất đi sức sống của mình.

Đại Tạng Kinh, khi được trao vào tay thế hệ trẻ, không chỉ là một cuốn sách kinh điển, mà còn là một nguồn cảm hứng để sống một cuộc đời có ý nghĩa. Thế hệ trẻ, khi hiểu rõ giá trị của giáo pháp, sẽ không dừng lại ở việc thực hành cho bản thân mà còn lan tỏa những giá trị đó đến cộng đồng xung quanh.

Trong ánh sáng từ bi và trí tuệ của Đức Phật, Đại Tạng Kinh hiện hữu như một viên ngọc quý, tỏa sáng giữa biển đời vô thường. Những người phiên dịch, như Cố Hòa Thượng Thích Tuệ Sỹ đã dành trọn tâm huyết và sức lực của mình để gìn giữ và truyền bá ánh sáng ấy. Công trình này là thành tựu của một đời người, và là món quà vô giá dành cho muôn thế hệ mai sau.

*

Trong bóng tối của vô minh, Đại Tạng Kinh chính là ngọn đèn soi sáng, dẫn lối tâm hồn con người vượt qua những khổ đau và mê lầm. Với Việt Nam, một đất nước luôn chịu sự thử thách của chiến tranh, mất mát và những biến động lịch sử, ánh sáng ấy không những là cứu cánh tâm linh mà còn là nguồn động lực lớn lao giúp dân tộc vươn lên từ khổ nạn.

Chính trong tinh thần ấy, việc hoàn thiện Đại Tạng Kinh Việt Nam không đơn thuần chỉ là công tác học thuật, mà là hành trình chấn hưng và khẳng định bản sắc văn hóa, tinh thần dân tộc.

Đại Tạng Kinh không phải riêng dành cho những hành giả trên con đường xuất thế, mà còn là một kho tàng minh triết giúp con người sống hài hòa hơn giữa đời thường. Trong từng câu kinh, từng lời dạy của Đức Phật, người đọc có thể tìm thấy những bài học quý giá về cách sống giữa đời: buông bỏ những chấp trước, đối mặt với vô thường, và trân trọng từng khoảnh khắc hiện tại.

Lối sống người Việt từ lâu đã chịu ảnh hưởng sâu sắc từ Phật giáo. Các giá trị như lòng hiếu thảo, sự khiêm nhường, và tinh thần vị tha đều bắt nguồn từ những giáo lý cốt lõi trong Đại Tạng Kinh. Bằng việc hoàn thiện bản Việt hóa của bộ kinh này, các giá trị ấy sẽ được bảo tồn và khơi dậy cũng như truyền cảm hứng cho các thế hệ sau, trong bối cảnh mà đời sống hiện đại đang bị cuốn vào vòng xoáy của vật chất và ích kỷ.

Trong nền giáo dục hiện đại, Đại Tạng Kinh cũng là tài liệu để nghiên cứu về triết học hay tôn giáo, đồng thời là một nguồn tài nguyên vô tận cho sự phát triển nhân cách và trí tuệ. Giáo lý trong Đại Tạng Kinh dạy con người cách tư duy độc lập, không chấp nhận mọi thứ một cách mù quáng mà phải tự mình trải nghiệm, phân tích và thấu hiểu. Đây chính là tinh thần "đến để mà thấy" (ehipassiko) của Đức Phật, một tinh thần hoàn toàn phù hợp với phương pháp giáo dục tiến bộ ngày nay.

Hơn nữa, các nguyên tắc về từ bi, trí tuệ và sự trung dung trong Đại Tạng Kinh có thể giúp trẻ em phát triển tư duy cân bằng, biết yêu thương và tôn trọng người khác, cũng như có khả năng đối mặt với những khó khăn trong cuộc sống. Đưa

Đại Tạng Kinh vào giáo dục không có nghĩa là áp đặt tôn giáo, mà là giới thiệu một nền tảng giá trị nhân bản, giúp mỗi người tìm thấy sự hòa hợp giữa cái tôi cá nhân và cộng đồng.

Trong xã hội Việt Nam hiện đại, khi sự phát triển kinh tế đang kéo theo nhiều vấn đề như mất cân bằng giá trị, khủng hoảng tâm lý và sự đổ vỡ trong các mối quan hệ, Đại Tạng Kinh xuất hiện như một lời giải cho những bất an ấy. Từng lời kinh không chỉ giúp mỗi cá nhân tìm lại sự bình an nội tâm, mà còn khơi dậy ý thức cộng đồng, giúp con người sống có trách nhiệm hơn với xã hội và môi trường xung quanh.

Chẳng hạn, các lời dạy về sự phụ thuộc lẫn nhau (tương sinh) trong giáo lý Phật giáo có thể trở thành nền tảng để thúc đẩy tinh thần bảo vệ môi trường, xây dựng một thế giới bền vững hơn. Khi con người nhận ra rằng mọi thứ đều có mối liên hệ mật thiết, họ sẽ bớt đi lòng tham và sự chiếm đoạt, thay vào đó là lòng biết ơn và sự chia sẻ.

*

Công trình phiên dịch Đại Tạng Kinh không đơn thuần là công việc chuyển ngữ, mà là sự tái tạo một tác phẩm nghệ thuật, nơi người dịch phải hóa thân vào từng lời kinh để tái hiện tinh thần nguyên bản. Cố Hòa Thượng Thích Tuệ Sỹ và những cộng sự của Thầy đã phải đối mặt với vô vàn thách thức: từ việc giữ vững sự chính xác học thuật, đến việc chọn lựa ngôn từ sao cho vừa trung thành với bản gốc, vừa gần gũi với người đọc Việt Nam.

Một thách thức lớn khác là việc làm sao để truyền tải được cái "hồn" của giáo pháp. Nếu chỉ dịch nghĩa mà không truyền tải được tinh thần, Đại Tạng Kinh sẽ trở thành một tác phẩm khô khan, mất đi giá trị chuyển hóa tâm thức. Vì thế, những vị làm công tác phiên dịch phải không ngừng tu tập, chiêm nghiệm giáo lý để có thể đặt mình vào vị trí của người đọc và giúp họ cảm nhận được ánh sáng từ bi, trí tuệ trong từng câu chữ.

Trong thời đại số hóa, việc đưa Đại Tạng Kinh lên các nền tảng kỹ thuật số cũng là điều cần quan tâm nhằm mở rộng khả năng tiếp cận và tạo cơ hội để nhiều người cùng nghiên cứu và học tập. Các ứng dụng tu tập trực tuyến, thư viện số hóa về Đại Tạng Kinh sẽ là công cụ hữu hiệu để thế hệ trẻ tiếp cận với giáo lý, đồng thời tạo ra một không gian tương tác, nơi mọi người có thể chia sẻ và thảo luận về những bài học quý giá từ kinh điển.

Tuy nhiên, đi đôi với cơ hội là những thách thức. Việc số hóa Đại Tạng Kinh cần được thực hiện một cách cẩn trọng, đảm bảo không làm mất đi giá trị nguyên bản của giáo pháp. Bên cạnh đó, cần tránh biến giáo lý Phật giáo thành một sản phẩm tiêu thụ nhanh, mất đi chiều sâu và ý nghĩa thiêng liêng vốn có.

Như vậy, Đại Tạng Kinh là một bộ kinh điển để nghiên cứu, và là một nguồn năng lượng sống động giúp chuyển hóa tâm thức con người và xã hội. Khi ánh sáng từ bi và trí tuệ từ Đại Tạng Kinh lan tỏa, không chỉ soi rọi con đường của từng cá nhân mà còn giúp xây dựng một xã hội hài hòa, nơi con người biết sống vì nhau và vì một thế giới tốt đẹp hơn.

Và xa hơn nữa, trong dòng chảy của thời đại, Đại Tạng Kinh Việt Nam sẽ đóng vai trò gìn giữ truyền thống và trở thành chiếc cầu nối giúp Phật giáo Việt Nam hội nhập vào dòng chảy văn hóa quốc tế. Việt Nam, với bề dày lịch sử và sự thấm nhuần Phật pháp, đã trở thành một trong những đất nước có tiếng nói trong cộng đồng Phật giáo toàn cầu. Việc hoàn thiện và phổ biến Đại Tạng Kinh bằng tiếng Việt chính là bước đi khẳng định bản sắc dân tộc trong sự giao thoa với các nền văn hóa Phật giáo khác như Ấn Độ, Trung Hoa, Nhật Bản, Tây Tạng và Thái Lan.

Trên trường quốc tế, các nước Phật giáo đã không ngừng nỗ lực bảo tồn và phổ biến kinh điển trong ngôn ngữ của mình.

Ấn Độ, quê hương của Đức Phật, đã phát triển các phiên bản Pali Canon và Sanskrit, trong khi Trung Quốc tạo nên bộ Đại Tạng Kinh Hán ngữ nổi tiếng, còn Tây Tạng cũng có bộ kinh đặc sắc của riêng họ. Trong bối cảnh đó, Đại Tạng Kinh Việt Nam sẽ là một sự tiếp nối dòng chảy này, và còn đóng góp một cách tiếp cận mới mẻ, phản ánh cách Phật giáo hòa nhập và thích nghi với văn hóa bản địa.

Việc Việt hóa Đại Tạng Kinh vừa mang giá trị tinh thần mà còn là một công cụ quan trọng giúp Việt Nam khẳng định vị thế trên bản đồ văn hóa toàn cầu. Đặc biệt, trong các hội nghị Phật giáo quốc tế, sự hiện diện của một bộ Đại Tạng Kinh được biên dịch trọn vẹn sẽ là một lời khẳng định mạnh mẽ về sự trưởng thành của Phật giáo Việt Nam, đồng thời truyền tải thông điệp về trí tuệ, từ bi, và lòng kiên trì của dân tộc.

Với lịch sử, Phật giáo đã nhiều lần vượt qua thách thức để khẳng định giá trị của mình. Câu chuyện về các nhà sư Việt Nam thời Trần với lòng kiên trung và trí tuệ siêu việt trong việc bảo vệ đất nước là minh chứng sống động cho sự hòa quyện giữa đạo và đời. Những trang sử ấy tiếp thêm sức mạnh cho công trình phiên dịch Đại Tạng Kinh hiện nay, bởi nó không chỉ là hành động bảo tồn giáo lý mà còn là sự tiếp nối tinh thần phụng sự vì lợi ích chung.

Không riêng Việt Nam, nhiều đất nước Phật giáo khác cũng đã trải qua những thời kỳ khó khăn để bảo vệ và truyền bá kinh điển. Ở Nhật Bản, bộ kinh Đại Tạng đã từng bị đốt cháy trong thời kỳ chiến tranh, nhưng nhờ lòng quyết tâm của các tăng sĩ, đã được phục dựng và trở thành niềm tự hào văn hóa. Tương tự, ở Tây Tạng, những bản kinh quý giá được cất giấu qua nhiều thế hệ để bảo vệ trước những cơn bão lịch sử.

Những câu chuyện này vừa là những bài học lịch sử vừa là nguồn cảm hứng mạnh mẽ để chúng ta nhận ra giá trị của việc hoàn thiện Đại Tạng Kinh Việt Nam. Mỗi câu kinh, mỗi lời dạy đều chứa đựng sức mạnh chuyển hóa, vượt qua mọi giới hạn của thời gian và không gian.

Đây không phải là bộ sách dành riêng cho các học giả hay tăng sĩ, mà là người bạn đồng hành của bất cứ ai đang tìm kiếm sự bình an và giác ngộ. Trong mỗi lời dạy, người đọc và học có thể tìm thấy sự soi sáng cho những khúc mắc trong cuộc sống, từ những nỗi đau mất mát, sự bất an, đến khát vọng về một cuộc đời ý nghĩa.

Trong xã hội hiện đại, nơi áp lực công việc và cuộc sống gia tăng, giáo lý của Đức Phật như một dòng suối mát lành giúp con người làm dịu tâm hồn. Những bài học về vô thường không chỉ giúp ta buông bỏ những gì không thuộc về mình, mà còn giúp ta trân trọng những gì đang có. Những nguyên tắc về trung đạo nhắc nhở chúng ta biết cân bằng, không nghiêng về cực đoan nào, dù trong tư tưởng hay hành động.

Công trình phiên dịch Đại Tạng Kinh Việt Nam vừa giúp tăng sĩ và cư sĩ tiếp cận giáo pháp dễ dàng hơn, vừa mở ra cánh cửa tâm linh cho cả những người chưa từng biết đến Phật giáo. Điều này làm nổi bật giá trị phổ quát của bộ kinh: rằng bất cứ ai, dù thuộc tôn giáo hay tín ngưỡng nào, đều có thể tìm thấy sự đồng cảm và cảm hứng từ những lời dạy ấy.

*

Cuối cùng, công trình phiên dịch Đại Tạng Kinh Việt Nam, khi hoàn thành, sẽ là một dấu mốc quan trọng trong lịch sử Phật giáo và trở thành một di sản quý báu cho toàn thể dân tộc. Thành tựu này không riêng của một thế hệ mà là món quà dành cho muôn đời sau, giúp mỗi người Việt Nam, dù sống trong bất kỳ thời đại nào, đều có cơ hội tiếp cận với ánh sáng từ bi và trí tuệ của Đức Phật.

Cố Hòa Thượng Thích Tuệ Sỹ đã cống hiến cả cuộc đời mình

cho công trình này không phải vì danh tiếng hay vinh quang cá nhân, mà vì một tầm nhìn xa hơn: một thế giới nơi giáo pháp luôn hiện hữu, soi sáng tâm hồn con người và dẫn dắt chúng sanh vượt qua mọi khổ đau.

Khi chúng ta đọc lại những trang kinh được chuyển ngữ, không phải chỉ đọc một tác phẩm mà là sự cảm nhận tấm lòng của những người đã dày công gìn giữ và truyền bá giáo pháp. Đó là bài học về sự kiên nhẫn, lòng tận tụy và tình yêu thương vô điều kiện dành cho tất cả chúng sinh.

Đại Tạng Kinh Việt Nam, khi hoàn thiện, không khép lại một chặng đường dài của sự nỗ lực mà chính là mở ra một kỷ nguyên mới cho Phật giáo Việt Nam. Kỷ nguyên ấy mang ý nghĩa bảo tồn và là sự khẳng định vai trò của giáo pháp trong việc xây dựng một thế giới tốt đẹp hơn.

Công trình này sẽ mãi là ánh sáng bất tận, soi tỏ con đường cho những ai đang tìm kiếm sự giác ngộ, dù mình là ai, ở đâu và thuộc về thời đại nào. Tinh thần ấy, trí tuệ ấy, từ bi ấy sẽ mãi sống động, lan tỏa và trở thành ánh sáng dẫn đường cho muôn thế hệ mai sau.

Tuệ Năng

TRUYỀN THỪA CHÂN KINH, THẮP SÁNG HỒN VIỆT

THIÊN NHẠN

Lặng lẽ như một dòng sông cổ xưa, chảy qua bao nhiêu biến cố của thời gian, Đại Tạng Kinh là linh hồn, gốc rễ của Phật giáo từ thuở Đức Thế Tôn còn tại thế, tiếp nối trong nhịp bước của thời đại, rồi trở thành di sản vô giá của nhân loại. Giữa lòng Việt Nam, nơi hồn thiêng của dân tộc quấn quýt trong từng trang sử, công trình phiên dịch Đại Tạng Kinh chính là lời nguyện cầu thiết tha nhất mà Giáo Hội Phật Giáo Việt Nam Thống Nhất gửi gắm, không dừng lại ở những tâm hồn đang tìm kiếm ánh sáng giải thoát, mà còn là món quà trí tuệ bất tận dành cho tất cả những ai khao khát sự hòa hợp, giác ngộ và lòng nhân từ. Một ngày mai, khi Đại Tạng Kinh Việt Nam hoàn thành, ấy cũng là lúc chúng ta chứng kiến sự hội tụ của văn hóa, tinh thần và những giá trị bất biến từ giáo pháp, tỏa sáng trên nền trời của nhân loại.

Phiên dịch Đại Tạng Kinh không đơn thuần là công việc của trí óc, mà hơn thế, đó là cuộc đối thoại sâu sắc giữa những tâm hồn nguyện dấn thân trong hành trình khai mở trí tuệ và bi mẫn. Công trình vĩ đại này là biểu hiện của một lý tưởng cao quý, nơi người dịch giả mang trong mình không riêng gì tri thức, mà còn cả lòng thành kính sâu xa, tình yêu đối với từng ý niệm, từng con chữ. Đó không phải là việc đơn thuần chuyển đổi ngôn ngữ, mà là làm sống dậy một nền đạo pháp trong không gian, thời gian và tinh thần của dân tộc Việt. Chỉ cần chạm vào một dòng kinh văn, lòng người như được tắm mát bởi dòng suối tinh khôi của từ bi và trí tuệ, mà người dịch giả đã khéo léo dệt thành tấm thảm lộng lẫy, vượt qua mọi giới hạn của thời đại.

Người dịch giả Đại Tạng Kinh giống như một nghệ nhân cần mẫn, từng đường kim mũi chỉ đều đòi hỏi sự chính xác tuyệt đối, tinh thần trách nhiệm và một trái tim hòa nhập cùng giáo pháp. Các vị ấy phải vượt qua những rào cản của ngôn ngữ, văn hóa, đồng thời giữ vững sự nguyên bản của từng câu kinh, từng ý niệm. Sự khéo léo trong việc chuyển tải ngôn từ là chưa đủ, còn phải chắt lọc tinh hoa, thổi vào đó hơi thở của sự sống để kinh văn không dừng lại ở những văn tự khô khan, mà trở thành chiếc gương phản chiếu chân lý, giúp người học thấy được chính mình và rộng mở lòng mình để đón nhận tất cả.

Nếu Đại Tạng Kinh là đại dương của giáo pháp, thì người phiên dịch chính là những con thuyền chở ánh sáng từ bờ xa xôi của trí tuệ đến những bến bờ mong mỏi của nhân gian. Chính các vị ấy, bằng sự tinh tường, lòng từ bi và sự kiên nhẫn, đã thắp sáng từng trang kinh, từng ý nghĩa sâu xa, làm bừng nở những mùa xuân của giác ngộ trong lòng người. Công trình phiên dịch không đơn thuần là một hành động học thuật, mà còn là một cuộc hành hương tâm linh, nơi từng dòng chữ cháy trôi cùng hơi thở của lòng biết ơn, sự hòa hợp và ánh sáng vô tận.

Tầm quan trọng của Đại Tạng Kinh Việt Nam, khi hoàn thành, không nằm trong giá trị của một di sản tâm linh, đó là sự khẳng định mạnh mẽ rằng Việt Nam, với truyền thống Phật giáo lâu đời, đã và đang góp phần vào dòng chảy lớn lao của văn minh nhân loại. Giữa một thế giới biến động, nơi những giá trị đạo đức đôi khi bị lu mờ bởi những xáo động của lòng tham, của sự thù hận, thì Đại Tạng Kinh chính là ngọn đèn soi sáng, giúp nhân loại nhìn lại, tìm về những giá trị bất biến. Đó là lòng từ bi, là trí tuệ, là sự bao dung vượt trên mọi biên giới.

Đại Tạng Kinh Việt Nam cũng mang sứ mệnh thời đại, kết nối giữa truyền thống và hiện đại, giữa Đông và Tây, giữa cá nhân và cộng đồng. Khi mỗi câu kinh, mỗi lời dạy được dịch sang tiếng Việt, không dừng lại ở việc chuyển đổi ngôn ngữ, mà là một cuộc đời mới được tái sinh trong lòng dân tộc. Những chân lý vượt thời gian của Phật giáo, qua Đại Tạng Kinh sẽ chạm đến trái tim của mọi người, từ các vị tu sĩ trong những ngôi chùa đơn sơ, đến những con người bận rộn giữa nhịp sống đô thị. Kinh văn trở thành nhịp cầu nối những thế hệ, là nơi gặp gỡ giữa tổ tiên và con cháu, giữa những người đi trước và những ai đang tìm đường.

Thời đại hôm nay, giữa những cơn sóng dữ dội của thay đổi, Đại Tạng Kinh Việt Nam sẽ là một điểm tựa, một không gian để con người quay về, lắng nghe chính mình và tìm thấy ý nghĩa của cuộc sống. Không đơn thuần là một công trình tôn giáo, Đại Tạng Kinh còn là ngọn đuốc soi đường cho những ai đang lạc lối trong bóng tối của sự hoang mang, giúp họ nhận ra mọi câu trả lời đều nằm trong chính trái tim của mình. Bằng ánh sáng của giáo pháp, mỗi người sẽ thấy rằng cuộc đời, dù ngắn ngủi, vẫn có thể là một bức tranh rực rỡ sắc màu của tình thương, của sự thấu hiểu.

Công trình này, khi hoàn thành, sẽ là món quà thiêng liêng mà Phật giáo Việt Nam dâng tặng cho thế giới. Đó không dừng lại ở sự bảo tồn một di sản, mà còn là hành động chia sẻ trí tuệ và từ bi đến mọi miền đất xa xôi. Người Việt, qua công trình này, sẽ khẳng định mình không chỉ là một dân tộc kiên cường trước sóng gió lịch sử, mà còn là một dân tộc biết yêu thương, biết sẻ chia ánh sáng và hòa bình. Đại Tạng Kinh, trong hình hài tiếng Việt, sẽ không hạn hẹp trong tài sản của Phật giáo, mà còn là một phần của nền văn hóa Việt Nam, một phần của tâm hồn dân tộc.

Khi ánh sáng của Đại Tạng Kinh được lan tỏa, sẽ có hàng

triệu trái tim tìm thấy con đường của mình, sẽ có vô số cuộc đời được chuyển hóa và biết bao giấc mơ về một thế giới an bình, hòa hợp sẽ thành hiện thực. Công trình này minh chứng rằng, ngay cả trong những thời điểm khó khăn nhất, lòng từ bi và trí tuệ vẫn có thể là ngọn đuốc sáng dẫn lối, là nhịp cầu nối giữa những tâm hồn và là nguồn năng lượng bất tận để nhân loại tiếp tục tiến bước trên con đường tìm kiếm ý nghĩa đích thực của sự sống.

Với công trình phiên dịch Đại Tạng Kinh, Giáo Hội Phật Giáo Việt Nam Thống Nhất đã gieo xuống một hạt giống quý báu trong lòng dân tộc. Và khi hạt giống ấy nảy mầm, không riêng gì Việt Nam mà cả thế giới sẽ chứng kiến một mùa xuân bất tận của từ bi, trí tuệ và hòa bình. Những trang kinh sẽ mãi mãi là nguồn suối mát lành, nuôi dưỡng tâm hồn của biết bao thế hệ, để ánh sáng của Phật pháp không dừng lại ở việc soi rọi từng ngõ ngách của cuộc đời, mà còn lan tỏa mãi, vượt qua mọi ranh giới, đưa nhân loại đến bến bờ của sự giải thoát và hạnh phúc viên mãn.

Thiên Nhạn

TAM TẠNG KINH:
ÁNH SÁNG TỎA RẠNG
TỪ CỔ ĐẠI ĐẾN THỜI HIỆN ĐẠI

VẠN ĐỨC

Giữa dòng thời gian vô tận tựa sóng triều bất tuyệt, có những di sản tinh thần như những viên ngọc ẩn mình, âm thầm tỏa sáng qua mọi thăng trầm của lịch sử. Tam Tạng Kinh – bộ kinh văn đồ sộ và sâu thẳm nhất của Phật giáo – chính là một trong những viên ngọc ấy, nơi chứa đựng cả đại dương trí tuệ và lòng từ bi vô biên của Đức Phật. Qua hàng nghìn năm, những lời dạy này đã len lỏi qua từng nền văn hóa, từng giai đoạn lịch sử, trở thành ngọn lửa thiêng thắp sáng con đường dẫn lối nhân loại ra khỏi khổ đau.

Nhưng ngày nay, khi thế giới được định hình bởi tốc độ của công nghệ và sự ồn ào của hiện đại, liệu những lời dạy ấy có còn vang vọng trong lòng người, hay sẽ chìm khuất dưới lớp bụi thời gian? Việc phiên dịch Tam Tạng Kinh sang các ngôn ngữ Tây phương – một hành trình vừa thách thức, vừa thiêng liêng – không đơn thuần là cây cầu nối liền hai bờ Đông-Tây, mà còn là cơ hội để đánh thức những giá trị bất biến, những ánh sáng vô tận, trong tâm thức của một thế giới đang khao khát sự an lạc và bình yên.

Tam Tạng Kinh không phải chỉ là một bộ sách cổ. Nó là tiếng vọng của sự giác ngộ, là ánh sáng chiếu soi những góc tối nhất trong tâm hồn con người. Từng lời, từng câu trong kinh văn đều như những mạch nguồn tuôn chảy, dẫn dắt những ai đang lạc lối trong rừng mê của dục vọng và khổ đau tìm lại bản chất chân thật của chính mình. Những câu kinh được viết bằng tiếng Pali và Sanskrit không dừng lại ở vai trò ngôn từ, mà là những nhịp đập sống động của một nền văn minh tâm linh, nơi con người không tìm đến quyền lực hay vật chất, mà đi sâu vào chính nội tâm để tìm ra ý nghĩa thực sự của tồn tại.

Nhưng ánh sáng ấy, nếu chỉ được gói gọn trong những ngôn ngữ cổ xưa, sẽ mãi chỉ là ngọn đèn khuất lấp trong màn đêm. Bởi lẽ, để những giá trị ấy thực sự chạm đến trái tim con người, chúng cần được tái sinh, tái hiện trong những ngôn ngữ, những bối cảnh văn hóa khác nhau. Từ hàng ngàn năm trước, khi Phật giáo vượt qua biên giới Ấn Độ để đến Trung Hoa, Nhật Bản, và Đông Nam Á, các dịch giả đã phải đối mặt với thử thách lớn lao trong việc chuyển tải tinh thần của Tam Tạng Kinh sang những ngôn ngữ mới, mà không làm mất đi ánh sáng cốt lõi của nó.

Lịch sử ghi nhận những bậc thầy dịch thuật như An Thế Cao, Cưu Ma La Thập – những người đã dành cả đời mình để đưa Tam Tạng Kinh vào bối cảnh văn hóa Đông Á, nơi mà mỗi câu kinh không chỉ được dịch bằng ngôn từ, mà còn được diễn giải bằng cả trái tim và sự thấu hiểu sâu sắc. Họ không phải là những dịch giả thông thường, mà còn là những người gieo mầm ánh sáng, mở ra một không gian mới để Phật giáo nở rộ trong tâm thức của hàng triệu người.

Ngày nay, nhiệm vụ ấy lại một lần nữa tái hiện, nhưng giờ đây, nó mang một hình thức mới, đối mặt với một thế giới mới – thế giới của phương Tây hiện đại, nơi mà tư duy duy lý, thực dụng và khoa học đã trở thành khuôn mẫu của mọi giá trị. Liệu những lời dạy của Đức Phật, được viết cách đây hơn 2.500 năm, có còn sức mạnh để chạm đến những tâm hồn đang quay cuồng giữa những cơn sóng của công nghệ, sự căng thẳng, và sự cô lập ngày càng gia tăng?

Câu trả lời, một cách kỳ diệu, vẫn là một tiếng vọng chắc chắn: Có. Nhưng ánh sáng ấy, để đến được với phương Tây, cần phải được diễn giải bằng chính ngôn ngữ, chính tư duy của họ. Những thuật ngữ như "khổ" trong Tứ Diệu Đế, nếu chỉ được dịch là "suffering" theo nghĩa đen, sẽ không đủ để diễn đạt toàn bộ sự sâu sắc của nó. Trong ngữ cảnh của Phật giáo, "khổ" không chỉ là sự đau đớn, mà là sự vô thường, sự bất toàn, sự thiếu thốn mãi mãi của thế giới vật chất mà con người khao khát bám víu.

Người phương Tây, quen thuộc với những khái niệm về tâm lý học hiện đại, cần được dẫn dắt để hiểu rằng những gì Đức Phật dạy về "khổ" không phải là sự bi quan, mà là một lời nhắc nhở về bản chất của cuộc sống – một bản chất có thể được chuyển hóa, nếu chúng ta biết cách thực hành. Và từ những lời dạy ấy, thiền định, chánh niệm, hay Bát Chánh Đạo đã trở thành những công cụ quý giá, được hàng triệu người trên khắp thế giới áp dụng để tìm lại sự bình an giữa những xô bồ của cuộc sống.

Thực tiễn đã chứng minh rằng ánh sáng từ Tam Tạng Kinh không đơn thuần là một di sản tinh thần, mà còn là một nguồn cảm hứng thực tế. Các nghiên cứu khoa học từ những đại học danh tiếng như Harvard và Stanford đã khẳng định rằng thiền định và chánh niệm – những thực hành bắt nguồn từ giáo lý Phật giáo – có thể cải thiện sức khỏe tinh thần, giảm căng thẳng, và tăng cường sự tập trung. Những giá trị mà Tam Tạng Kinh mang lại, vì thế, chẳng còn là những lời dạy cổ xưa xa vời, mà đã trở thành những phương pháp thiết thực, giúp con người đối diện với những thách thức của thời đại.

Nhưng để ánh sáng ấy thực sự lan tỏa, việc phiên dịch cần phải đi xa hơn những bản dịch học thuật. Tam Tạng Kinh cần được tái hiện trong những hình thức mới – những cuốn sách rút gọn, những bài giảng dễ hiểu, những ứng dụng học thiền, hay thậm chí là những câu chuyện thiền dành riêng cho trẻ em. Cần có một cách tiếp cận gần gũi, sinh động, để từng lời dạy của Đức Phật không chỉ được đọc, mà còn được sống – trong từng hơi thở, từng bước chân, từng suy nghĩ của mỗi con người.

Hành trình phiên dịch Tam Tạng Kinh sang các ngôn ngữ Tây phương, vì thế, không đơn thuần là một nhiệm vụ ngôn ngữ, mà là một cuộc tái sinh thiêng liêng. Đó là cách mà những giá trị bất biến được tái hiện trong bối cảnh của một thời đại mới, để ánh sáng từ lời dạy của Đức Phật tiếp tục soi rọi, dẫn dắt nhân loại vượt qua những đêm dài của khổ đau và vô minh.

Và khi ánh sáng ấy lan tỏa, nó sẽ chẳng những làm đẹp thêm cho những cuốn kinh văn cổ, mà còn làm đẹp thêm cho chính tâm hồn của mỗi người, trên khắp mọi miền thế giới. Trong một thế giới đầy biến động, Tam Tạng Kinh vẫn là một ngọn lửa không bao giờ tắt, một nguồn cảm hứng không bao giờ cạn, một nhịp cầu nối liền những khoảng cách xa xôi nhất của lòng người.

Vạn Đức

TỪ PHẠN NGỮ
ĐẾN CHÂN TRỜI TRUNG HOA
DẤU ẤN LỊCH SỬ
PHIÊN DỊCH ĐẠI TẠNG KINH

THIỆN GIẢ

Giữa những đợt sóng trầm luân của lịch sử, có những hành trình vượt xa khỏi ranh giới của địa lý, nơi không gian và thời gian chỉ là phông nền khiêm tốn để tôn lên sự vươn mình của tâm linh và tri thức. Đây là những hành trình không đo bằng dặm trường hay núi cao biển sâu, mà đo bằng chiều sâu của ý chí, bằng sự kiên định của lòng tin, và bằng khát vọng bất tận của con người trong việc tìm kiếm ánh sáng giữa màn đêm vô minh. Đó là những con đường dẫn lối cho tâm hồn vượt qua giới hạn của thực tại hữu hình, chạm đến chân trời của tư tưởng, nơi trí tuệ và từ bi hòa quyện thành một bản trường ca bất tận. Hành trình phiên dịch Đại Tạng Kinh tại Trung Quốc là một trong những chương sử đầy cảm hứng ấy, nơi ý chí con người gặp gỡ chân lý siêu việt, và sự hiến dâng không mệt mỏi của các thế hệ dịch giả đã tạo nên một di sản văn hóa và tâm linh vĩ đại.

Câu chuyện bắt đầu từ hơn hai ngàn năm trước, khi những thương nhân, nhà sư và lữ khách từ vùng Trung Á, Tây vực, và Ấn Độ đặt chân lên đất Trung Hoa, mang theo không những những món hàng hóa quý giá mà còn cả những lời dạy của Đức Phật. Ban đầu, Phật giáo chỉ là những tia sáng nhỏ nhoi, như ánh lửa le lói trong đêm trường, bị vùi lấp bởi sự thịnh hành của Đạo giáo và Nho giáo. Nhưng như hạt giống được gieo vào lòng đất, giáo lý ấy dần dần bén rễ, vươn lên qua mọi thử thách để trở thành một phần không thể thiếu trong đời sống tâm linh và văn hóa của người Trung Quốc.

Vào thế kỷ thứ hai, khi nhà sư An Thế Cao[1] từ Parthia (ngày nay là Iran) đến Lạc Dương[2], ông mang theo những cuộn kinh viết trên lá bối, gói ghém trong đó là những bài học về từ bi, trí tuệ và sự giải thoát. Nhưng ngôn ngữ trở thành rào cản lớn nhất. Tiếng Phạn, ngôn ngữ linh thiêng của kinh điển Phật giáo, với cấu trúc phức tạp và sự tinh tế trong ý nghĩa, đã khiến việc chuyển dịch sang tiếng Hán trở thành một thách thức vô cùng lớn. An Thế Cao, với sự kiên nhẫn và tâm huyết, đã bắt đầu đặt những viên gạch đầu tiên cho công cuộc này. Ông không đơn thuần dịch các kinh điển liên quan đến thiền định và đạo đức, mà còn cố gắng tạo ra một hệ thống thuật ngữ mới để người Trung Quốc có thể tiếp cận với giáo lý nhà Phật. Những năm tháng ấy không hề dễ dàng: sống trong cảnh nghèo khổ, không có sự hỗ trợ từ triều đình, ông phải tự thân vận động, chịu đựng sự cô đơn và nhiều lần đối mặt với sự phản đối từ những người bảo thủ.

Khi những bản kinh đầu tiên như *Kinh An Ban Thủ Ý* và *Kinh*

---

[1] An Thế Cao (thế kỷ 2) là một cao tăng gốc Parthia, từng là thái tử nước An Tức, sau xuất gia tu học. Ông đến Trung Quốc năm 148, dịch hơn 30 kinh Phật từ Ấn ngữ sang Hán văn, tiêu biểu như **An Ban Thủ Ý Kinh, Tứ Đế Kinh, Bát Chánh Đạo Kinh**. Với trí tuệ uyên bác, ông chuyên dịch kinh Tiểu thừa, đặt nền móng cho Phật giáo tại Trung Quốc. An Thế Cao mất khoảng năm 168, để lại dấu ấn sâu đậm trong lịch sử Phật giáo.

[2] **Lạc Dương** (洛阳) là cố đô Trung Quốc, từng là kinh đô của 13 triều đại. Nổi tiếng với vai trò trung tâm Phật giáo, nơi đây có chùa Bạch Mã - ngôi chùa Phật giáo đầu tiên, và Hang đá Long Môn - Di sản Thế giới. Lạc Dương gắn liền với các cao tăng dịch kinh như An Thế Cao, góp phần truyền bá Phật pháp từ Ấn Độ sang Đông Á.

Tứ Thập Nhị Chương được dịch và lưu hành, Phật giáo bắt đầu thu hút sự chú ý của những học giả và tín đồ địa phương. Nhưng sự lan tỏa này không diễn ra một cách êm đềm. Trong bối cảnh xã hội mà Nho giáo thống trị và Đạo giáo bám rễ sâu vào văn hóa bản địa, nhiều người đã nhìn nhận Phật giáo như một sự đe dọa. Những nhà sư như Chi Lâu Ca Sấm[3], người tiếp nối An Thế Cao, đã phải chịu không ít lời chỉ trích và sự cản trở. Dù vậy, tinh thần của họ vẫn không lay chuyển. Đối với những con người này, việc phiên dịch không đơn giản là một công việc tri thức mà còn là một hành động thiêng liêng, một sứ mệnh để mang ánh sáng của chân lý đến với mọi người.

Thế kỷ thứ tư chứng kiến một bước ngoặt quan trọng khi nhà sư Cưu Ma La Thập[4] xuất hiện. Sinh ra trong một gia đình danh giá ở Kucha[5], Cưu Ma La Thập từ nhỏ đã thể hiện tài năng xuất chúng, thông thạo cả tiếng Phạn và tiếng Hán.

---

[3] **Chi Lâu Ca Sấm** (147-189) là cao tăng gốc Gandhara, người đầu tiên truyền bá Phật giáo Đại thừa tại Trung Quốc. Ông đến Lạc Dương cuối thời Hán, dịch hơn 20 bộ kinh Đại thừa sang Hán văn, như **Đạo Hạnh Bát Nhã Kinh, Ban Chu Tam Muội Kinh**, góp phần đặt nền móng cho tư tưởng Đại thừa và tín ngưỡng Tịnh Độ.

[4] **Cưu Ma La Thập** (344–413), tên tiếng Phạn là Kumārajīva, là một cao tăng và dịch giả Phật học nổi tiếng, chuyên dịch kinh điển từ tiếng Phạn sang Hán văn. Sinh tại Quy Tư (nay thuộc Tân Cương, Trung Quốc), ông xuất gia từ nhỏ và du học tại Ấn Độ, thông thạo cả Tiểu thừa và Đại thừa. Năm 401, ông đến Trường An và bắt đầu sự nghiệp dịch thuật, chuyển ngữ nhiều kinh điển quan trọng như **Kinh Diệu Pháp Liên Hoa, Kinh Kim Cang, Kinh Duy Ma Cật** và **Kinh A Di Đà**. Văn phong dịch thuật của ông được đánh giá cao về sự trong sáng và chính xác, đặt nền móng cho sự phát triển của Phật giáo Đại thừa tại Trung Quốc.

[5] **Kucha** (庫車) là vương quốc cổ trên Con đường Tơ lụa (nay thuộc Tân Cương, Trung Quốc), từng là trung tâm Phật giáo và văn hóa giao thoa Đông-Tây. Nổi tiếng với các hang động Kizil và là quê hương cao tăng Cưu Ma La Thập.

Nhưng cuộc đời của ông lại đầy rẫy những biến cố đau thương. Khi còn trẻ, ông bị quân đội của một thế lực đối địch bắt làm con tin. Trong những năm tháng bị giam cầm, ông không ngừng học tập và trau dồi tri thức. Chính hoàn cảnh khắc nghiệt ấy đã hun đúc nên ý chí và sự sâu sắc trong tư duy của ông. Khi cuối cùng được tự do và đến Trường An[6], ông trở thành linh hồn của phong trào dịch thuật kinh điển. Những bản dịch như *Kinh Diệu Pháp Liên Hoa*, *Kinh Kim Cương*, và nhiều tác phẩm khác của ông không chỉ chính xác mà còn giàu chất văn chương, khiến chúng dễ dàng thấm vào lòng người đọc.

Không thể không nhắc đến những thử thách lớn lao mà Cưu Ma La Thập phải đối mặt trong sự nghiệp của mình. Dưới áp lực từ triều đình, ông thường phải làm việc ngày đêm để hoàn thành nhiệm vụ dịch thuật. Có những lúc, sự căng thẳng và mệt mỏi gần như đẩy ông đến bờ vực sụp đổ. Nhưng lòng tin vào giá trị của giáo lý nhà Phật đã giúp ông vượt qua tất cả. Sau khi ông qua đời, những bản dịch của ông tiếp tục được truyền tụng, trở thành nền tảng cho sự phát triển của Phật giáo Đại thừa tại Trung Quốc.

Những thế kỷ tiếp theo, các triều đại Tùy và Đường đã chứng kiến sự phát triển mạnh mẽ của Phật giáo và công cuộc dịch thuật. Dưới triều Đường, khi nhà sư Huyền Trang thực hiện cuộc hành trình vĩ đại của mình đến Ấn Độ để thỉnh kinh, ông đã viết nên một trang sử hào hùng. Đó không đơn thuần là câu chuyện về lòng dũng cảm khi vượt qua sa mạc, băng qua những rặng núi cao chót vót, mà còn là câu chuyện về sự kiên định và

---

[6] **Trường An** (長安) là kinh đô cổ của nhiều triều đại Trung Quốc như Hán, Đường, nổi tiếng là trung tâm văn hóa, chính trị và kinh tế. Đây cũng là điểm giao thoa trên Con đường Tơ lụa, đóng vai trò quan trọng trong việc truyền bá Phật giáo và giao lưu văn hóa Đông-Tây.

ý chí thép trong việc theo đuổi lý tưởng. Trên con đường ấy, ông đã phải đối mặt với những hiểm nguy từ bọn cướp, sự khắc nghiệt của thiên nhiên, và những trận ốm thập tử nhất sinh. Nhưng mỗi khi tưởng chừng như phải bỏ cuộc, ánh sáng của mục tiêu cao cả – mang giáo lý nhà Phật về để soi sáng cho hàng triệu người – lại giúp ông bước tiếp.

Khi trở về Trung Quốc sau 17 năm, Huyền Trang[7] mang theo hơn 600 cuốn kinh điển. Công việc dịch thuật của ông kéo dài đến cuối đời, và những tác phẩm như *Đại Bát Nhã Ba La Mật Đa Kinh* đã trở thành những di sản bất tử. Nhưng công việc của ông không dừng lại ở việc chuyển ngữ. Với trí tuệ và sự hiểu biết sâu sắc, ông đã viết nên những chú giải, những phân tích chi tiết để người đọc có thể thấu hiểu trọn vẹn ý nghĩa của các bản kinh.

Lịch sử phiên dịch Đại Tạng Kinh không phải lúc nào cũng là một hành trình thuận lợi. Có những thời kỳ mà Phật giáo bị đàn áp dữ dội, như dưới triều đại của Võ Tắc Thiên[8] hay trong các phong trào bài Phật sau này. Các nhà sư phải sống trong cảnh lẩn trốn, kinh điển bị đốt cháy, và việc phiên dịch bị gián đoạn. Nhưng chính trong những thời khắc đen tối ấy, tinh thần dấn thân vì đạo càng được thể hiện rõ hơn. Những vị sư

---

[7] **Huyền Trang** (602–664) là cao tăng, dịch giả và nhà du hành nổi tiếng thời Đường. Ông hành hương đến Ấn Độ, nghiên cứu Phật pháp, mang về Trung Quốc hàng trăm kinh điển và dịch nhiều tác phẩm quan trọng như **Kinh Đại Bát Nhã**. Huyền Trang cũng là nguồn cảm hứng cho tác phẩm **Tây Du Ký**.

[8] **Võ Tắc Thiên** (624–705) là nữ hoàng đế duy nhất trong lịch sử Trung Quốc, trị vì thời nhà Võ Chu (690–705). Bà nổi tiếng với tài năng chính trị, cải cách hành chính, đề cao Phật giáo và thúc đẩy văn hóa, dù gây tranh cãi vì những biện pháp cứng rắn để củng cố quyền lực.

như Nghĩa Tịnh⁹ đã chấp nhận mọi hiểm nguy để giữ vững ngọn lửa của chân lý. Với lòng can đảm, ông đã một mình ra đi từ Quảng Châu¹⁰, vượt biển đến Ấn Độ để thỉnh kinh. Sau nhiều năm du học, ông trở về với hàng trăm bản kinh quý giá, mà nhiều trong số đó trở thành tài liệu nền tảng cho việc nghiên cứu và thực hành Phật giáo tại Trung Quốc.

Lịch sử phiên dịch Đại Tạng Kinh tại Trung Quốc không dừng lại ở câu chuyện của những cá nhân kiệt xuất như An Thế Cao, Cưu Ma La Thập, hay Huyền Trang, mà còn là câu chuyện của một tập thể, một dòng chảy tư tưởng đã vượt qua bao thăng trầm để không dừng lại ở sống sót mà còn vươn lên tỏa sáng rực rỡ. Từ những ngày đầu tiên khi giáo lý nhà Phật lần đầu tiên được mang vào đất Trung Hoa, đến khi hệ thống Đại Tạng Kinh hoàn thiện, công cuộc ấy đã được xây dựng trên máu, mồ hôi và lòng trung kiên của hàng ngàn con người. Đằng sau mỗi trang kinh dịch là những câu chuyện đầy éo le, bi tráng nhưng cũng không kém phần kỳ vĩ.

Sau thời kỳ của Cưu Ma La Thập, lịch sử ghi dấu thêm một giai đoạn sôi động khi các triều đại Nam Bắc triều bắt đầu dần công nhận giá trị tinh thần và triết học của Phật giáo. Tuy nhiên, đây cũng là giai đoạn mà sự phân hóa giữa các vùng miền, cùng với những xung đột chính trị, đã làm cho công việc

---

⁹ **Nghĩa Tịnh** (635–713) là cao tăng và nhà du hành thời Đường, nổi tiếng với hành trình đến Ấn Độ để học Phật pháp. Ông mang về nhiều kinh điển và dịch hơn 60 tác phẩm sang Hán văn. Tác phẩm **Nam Hải Ký Quy Nội Pháp Truyện** của ông ghi lại chi tiết về Phật giáo ở Nam Á và Đông Nam Á thời bấy giờ.

¹⁰ **Quảng Châu** (广州) là thành phố cảng lớn ở miền nam Trung Quốc, nằm ven sông Châu Giang. Là trung tâm thương mại quốc tế từ thời cổ đại, Quảng Châu đóng vai trò quan trọng trên Con đường Tơ lụa trên biển và là nơi giao thoa văn hóa Đông-Tây.

phiên dịch kinh điển gặp nhiều trở ngại. Nhiều nhà sư phải chọn cách sống lưu vong, rời khỏi quê hương để tìm những nơi yên bình hơn, nơi họ có thể thực hiện sứ mệnh của mình.

Một trong những câu chuyện tiêu biểu là hành trình của Đàm Vô Sấm[11], một nhà sư đến từ Ấn Độ. Ông đặt chân đến Trung Quốc vào thời kỳ mà miền Bắc đang bị chia cắt bởi những cuộc chiến tranh liên miên. Trong hoàn cảnh ấy, Đàm Vô Sấm phải liên tục di chuyển, sống đời lữ hành để tránh sự đàn áp từ các thế lực thù địch. Dù vậy, ông vẫn không ngừng dịch các bản kinh quan trọng, như các bộ kinh liên quan đến tư tưởng Đại thừa. Ông là người đầu tiên giới thiệu khái niệm Tịnh Độ, đặt nền móng cho sự phát triển mạnh mẽ sau này của Tịnh Độ tông – một tông phái mà giáo lý trọng tâm là niềm tin vào cõi Cực Lạc.

Những câu chuyện như của Đàm Vô Sấm, hay những nỗ lực của các nhà sư như Đạo An[12], người đã dành cả đời để biên soạn và chú thích các bản kinh, chính là minh chứng cho tinh thần "vì Đạo quên thân." Đạo An không đơn thuần giỏi về học thuật mà còn có khả năng lãnh đạo phi thường. Trong những năm tháng loạn lạc của thời kỳ Nam Bắc triều, ông đã lãnh đạo một nhóm tăng sĩ lớn, di chuyển khắp nơi để truyền bá Phật pháp. Ông vừa viết chú giải mà còn tìm cách hệ thống hóa các bản dịch kinh, tạo ra một nền tảng học thuật vững chắc cho

---

[11] **Đàm Vô Sấm** (385–433) là cao tăng gốc Ấn Độ, nổi tiếng với việc truyền bá Phật giáo tại Trung Quốc. Ông đến Bắc Lương (nay là Cam Túc) và dịch nhiều kinh điển quan trọng, tiêu biểu là **Kinh Đại Bát Niết Bàn**, góp phần định hình tư tưởng Phật giáo Đại thừa ở Trung Quốc.

[12] **Đạo An** (312–385) là cao tăng thời Đông Tấn, nổi tiếng với vai trò tổ chức và hệ thống hóa Phật giáo tại Trung Quốc. Ông đề xướng việc đặt tên dịch giả trong kinh văn và định hình quy tắc dịch thuật kinh điển, góp phần quan trọng trong sự phát triển của Phật giáo Hán truyền.

những người kế thừa.

Thế nhưng, ánh sáng rực rỡ nhất trong lịch sử phiên dịch Đại Tạng Kinh tại Trung Quốc vẫn thuộc về triều đại nhà Đường. Đây là thời kỳ hoàng kim, khi triều đình không những hỗ trợ mà còn tích cực tham gia vào công cuộc này. Huyền Trang, một cái tên đã đi vào huyền thoại, chính là biểu tượng của thời kỳ này. Nhưng ít ai biết rằng, trước khi thực hiện cuộc hành trình thỉnh kinh đầy kỳ tích, Huyền Trang đã từng phải đối mặt với những thử thách khắc nghiệt.

Năm 629, Huyền Trang quyết định rời khỏi Trường An để đến Ấn Độ, bất chấp lệnh cấm xuất cảnh của triều đình. Hành động ấy khiến ông trở thành kẻ bị truy nã, buộc phải đi qua những con đường hiểm trở nhất để tránh sự truy đuổi của quân lính. Những trang sử chép lại rằng, có những lúc Huyền Trang phải vượt qua những vùng sa mạc khô cằn, nơi nước uống trở thành thứ xa xỉ. Ông kể rằng, có lần ông đã cận kề cái chết vì khát nước, nhưng nhờ giữ vững lòng tin vào sứ mệnh thiêng liêng, ông đã vượt qua được. Chuyến đi của ông là hành trình tìm kiếm kinh điển, nhưng cũng là một hành trình nội tại, nơi ông phải đối mặt với sự yếu đuối của bản thân để tìm thấy sức mạnh từ đức tin và ý chí.

Khi Huyền Trang đến Ấn Độ, ông đã trở thành một nhân vật nổi bật tại các trung tâm học thuật Phật giáo lớn nhất thời bấy giờ. Tại Đại học Nalanda[13], ông không những học hỏi kinh điển mà còn tranh biện với các học giả hàng đầu, khẳng định tầm vóc trí tuệ của mình. Những năm tháng ở Ấn Độ đã giúp ông thấm nhuần sâu sắc tinh thần của Phật giáo nguyên thủy

---

[13] **Đại học Nalanda** (thế kỷ 5–12) là trung tâm học thuật Phật giáo nổi tiếng thế giới cổ đại, nằm ở Bihar, Ấn Độ. Nơi đây thu hút học giả từ nhiều quốc gia, giảng dạy triết học, y học, thiên văn và kinh điển Phật giáo, đóng vai trò quan trọng trong sự phát triển văn hóa và tư tưởng Phật giáo.

lẫn Đại thừa, một sự kết hợp mà ông mang trở về Trung Quốc để phát triển thêm.

Câu chuyện của Huyền Trang không đơn giản dừng lại ở việc dịch thuật. Sau khi trở về với hàng trăm bản kinh quý giá, ông bắt tay vào công việc lớn lao: tạo nên một hệ thống giáo lý thống nhất và dễ hiểu cho người Trung Quốc. Những bản dịch của ông, từ *Đại Bát Nhã Ba La Mật Đa Kinh* đến *Du Già Sư Địa Luận*, không chỉ là những kiệt tác triết học mà còn là những bài học sâu sắc về lòng từ bi và trí tuệ.

Nhưng đằng sau ánh hào quang ấy, công việc dịch thuật cũng mang lại cho Huyền Trang không ít khó khăn. Sự căng thẳng từ việc phải đáp ứng kỳ vọng của triều đình, áp lực từ những tranh luận trong nội bộ Phật giáo, và sự mệt mỏi về thể xác khi làm việc không ngừng nghỉ – tất cả đã thử thách lòng kiên nhẫn và sức bền của ông. Thế nhưng, chưa một lần ông than vãn hay từ bỏ. Đối với Huyền Trang, việc phiên dịch kinh điển không đơn thuần là một công việc học thuật, mà còn là lời nguyện với chính Phật pháp: một lời nguyện sẽ được thực hiện bằng mọi giá.

Sau Huyền Trang, lịch sử còn ghi nhận những đóng góp vĩ đại khác từ các thế hệ dịch giả như Nghĩa Tịnh, người đã vượt biển đến Ấn Độ để mang về hàng trăm bản kinh và biên soạn những tài liệu giá trị về đời sống tăng đoàn tại Ấn Độ. Nhưng cũng có những giai đoạn mà công việc dịch thuật bị gián đoạn bởi những phong trào bài Phật. Dưới thời Ngũ Đại Thập Quốc[14] và một số triều đại khác, kinh điển Phật giáo bị thiêu

---

[14] **Ngũ Đại Thập Quốc** (907–960) là thời kỳ loạn lạc sau khi nhà Đường sụp đổ, gồm 5 triều đại kế tiếp ở Bắc Trung Quốc và hơn 10 quốc gia nhỏ ở phía Nam. Đây là giai đoạn phân tranh nhưng cũng có sự phát triển văn hóa, kinh tế, đặc biệt là sự hưng thịnh của Phật giáo và nghệ thuật địa phương.

hủy, các nhà sư bị buộc hoàn tục, và các tự viện bị phá bỏ. Những gì còn lại từ những thời kỳ này chỉ là những bản kinh được giấu kín trong các hang động, như ở Đôn Hoàng[15], nơi người ta đã tìm thấy hàng ngàn cuộn kinh quý giá trong thế kỷ 20.

Lịch sử phiên dịch Đại Tạng Kinh tại Trung Quốc, vì thế, không dừng lại ở một hành trình tri thức mà còn là một câu chuyện về sự sống còn. Chính trong những thời khắc khó khăn nhất, ngọn lửa từ bi và trí tuệ lại càng rực sáng, trở thành nguồn cảm hứng bất tận cho các thế hệ sau này. Những dịch giả, những nhà sư, và cả những tín đồ vô danh – họ đều là những viên gạch, xây dựng nên một di sản bất diệt, không đơn thuần dành riêng cho Phật giáo Trung Quốc mà còn cho toàn nhân loại.

Ánh sáng bừng lên trong những năm tháng tăm tối

Những cuộc đàn áp Phật giáo trong lịch sử Trung Quốc đã thử thách lòng kiên nhẫn và sự kiên trung của các nhà sư và học giả dấn thân vì đạo. Một trong những thời kỳ đen tối nhất là dưới thời Hoàng đế Vũ Tông[16] nhà Đường (841–846), khi chính sách bài Phật được thực hiện triệt để. Hàng trăm ngàn nhà sư bị buộc hoàn tục, hàng loạt tự viện bị phá hủy, và hàng triệu bản kinh bị đốt cháy. Công trình dịch thuật và bảo tồn kinh điển, vốn đã đạt được những thành tựu rực rỡ dưới thời Đường sơ kỳ, bỗng chốc

---

[15] **Đôn Hoàng** (敦煌) là ốc đảo trên Con đường Tơ lụa, nằm ở Cam Túc, Trung Quốc. Nổi tiếng với hệ thống **hang động Mạc Cao**, nơi lưu giữ hàng ngàn bức họa và kinh điển Phật giáo, Đôn Hoàng là trung tâm giao thoa văn hóa và tôn giáo giữa Đông-Tây từ thế kỷ 4.

[16] **Đường Vũ Tông** (841–846) là hoàng đế nhà Đường, nổi tiếng với chính sách bài Phật mạnh mẽ trong sự kiện **Hội Xương diệt Phật** (845), dẫn đến việc phá hủy chùa chiền, tịch thu tài sản Phật giáo. Chính sách này gây tổn hại nghiêm trọng nhưng chỉ kéo dài trong thời gian ngắn.

bị đẩy lùi, như ngọn lửa đang cháy rực bỗng bị một trận bão quật tắt.

Trong bối cảnh ấy, nhiều bản kinh quý giá được cất giấu trong những nơi hẻo lánh. Một câu chuyện đáng kinh ngạc liên quan đến kho tàng kinh điển tại hang động Đôn Hoàng, nơi các nhà sư đã giấu hàng ngàn cuộn kinh trong suốt giai đoạn đàn áp. Hang động này, nằm giữa sa mạc khô cằn, đã trở thành một ngôi đền bí mật bảo vệ tinh thần của Phật pháp. Mãi đến đầu thế kỷ 20, khi các cuộn kinh này được phát hiện, nhân loại mới biết rằng di sản Phật giáo đã vượt qua bóng tối của thời đại nhờ vào sự quả cảm và sáng suốt của những con người vô danh.

Những giai đoạn bài Phật không đơn thuần là thử thách đối với các nhà sư, mà còn đối với chính những người dân thường. Trong nhiều thế kỷ, Phật giáo không chỉ là một tôn giáo, mà còn là nơi nương tựa tinh thần của hàng triệu người Trung Quốc. Việc bảo vệ các bản kinh và giáo lý trở thành một trách nhiệm chung. Nhiều người, từ nông dân đến thương nhân, đã liều mình cất giấu kinh điển trong nhà, chuyền tay nhau những bản chép tay để giáo lý không bị mai một.

Nhưng sau những thời kỳ tối tăm, ánh sáng của Phật pháp luôn tìm được đường để trở lại. Dưới triều đại Tống (960–1279)[17], Phật giáo một lần nữa phục hưng mạnh mẽ, và công trình biên soạn, dịch thuật Đại Tạng Kinh được tiếp tục với quy mô lớn. *Tống Tạng*, bộ Đại Tạng Kinh đầu tiên được in bằng bản khắc gỗ, đánh dấu một bước tiến vượt bậc trong việc bảo tồn và phổ biến kinh điển Phật giáo. Đây vốn là một thành

---

[17] **Nhà Tống** (960–1279) gồm Bắc Tống và Nam Tống, là thời kỳ thịnh vượng về kinh tế, văn hóa và khoa học ở Trung Quốc. Đây là giai đoạn phát minh quan trọng như in ấn, la bàn và thuốc súng, cùng sự phát triển của tư tưởng Tống Nho. Tuy nhiên, nhà Tống suy yếu quân sự, kết thúc bởi sự xâm lược của người Mông Cổ.

tựu tôn giáo, và là một kỳ công về mặt kỹ thuật và nghệ thuật. Hàng ngàn tấm ván gỗ được khắc thủ công bởi các nghệ nhân tài hoa, mỗi nét khắc đều được thực hiện với sự thành kính tuyệt đối.

Những hy sinh thầm lặng và sự phụng sự vì đạo

Lịch sử phiên dịch Đại Tạng Kinh tại Trung Quốc cũng là câu chuyện về những con người sẵn sàng hy sinh tất cả vì đạo. Một trong những câu chuyện đầy cảm động là về một nhóm tăng sĩ tại chùa Pháp Tạng[18] vào cuối thời Tống[19], khi ngôi chùa này bị thiêu rụi trong một trận chiến. Các nhà sư, thay vì cứu lấy chính mình, đã quyết tâm cứu lấy những bản kinh đang được lưu giữ tại đây. Họ truyền tay nhau từng cuộn kinh, chạy qua những ngọn lửa dữ dội, bất chấp nguy cơ mất mạng. Cuối cùng, hầu hết các cuộn kinh đã được cứu, nhưng nhiều nhà sư đã ngã xuống trong ngọn lửa. Họ ra đi trong sự tĩnh lặng, nhưng tinh thần phụng sự ấy đã để lại dấu ấn không phai trong lịch sử Phật giáo Trung Quốc.

Một câu chuyện khác đầy bi tráng là hành trình bảo vệ Tượng Bồ-tát Văn Thù trong thời kỳ quân Mông Cổ xâm lược. Khi quân đội của Thành Cát Tư Hãn tiến vào Trung Quốc, nhiều ngôi chùa lớn bị cướp phá, và các tượng Phật bị nung chảy để lấy kim loại. Tại một ngôi chùa ở Sơn Tây, các nhà sư đã hợp lực để giấu bức tượng Văn Thù bằng đồng cao hơn ba mét vào

---

[18] **Chùa Pháp Tạng** là một ngôi chùa Phật giáo nổi tiếng, gắn liền với việc lưu giữ và truyền bá kinh điển Phật giáo. Chùa thường được xem như trung tâm nghiên cứu và thực hành giáo lý, góp phần phát triển Phật giáo trong khu vực.

[19] **Thời Tống** (960–1279) là giai đoạn phát triển rực rỡ về kinh tế, văn hóa, khoa học và nghệ thuật ở Trung Quốc. Đây là thời kỳ nổi bật với cải tiến công nghệ, phát triển đô thị, cùng sự hưng thịnh của Tống Nho. Nhà Tống suy yếu quân sự, kết thúc khi bị người Mông Cổ lật đổ.

một hang động bí mật. Họ thề rằng sẽ không để bức tượng này rơi vào tay quân xâm lược, ngay cả khi điều đó đồng nghĩa với cái chết. Quả thật, tất cả các nhà sư đều bị giết sau khi từ chối tiết lộ nơi giấu bức tượng. Nhưng nhờ sự quả cảm của họ, bức tượng đã được bảo toàn và trở thành biểu tượng cho lòng trung kiên với đạo.

Những nỗ lực phi thường của triều đại Minh và Thanh

Khi nhà Minh lên ngôi, Phật giáo một lần nữa nhận được sự bảo trợ mạnh mẽ từ triều đình. Dưới thời Minh Thái Tổ (1368–1398)[20], công cuộc tái biên soạn Đại Tạng Kinh được tiến hành với sự tham gia của hàng ngàn học giả và nghệ nhân. *Minh Tạng* ra đời như một công trình đồ sộ, không những chứa đựng các bản kinh mà còn bao gồm các chú giải và luận giải do chính các học giả thời Minh thực hiện. Đây không đơn thuần là một bộ kinh, mà còn là một kho báu của trí tuệ và nghệ thuật.

Tuy nhiên, việc biên soạn Đại Tạng Kinh không hề đơn giản. Có những lúc các học giả phải tranh luận hàng tháng trời chỉ để tìm ra cách diễn đạt chính xác nhất cho một thuật ngữ. Các dịch giả thời Minh thường nhắc đến câu chuyện của Huyền Trang như một nguồn cảm hứng, bởi họ hiểu rằng, mỗi từ ngữ đều mang trong nó cả một thế giới tư tưởng. Có những bản kinh mất đến hàng chục năm mới được hoàn thành, bởi các học giả không chỉ tìm kiếm sự chính xác mà còn phải truyền tải được tinh thần sâu xa của Phật giáo.

Dưới triều Thanh, Đại Tạng Kinh tiếp tục được hoàn thiện với sự ra đời của *Càn Long Đại Tạng Kinh*, một kiệt tác cả về nội

---

[20] **Minh Thái Tổ** (Chu Nguyên Chương, trị vì 1368–1398) là vị vua sáng lập nhà Minh, xuất thân nông dân và lãnh đạo khởi nghĩa lật đổ nhà Nguyên. Ông thiết lập chế độ tập quyền, cải cách kinh tế, luật pháp và khôi phục văn hóa Trung Hoa, đặt nền móng vững chắc cho triều đại Minh.

dung lẫn hình thức. Được khắc trên những tấm ván gỗ tốt nhất và được bảo quản trong các tủ kính tinh xảo, bộ kinh này không những là một tác phẩm tôn giáo, mà còn là một biểu tượng cho sự giao thoa giữa nghệ thuật và tín ngưỡng. Hoàng đế Càn Long[21], một người sùng kính Phật pháp, đã đích thân giám sát công trình này, cho thấy tầm quan trọng mà triều đình nhà Thanh dành cho Phật giáo.

Di sản vượt thời gian

Hành trình phiên dịch Đại Tạng Kinh tại Trung Quốc là một câu chuyện không có hồi kết. Những trang sử đầy gian truân và huy hoàng ấy vừa là tài sản của Phật giáo, vừa là một phần di sản văn hóa của toàn nhân loại. Từ những cuộn kinh viết trên lá bối của An Thế Cao, đến những bản in khắc gỗ tinh xảo của *Tống Tạng* và *Càn Long Đại Tạng Kinh*, mỗi giai đoạn đều ghi dấu một bước tiến mới trong hành trình bảo vệ và truyền bá chân lý.

Ngày nay, khi các công nghệ hiện đại giúp số hóa Đại Tạng Kinh và đưa giáo lý đến với hàng triệu người trên khắp thế giới, chúng ta vẫn không thể quên những hy sinh thầm lặng của những người đi trước. Họ đã dâng hiến cả cuộc đời, vượt qua mọi hiểm nguy, để giữ cho ánh sáng của Phật pháp không bao giờ tắt. Những câu chuyện ấy không đơn giản là bài học về lòng trung kiên và sự phụng sự, mà còn là lời nhắc nhở rằng, trong mỗi chúng ta, ngọn lửa từ bi và trí tuệ luôn có thể bừng sáng nếu chúng ta biết nuôi dưỡng và bảo vệ nó.

---

[21] **Càn Long Đế** (1711–1799, trị vì 1735–1796) là vị hoàng đế nổi tiếng của nhà Thanh. Ông mở rộng lãnh thổ, thúc đẩy văn hóa, nghệ thuật và biên soạn **Tứ Khố Toàn Thư**. Dù thời kỳ đầu thịnh trị, cuối triều ông bị chỉ trích vì tham nhũng và suy thoái.

Ngọn Lửa Từ Bi Bất Diệt: Một Lời Hồi Hướng

Khi nhìn lại hành trình dài đằng đẵng của lịch sử phiên dịch Đại Tạng Kinh tại Trung Quốc, lòng ta như được chạm vào một bản hòa ca của những hi sinh thầm lặng, của lòng trung kiên và tình yêu thương vô hạn đối với nhân loại. Đó không đơn thuần là câu chuyện về những dịch giả lỗi lạc, những nhà sư quả cảm, mà còn là câu chuyện của hàng ngàn con người vô danh – những người đã âm thầm gìn giữ ngọn lửa trí tuệ và từ bi để nó mãi mãi không bị dập tắt bởi thời gian và biến cố.

Trong từng trang kinh được dịch, ta không chỉ thấy chữ nghĩa mà còn thấy cả cuộc đời của những con người đã sống và chết vì lý tưởng cao cả. Những khó khăn mà họ đã vượt qua – những sa mạc khô cằn, những ngọn núi hiểm trở, những cơn bão đàn áp và cả những xung đột nội tâm – giờ đây không những là một phần của lịch sử, mà còn là những biểu tượng bất diệt của tinh thần dấn thân vì Đạo. Họ là những người đã đứng lên, không phải để khẳng định bản thân, mà để mang ánh sáng đến cho những ai đang lạc lối trong bóng tối vô minh.

Lịch sử phiên dịch Đại Tạng Kinh, qua bao nhiêu thăng trầm, vẫn luôn vang vọng một thông điệp lớn lao: chân lý không phải chỉ thuộc về bất kỳ ai, nhưng lại dành cho tất cả. Đó là lý do tại sao những con người như An Thế Cao, Cưu Ma La Thập, Huyền Trang, và hàng ngàn dịch giả khác đã không ngại hy sinh mọi thứ – từ an toàn cá nhân đến chính mạng sống – để làm cầu nối giữa chân lý và con người. Họ đã hiểu rằng, chỉ khi trí tuệ được lan tỏa và lòng từ bi được thắp sáng, con người mới có thể thoát khỏi những khổ đau trói buộc mình.

Hôm nay, khi đứng giữa một thế giới đầy biến động, chúng ta có thể nhìn vào di sản ấy như một lời nhắc nhở đầy tha thiết. Trong mỗi bản kinh được dịch, mỗi câu chữ được khắc sâu, là sự hiện diện của những giá trị bất biến: lòng yêu thương, sự kiên định, và niềm tin mãnh liệt vào khả năng vượt qua mọi trở ngại của con người. Những giá trị ấy không dừng lại ở Phật giáo, mà còn là di sản chung của nhân loại, là ánh sáng có thể soi đường cho bất kỳ ai, ở bất kỳ thời đại nào.

Và như thế, ngọn lửa từ bi và trí tuệ được thắp lên từ hơn hai ngàn năm trước vẫn cháy mãi đến ngày nay, truyền từ thế hệ này sang thế hệ khác, từ vùng đất này sang vùng đất khác. Những bản kinh không đơn thuần là những cuộn giấy, những chữ khắc trên gỗ, mà đã trở thành nhịp cầu nối giữa tâm hồn con người với ánh sáng vĩnh hằng. Chúng ta, những người đang sống trong hiện tại, là những kẻ thừa kế ngọn lửa ấy. Chính chúng ta, bằng tình yêu thương và lòng chân thành, sẽ là những người giữ lửa, để ánh sáng ấy tiếp tục lan tỏa đến mai sau.

Khi khép lại câu chuyện này, lòng ta dâng lên một niềm xúc động không nói thành lời. Ta biết rằng, dù thế giới có đổi thay, dù cuộc đời còn lắm những thách thức, ngọn lửa ấy – ngọn lửa của trí tuệ và lòng từ bi – sẽ không bao giờ tắt. Nó sẽ mãi cháy sáng, dẫn lối cho con người vượt qua những mê mờ, và đưa họ đến bến bờ của bình yên và hạnh phúc. Và trong ánh sáng dịu dàng ấy, ta nhận ra rằng, chân lý chưa bao giờ xa cách, vì nó luôn hiện hữu trong lòng mỗi chúng ta, chỉ chờ một ngọn lửa để bừng cháy.

Thiện Giả

TỪ TRO TÀN CHIẾN TRANH ĐẾN KỲ QUAN VĂN HÓA: CÂU CHUYỆN ĐẠI TẠNG KINH CAO LY

HẠNH NHẪN

Trên dòng sử lịch thăng trầm, chiến tranh, thiên tai và biến động chính trị tưởng chẳng là những cơn bão dữ, cuốn trôi đi biết bao thành tựu văn minh của con người. Tuy nhiên, chính trong những khoảnh khắc đen tối nhất ấy, sự kiên định và sáng tạo của nhân loại lại tỏa sáng rực rỡ, tạo nên những kỳ tích vượt qua mọi giới hạn của không gian và thời gian. Đại Tạng Kinh Cao Ly[1], thường được gọi là Bát Vạn Đại Tạng Kinh, mang giá trị tri thức và chứa đựng ý nghĩa sâu sắc trong tư tưởng Phật giáo. Con số '81.258' là tổng số tấm gỗ được khắc trong Đại Tạng Kinh Cao Ly, phản ánh sự đồ sộ của công trình và tầm vóc trí tuệ Phật giáo được lưu giữ qua bộ kinh điển này. Bấy giờ, không riêng là một kho báu kinh điển Phật Giáo, bộ Đại Tạng Kinh Cao Ly còn là biểu tượng của tấm lòng tận tụy, sức sáng tạo phi thường cùng những ý chí không lay chuyển trước thử thách.

---

[1] **Đại Tạng Kinh Cao Ly** (高麗大藏經), còn gọi là Đại Tạng Kinh Triều Tiên, là bộ kinh điển Phật giáo khắc gỗ lớn nhất còn tồn tại, hoàn thành vào thế kỷ 13 dưới triều đại Cao Ly. Bộ kinh này gồm hơn 81.000 bản khắc gỗ, được biên soạn nhằm bảo tồn kinh điển Phật giáo và cầu nguyện quốc thái dân an trước nạn xâm lược. Với độ chính xác vượt trội, đây là nguồn tư liệu quý giá cho nghiên cứu Phật học, đồng thời được UNESCO công nhận là Di sản Tư liệu Thế giới.

Khác xa với những kỳ quan vật chất mang nặng dấu ấn phô trương quyền lực hay giàu có, Đại Tạng Kinh là một kỳ quan của tri thức và niềm tin, khắc tạc từ từng tấm gỗ với đôi tay của những con người bình dị, nhưng gói gọn khát vọng sâu xa về sự bảo tồn văn hóa, bảo vệ bản sắc và tri thức trước mọi biến cố. Sự ra đời và tái sinh của Đại Tạng Kinh trải qua hai thời kỳ đầy khốc liệt trong lịch sử triều đại Cao Ly[2], vừa khẳng định vai trò trung tâm của Phật giáo như một tôn giáo, đồng thời tôn vinh Phật giáo như một nền tảng văn hóa và tinh thần gắn kết sức mạnh của cả dân tộc.

Đại Tạng Kinh Cao Ly đã trở thành một di sản, và là một câu chuyện về lòng kiên trì của con người biến đau thương thành sức mạnh và khả năng vượt lên trên mọi thử thách để tạo dựng những giá trị trường cửu – nhưng những giá trị đó không còn thuộc về một dân tộc, mà là món quà dành cho cả nhân loại.

Cao Ly, được thành lập bởi Vương Kiến[3] vào năm 918, mang theo giấc mơ thống nhất một bán đảo Triều Tiên từng chìm đắm trong chia cắt và hỗn loạn suốt thời kỳ Tam Quốc[4]

---

[2] **Cao Ly** (Goryeo, 918–1392), vương triều nối tiếp Tân La ở bán đảo Triều Tiên, nổi bật với sự phát triển văn hóa, Phật giáo, và nghệ thuật chế tác. Tên gọi "Korea" hiện nay bắt nguồn từ triều đại này. Cao Ly được biết đến với bộ kinh Phật "Đại Tạng Kinh Cao Ly" khắc trên gỗ và nghệ thuật gốm sứ ngọc bích (celadon). Triều đại kết thúc khi bị nhà Lý Triều lập nhà Triều Tiên thay thế.

[3] **Vương Kiến** (847–918) là vua sáng lập nhà Tiền Thục ở Trung Quốc thời Ngũ Đại Thập Quốc. Ông nổi tiếng với tài quân sự, khả năng cai trị và việc xây dựng một vương triều ổn định tại vùng đất Tứ Xuyên, đưa khu vực này trở thành trung tâm kinh tế - văn hóa quan trọng trong giai đoạn đầy biến động lịch sử.

[4] **Tam Quốc** (Goguryeo, Baekje, Silla): Ba vương quốc cổ đại hình thành trên bán đảo Triều Tiên và vùng Mãn Châu từ thế kỷ 1 TCN đến thế kỷ 7 CN. Goguryeo mạnh về quân sự, trải dài đến Mãn Châu; Baekje phát triển

(Goguryeo, Baekje, Silla). Sự thống nhất này đánh dấu sự chấm dứt một thời kỳ tranh giành quyền lực đẫm máu và mở ra một chương mới với kỳ vọng về hòa bình và phát triển lâu dài. Tuy nhiên, thực tế không dễ dàng như kỳ vọng ấy. Bán đảo Triều Tiên trong thế kỷ X–XIII vừa là một giao điểm địa lý chiến lược mà vừa là một chiến trường giằng co giữa những thế lực hùng mạnh nhất Đông Á.

Phía bắc, nhà Liêu[5] (Khiết Đan) và sau này là nhà Kim[6] (Nữ Chân), với sức mạnh quân sự vượt trội, không ngừng đe dọa sự toàn vẹn lãnh thổ Cao Ly. Phía nam, nhà Tống[7] nổi lên như một trung tâm văn hóa và thương mại, tạo nên sức ép cạnh tranh về ảnh hưởng chính trị và kinh tế. Phía đông, Nhật Bản, với tham vọng mở rộng ảnh hưởng ra khu vực, cũng từng bước

---

văn hóa và giao thương, ảnh hưởng lớn đến Nhật Bản; Silla nổi bật nhờ thống nhất bán đảo Triều Tiên năm 676, tạo nền tảng cho văn hóa Hàn Quốc hiện đại.

[5] **Nhà Liêu (Khiết Đan) (907–1125)**: Một triều đại do người Khiết Đan thành lập, cai trị vùng Đông Bắc Trung Quốc và Mông Cổ. Nổi bật với sự kết hợp giữa văn hóa du mục và định cư, Liêu đóng vai trò trung gian thương mại và văn hóa giữa Trung Nguyên và các vùng thảo nguyên. Sụp đổ do sức ép từ nhà Kim (Người Nữ Chân).

[6] **Nhà Kim (1115–1234)**, một triều đại do người Nữ Chân sáng lập, nổi lên tại vùng Đông Bắc Á. Thoát khỏi quyền lực nhà Liêu, Kim nhanh chóng mở rộng lãnh thổ, lật đổ nhà Bắc Tống và kiểm soát miền bắc Trung Hoa. Triều đại này nổi bật với cải cách hành chính, quân sự và hệ thống phong kiến tập trung. Suy yếu bởi chiến tranh với Mông Cổ, Kim sụp đổ hoàn toàn vào năm 1234.

[7] **Nhà Tống (960–1279)** là triều đại phong kiến Trung Quốc, chia thành hai giai đoạn: Bắc Tống (960–1127) và Nam Tống (1127–1279). Được thành lập bởi Tống Thái Tổ (Triệu Khuông Dận), nhà Tống nổi bật với sự phát triển kinh tế, văn hóa, và khoa học, nhưng chịu nhiều áp lực từ các thế lực ngoại bang như Liêu, Kim, và Mông Cổ. Cuối cùng, triều đại sụp đổ trước sự xâm lược của quân Nguyên.

gia tăng sự hiện diện trên các vùng biển. Và đỉnh điểm của những áp lực bên ngoài chính là sự xuất hiện của đế chế Mông Cổ[8] vào thế kỷ XIII – một thế lực quân sự khổng lồ từng làm rung chuyển cả thế giới, trong đó có Cao Ly.

Nhưng chỉ những mối đe dọa từ bên ngoài thì chưa đủ, để vẽ nên toàn cảnh về thách thức mà Cao Ly phải đối mặt, thì ngay trong lòng đất nước, triều đình cũng đứng trước những vấn đề nội bộ phức tạp. Các dòng họ quý tộc tranh giành quyền lực, làm suy yếu khả năng lãnh đạo trung ương. Các phong trào nông dân nổi dậy, do bất mãn trước thuế má nặng nề và sự bất công xã hội, làm gia tăng bất ổn. Xã hội Cao Ly bị phân hóa sâu sắc, với những xung đột tầng lớp làm mờ nhạt tinh thần đoàn kết quốc gia.

Trong cơn bão xoáy của những áp lực từ trong và ngoài, Phật giáo đã hiện diện như một cứu cánh quan trọng, đóng vai trò là chất keo gắn kết xã hội. Không những là một tôn giáo, Phật giáo trở thành một định hướng chính trị hiệu quả dưới sự bảo trợ của hoàng gia. Triều đình Cao Ly nhận ra rằng việc thúc đẩy Phật giáo giúp ổn định tinh thần dân chúng và xây dựng một bản sắc văn hóa riêng biệt giữa những sức ép đồng hóa từ các cường quốc láng giềng.

Dưới sự bảo trợ của các vị vua như Hiển Tông[9], Văn Tông[10]

---

[8] **Đế chế Mông Cổ (1206–1368)** là đế chế liên tục trên lục địa lớn nhất trong lịch sử, được Thành Cát Tư Hãn sáng lập năm 1206. Với sức mạnh quân sự vượt trội, chiến thuật linh hoạt, và khả năng tổ chức chính trị xuất sắc, đế chế nhanh chóng mở rộng từ châu Á sang châu Âu. Đây không chỉ là một đế chế chinh phục mà còn thúc đẩy giao lưu văn hóa, thương mại dọc theo Con đường Tơ lụa, tạo nền tảng cho sự hội nhập Á-Âu thời trung đại.

[9] **Hiển Tông (顯宗)** là một tông phái Phật giáo nhấn mạnh vào việc nghiên cứu và thực hành giáo pháp rõ ràng, minh bạch, thường gắn liền với Kinh Tạng và các giáo lý bày tỏ trực tiếp ý nghĩa của chân lý. Đây là hướng tiếp

và Cao Tông[11], Phật giáo vừa phát triển về mặt tư tưởng vừa được hiện thực hóa qua các công trình văn hóa và tôn giáo lớn lao. Đại Tạng Kinh Cao Ly, với vai trò như một biểu tượng của sự độc lập tinh thần và trí tuệ, chính là đỉnh cao trong nỗ lực đoàn kết dân tộc và khẳng định bản sắc này. Việc biên soạn Đại Tạng Kinh là một hành động tôn giáo, đồng thời là một chính sách văn hóa đầy khôn ngoan để bảo tồn tinh thần và trí tuệ trước những biến cố dồn dập của lịch sử.

Cao Ly, trong suốt thời kỳ đầy sóng gió ấy, là một quốc gia phải chống chọi với những mối đe dọa liên tục, nhưng cũng là một biểu tượng của ý chí kiên cường, biết cách biến những thách thức thành động lực để sáng tạo và bền bỉ. Phật giáo đã trở thành ngọn đèn soi sáng trong những thời điểm đen tối nhất, dẫn dắt Cao Ly vượt qua khủng hoảng và để lại một di sản văn hóa, tinh thần bất diệt cho hậu thế.

Quay lại năm 1011, là mốc điểm đầy biến động của triều đại Cao Ly, đất nước đứng trước nguy cơ sụp đổ khi quân đội nhà Liêu (Khiết Đan) tiến sâu vào lãnh thổ, gây nên những tổn thất nặng nề. Trong bối cảnh đó, vua Hiển Tông đã ra lệnh khởi động việc biên soạn Đại Tạng Kinh để cầu nguyện cho hòa bình và khẳng định ý chí dân tộc. Dự án kéo dài hơn 70 năm,

---

cận lấy lý trí làm nền tảng, tập trung vào việc lý giải, phân tích các kinh điển để đạt đến sự giác ngộ thông qua trí tuệ.

[10] **Văn Tông (文宗, 809–840)** là Hoàng đế nhà Đường, trị vì từ năm 826 đến 840. Ông nổi tiếng là vị vua yêu thích văn học, nghệ thuật và Phật giáo, nhưng triều đại của ông bị ảnh hưởng bởi các cuộc tranh giành quyền lực trong triều đình, đặc biệt là sự thao túng của các hoạn quan. Văn Tông cố gắng khôi phục uy quyền hoàng đế nhưng không thành công, đánh dấu sự suy yếu tiếp diễn của nhà Đường.

[11] **Cao Tông (1107–1187)**, hoàng đế nhà Lý, trị vì từ năm 1175 đến 1210, nổi tiếng vì chính sách trọng văn học, nghệ thuật nhưng lại không đủ quyết đoán trong quản lý quốc gia, dẫn đến sự suy yếu của triều đại.

với sự đóng góp của nhiều thế hệ học giả cũng như nghệ nhân, và hoàn thành phiên bản đầu tiên vào năm 1087. Bấy giờ triều đình buộc phải dời đô từ kinh thành Kaesong[12] về phía nam, để lại sau lưng cảnh hoang tàn và nỗi hoảng loạn của người dân. Trong thời khắc đen tối ấy, vua Hiển Tông (trị vì 1009–1031) đã đưa ra một quyết định mang tính bước ngoặt: khởi xướng việc biên soạn Đại Tạng Kinh. Đây là một hành động tôn giáo nhằm cầu nguyện cho hòa bình mà còn là tuyên bố mạnh mẽ về ý chí không khuất phục của cả dân tộc, một biểu tượng cho tinh thần vươn lên vượt qua nghịch cảnh.

Như đã trình bày, quyết định của vua Hiển Tông không đơn thuần là một hành động tín ngưỡng. Trong bối cảnh quốc gia bị xâm lược và lòng dân dao động, ông hiểu rằng Phật giáo – với vai trò là trụ cột tinh thần và văn hóa – có thể trở thành nguồn sức mạnh giúp ổn định lòng dân và khơi dậy tinh thần đoàn kết. Đại Tạng Kinh được ông hình dung là một bộ kinh điển để lưu giữ tri thức Phật giáo, nhưng đồng thời là một biểu tượng của sự trường tồn văn hóa trước mọi thử thách từ ngoại bang.

Việc khởi động dự án trong thời điểm quốc gia vừa chịu thiệt hại nặng nề từ chiến tranh là một quyết định táo bạo. Nó đòi hỏi nguồn lực to lớn và còn yêu cầu một sự kiên nhẫn phi thường từ triều đình, học giả và nhân dân.

Trong bối cảnh đất nước đối mặt với chiến tranh, vua Hiển Tông (trị vì 1009–1031) đã thể hiện tầm nhìn chiến lược khi khởi xướng việc biên soạn Đại Tạng Kinh. Ông không chỉ coi đây là một hành động tôn giáo để cầu nguyện cho hòa bình mà còn là một sách lược chính trị để củng cố lòng tin và ý chí dân

---

[12] **Kaesong**, nơi giao thoa giữa lịch sử và hiện tại, là minh chứng sống động cho sức mạnh kết nối của thời gian và văn hóa.

tộc. Quyết định của vua Hiến Tông được đưa ra vào thời điểm Cao Ly phải dời đô vì sức ép từ nhà Liêu thể hiện sự nhạy bén trong việc dùng văn hóa và tôn giáo như một nguồn sức mạnh tinh thần để vượt qua nghịch cảnh.

Dưới sự lãnh đạo của vua Hiến Tông, triều đình đã huy động nhiều nguồn lực để thu thập kinh điển từ các nước láng giềng. Đây là một nỗ lực khổng lồ về mặt tổ chức và là một thách thức về kinh tế trong thời kỳ đất nước còn nhiều khó khăn. Chính nhờ sự kiên định và lòng tin sâu sắc của nhà vua, dự án đã được khởi đầu và đặt nền móng cho sự ra đời của phiên bản Đại Tạng Kinh đầu tiên vào năm 1087.

Gần hai thế kỷ sau khi phiên bản đầu tiên hoàn thành, vua Cao Tông (trị vì 1213–1259) đã phải đối mặt với một thách thức lớn khác: năm 1232, quân Mông Cổ đã thiêu rụi kho kinh đầu tiên trong cuộc xâm lược bán đảo Triều Tiên. Ở thời khắc đen tối này, vua Cao Tông thể hiện tinh thần lãnh đạo kiên cường khi ra lệnh tái biên soạn Đại Tạng Kinh. Phiên bản mới – Tân điêu Đại Tạng Kinh[13] – không những khôi phục nội dung mà còn cải tiến vượt bậc về độ chính xác và tổ chức nhờ tham khảo thêm các nguồn kinh điển từ Trung Quốc, Nhật Bản và Ấn Độ. Bộ kinh hoàn thành năm 1251 với chất lượng và độ chính xác cao hơn phiên bản trước.

Vua Cao Tông vừa là người đưa ra mệnh lệnh, vừa trực tiếp tham gia giám sát quá trình thực hiện. Ông đã huy động một lực lượng lớn gồm học giả, tăng sĩ và nghệ nhân khắp nơi trên

---

[13] **Tân Diêu Đại Tạng Kinh** là bộ kinh điển Phật giáo đồ sộ, được biên soạn và khắc in tại Trung Quốc thời nhà Tống (960–1279). Đây là phiên bản kinh điển khắc trên gỗ, tập hợp các bản kinh, luật và luận chính thống của Phật giáo Đại Thừa và Tiểu Thừa. Bộ kinh nổi bật bởi kỹ thuật khắc in tinh xảo, hệ thống phân loại khoa học, và vai trò quan trọng trong việc truyền bá tư tưởng Phật giáo qua nhiều thế kỷ.

đất nước, bất chấp những khó khăn về kinh tế và áp lực chiến tranh. Dưới sự lãnh đạo của mình, Tân điêu Đại Tạng Kinh đã hoàn thành vào năm 1251, vượt xa phiên bản trước đó cả về quy mô lẫn độ chính xác.

Nhìn chung, quá trình biên soạn Đại Tạng Kinh được xây dựng trên nền tảng tư tưởng và học thuật của nhiều học giả lỗi lạc. Một trong những nhân vật quan trọng là Đại sư Uicheon[14] (1055–1101), hoàng tử thuộc hoàng tộc Cao Ly, người đã không trực tiếp tham gia dự án nhưng góp phần quan trọng trong việc hệ thống hóa tư tưởng Phật giáo Thiên Thai[15] và phổ biến hàng nghìn bản kinh quý giá từ Trung Quốc, Nhật Bản cũng như Ấn Độ. Những đóng góp của ông đặt nền móng học thuật vững chắc cho các thế hệ học giả kế thừa khi đóng vai trò trung tâm trong việc đảm bảo tính chính xác và chất lượng của Đại Tạng Kinh.

Bên cạnh các nhà lãnh đạo và học giả, không thể không nhắc đến những nghệ nhân vô danh, những người đã trực tiếp khắc từng chữ lên hàng chục nghìn tấm gỗ. Công việc này đòi hỏi kỹ

---

[14] **Đại sư Uicheon (1055–1101)** là một cao tăng Triều Tiên thời Goryeo, nổi tiếng với vai trò kết hợp các giáo lý Thiền và Giáo trong Phật giáo. Ông sáng lập phái Cheontae (Thiên Thai) tại Triều Tiên, nhấn mạnh sự dung hòa giữa lý thuyết và thực hành. Với học vấn uyên thâm, ông biên soạn "**Gyojang chongnok**" (Giáo Tạng Tổng Lục), một tập hợp kinh văn lớn, góp phần quan trọng vào việc hệ thống hóa kinh điển Phật giáo trong khu vực Đông Á.

[15] **Phật giáo Thiên Thai** (Thiên Thai tông) là một tông phái Phật giáo Đại thừa do Trí Giả Đại Sư sáng lập vào thế kỷ VI tại Trung Quốc. Tông phái này nổi bật với hệ thống giáo lý phân loại kinh điển và tư tưởng "Nhất tâm tam quán," nhấn mạnh sự hài hòa giữa thiền định, trí tuệ và từ bi. Điểm đặc trưng là lý thuyết "Ngũ thời bát giáo," phân tích sự phát triển của giáo pháp Đức Phật nhằm thích nghi với căn cơ chúng sinh. Thiên Thai tông cũng chú trọng thực hành Pháp Hoa Tam Muội, lấy kinh Pháp Hoa làm cốt lõi tu tập.

năng thủ công tinh xảo, sự kiên nhẫn và trí tưởng tượng không gian vượt trội. Các nghệ nhân phải khắc chữ ngược trên gỗ với độ chính xác tuyệt đối, chỉ cần một lỗi nhỏ cũng có thể làm hỏng toàn bộ tấm gỗ.

Quá trình sản xuất mỗi tấm gỗ là một kỳ công. Loại gỗ bạch dương được chọn lọc cẩn thận, sau đó ngâm trong nước biển để chống mục nát, rồi phơi khô tự nhiên trong ba năm để đạt độ ổn định. Sau khi gỗ được chuẩn bị, các nghệ nhân phải khắc từng nét chữ với sự tỉ mỉ, biến mỗi tấm gỗ thành một tác phẩm nghệ thuật. Ngày nay, khi chiêm ngưỡng những hoa văn trang trí tinh tế trên các tấm gỗ, đủ để chúng ta thấy sự thể hiện kỹ năng vượt trội và phản ánh tinh thần sáng tạo của người Cao Ly buổi ấy.

Những nghệ nhân, học giả và nhà lãnh đạo, người dân Cao Ly quả thực đã đóng vai trò quan trọng trong việc biến Đại Tạng Kinh thành hiện thực. Từ việc cung cấp nguồn lực kinh tế đến hỗ trợ nhân lực, sự đóng góp của những người dân thường đã làm nên sức mạnh đoàn kết của cả dân tộc. Trong bối cảnh chiến tranh và nghèo đói, họ vẫn sẵn lòng hy sinh để bảo vệ và tái sinh một di sản văn hóa vô giá.

Theo các ghi chép lịch sử, nhiều ngôi làng và cộng đồng đã tình nguyện cung cấp gỗ, lương thực và lao động cho dự án. Những đóng góp thầm lặng này đã tạo nên một nền tảng vững chắc để triều đình có thể hoàn thành dự án trong thời gian ngắn.

Như vậy, sự thành công của Đại Tạng Kinh Cao Ly không phải là kết quả của nỗ lực cá nhân mà là minh chứng cho sức mạnh tập thể. Từ những nhà lãnh đạo sáng suốt như vua Hiển Tông và vua Cao Tông, các học giả lỗi lạc như Uicheon, đến hàng nghìn nghệ nhân và người dân, tất cả đã cùng chung tay để tạo ra một kiệt tác vượt thời gian. Mỗi nhân tố, dù lớn hay nhỏ, đều góp phần tạo nên một biểu tượng trường cửu của lòng kiên định, trí tuệ và tình yêu văn hóa.

Sự hợp lực này khẳng định tinh thần dân tộc của Cao Ly mà còn để lại bài học quý giá cho nhân loại: khi một cộng đồng cùng chung tay hướng về một mục tiêu cao cả, không có thử thách nào là không thể vượt qua.

Tóm lại, nhìn từ cột mốc 1232, khi quân Mông Cổ xâm lược bán đảo Triều Tiên, cuộc chiến không chỉ tàn phá các thành phố và làng mạc, mà còn xóa sổ một trong những biểu tượng tinh thần quan trọng nhất của người Cao Ly: phiên bản đầu tiên của Đại Tạng Kinh. Kho kinh bị thiêu rụi hoàn toàn trong ngọn lửa chiến tranh, vốn là một mất mát vật chất khổng lồ và là cú sốc tinh thần sâu sắc đối với cả dân tộc.

Trong thời khắc tăm tối nhất, thay vì để nỗi đau làm lu mờ tinh thần, triều đình và nhân dân Cao Ly đã biến bi kịch này thành động lực để tái tạo một kỳ tích. Sự hủy diệt không làm người Cao Ly gục ngã; ngược lại, nó thắp lên khát vọng phục sinh mạnh mẽ hơn bao giờ hết. Bất chấp chiến tranh và nghèo đói, người dân thường đã đóng góp nguồn lực vật chất như gỗ và lương thực, còn cả sức lao động và niềm tin mãnh liệt để hoàn thành Tân điêu Đại Tạng Kinh. Từ đống tro tàn của chiến tranh, một kế hoạch tái biên soạn Đại Tạng Kinh được đề ra với quy mô lớn hơn và tiêu chuẩn cao hơn. Vua Cao Tông (1213–1259) đứng lên lãnh đạo dự án, thể hiện ý chí mạnh mẽ của triều đình trong việc bảo vệ và phát huy giá trị văn hóa, bất chấp những khó khăn chồng chất.

Về sau, ngôi đại tự Haeinsa[16], được xây dựng lần đầu vào năm

---

[16] **Haeinsa** là một trong những đại tự nổi tiếng nhất Hàn Quốc, tọa lạc tại núi Gaya, được xây dựng vào năm 802. Ngôi chùa nổi bật với kho lưu trữ Tripitaka Koreana, bộ kinh khắc gỗ hoàn chỉnh nhất của Phật giáo, được

802 dưới triều đại Silla[17], là một trong ba ngôi chùa linh thiêng nhất của Hàn Quốc, đại diện cho "Tam Bảo" của Phật giáo: Pháp Bảo. Nơi vừa là một không gian thờ phụng vừa là một trung tâm học thuật, nơi các tu sĩ, học giả và tín đồ tụ họp để nghiên cứu và truyền bá giáo pháp. Với lịch sử hơn một thiên niên kỷ, Haeinsa trở thành biểu tượng của lòng thành kính Phật giáo và tinh thần bảo tồn văn hóa. Và khi Tân điêu Đại Tạng Kinh được hoàn thành vào năm 1251, Haeinsa đã được chọn làm nơi lưu giữ bộ kinh bởi vị trí địa lý an toàn, nằm sâu trong vùng núi non hiểm trở, xa khỏi tầm tay của các cuộc chiến tranh đang bùng nổ khắp khu vực. Điều này phản ánh tầm nhìn của triều đình Cao Ly, và còn thể hiện sự kết hợp hài hòa giữa con người và thiên nhiên trong việc bảo vệ một báu vật vô giá.

Các gian lưu trữ Tân điêu Đại Tạng Kinh, gọi là Janggyeong Panjeon[18], là một kiệt tác kiến trúc được thiết kế đặc biệt vào thế kỷ XV để bảo quản bộ kinh trong điều kiện lý tưởng. Tuy được xây dựng sau thời kỳ Cao Ly, Janggyeong Panjeon phản

---

UNESCO công nhận là Di sản Thế giới. Haeinsa không chỉ là trung tâm tu học mà còn là biểu tượng văn hóa và lịch sử của Triều Tiên.

[17] **Silla (57 TCN - 935)** là một trong ba vương quốc cổ đại của Triều Tiên, nổi bật với việc thống nhất bán đảo dưới sự lãnh đạo của mình vào năm 676. Triều đại này được biết đến với sự phát triển vượt bậc trong nghệ thuật, Phật giáo và văn hóa, bao gồm di sản vàng bạc và kiến trúc như chùa Bulguksa và động Seokguram. Silla cũng có hệ thống giai cấp độc đáo "Golpum", phản ánh sự phân tầng xã hội nghiêm ngặt.

[18] **Janggyeong Panjeon** là kho tàng kinh Phật tại chùa Haeinsa, Hàn Quốc, được xây dựng vào thế kỷ 15 để lưu trữ Bộ Kinh Tripitaka Koreana – bản khắc gỗ kinh Phật hoàn chỉnh nhất còn tồn tại. Cấu trúc độc đáo của Janggyeong Panjeon, với hệ thống thông gió tự nhiên và thiết kế tối ưu hóa khí hậu, đã bảo quản kinh sách suốt nhiều thế kỷ mà không cần công nghệ hiện đại. Di sản này được UNESCO công nhận năm 1995 như một minh chứng lịch sử và tôn giáo quan trọng.

ánh sự kế thừa và phát triển của kỹ thuật bảo tồn tri thức từ thời Cao Ly, duy trì sự hoàn hảo trong điều kiện bảo quản qua hàng thế kỷ. Được xây dựng hoàn toàn bằng gỗ vào thế kỷ XV, các gian lưu trữ này bao gồm hai tòa nhà chính: Munhwajeon[19] và Beopbojeon[20], nằm ở vị trí đắc địa trong khuôn viên chùa.

Điểm đặc biệt của Janggyeong Panjeon nằm ở hệ thống thông gió tự nhiên tinh tế, được thiết kế để duy trì nhiệt độ và độ ẩm ổn định quanh năm. Những khe thông gió được bố trí ở các bức tường, sàn nhà và mái nhà, cho phép không khí lưu thông tự nhiên mà không để hơi ẩm hay côn trùng xâm nhập. Nghiên cứu hiện đại cho thấy, hệ thống này hoạt động hiệu quả nhờ sự kết hợp của các yếu tố như độ cao, hướng gió và nhiệt độ môi trường xung quanh núi Gayasan[21].

Sự cân bằng tuyệt vời giữa ánh sáng, gió và độ ẩm không chỉ phản ánh kỹ thuật xây dựng tiên tiến của người Cao Ly mà còn chứng minh sự hiểu biết sâu sắc của họ về thiên nhiên. Hệ thống này đã giúp Tân điêu Đại Tạng Kinh được bảo tồn nguyên vẹn qua hơn 700 năm mà không cần đến công nghệ hiện đại. Chùa trở thành một di sản văn hóa thế giới được

---

[19] **Munhwajeon** (문화전): Một thuật ngữ tiếng Hàn mang ý nghĩa "truyền thống văn hóa," thường liên quan đến việc bảo tồn và phát huy các giá trị văn hóa truyền thống, nghệ thuật, hoặc di sản tinh thần của Hàn Quốc.

[20] **Beopbojeon** (법보전), hay "Điện Pháp Bảo," là một trong những công trình quan trọng trong kiến trúc chùa Phật giáo Hàn Quốc, thường được dành để tôn trí kinh điển Phật giáo (Pháp bảo). Đây là nơi biểu tượng cho trí tuệ và giáo lý của Đức Phật, mang ý nghĩa gìn giữ và lan tỏa giáo pháp.

[21] **Gayasan** là một dãy núi thuộc tỉnh Gyeongsangnam-do và Gyeongsangbuk-do, Hàn Quốc, nổi bật với phong cảnh thiên nhiên tuyệt đẹp và giá trị lịch sử. Núi này là nơi tọa lạc của Haeinsa, một trong những ngôi chùa Phật giáo quan trọng nhất, lưu giữ bộ kinh Tripitaka Koreana nổi tiếng. Đây là điểm đến phổ biến cho những người yêu thích leo núi và khám phá văn hóa.

UNESCO công nhận vào năm 1995, vì các gian lưu trữ tại Haeinsa giờ đây chẳng những bảo quản một bộ kinh điển mà còn chứa đựng tinh thần bất khuất của một dân tộc, những người đã vượt qua chiến tranh và nghịch cảnh để bảo vệ tri thức và văn hóa.

Ngày nay, chùa Haeinsa đã là một di tích lịch sử, nên trở thành điểm đến hành hương và nghiên cứu cho các học giả, tăng sĩ và du khách trên toàn thế giới. Và Tân điêu Đại Tạng Kinh được số hóa và nghiên cứu kỹ lưỡng để truyền bá giá trị của bộ kinh đến các thế hệ sau, trong khi Janggyeong Panjeon vẫn tiếp tục được bảo trì để giữ nguyên chức năng bảo tồn của mình.

Nhà nghiên cứu Nhật Bản Kōyama Ryūji[22] nhận định rằng, Đại Tạng Kinh Cao Ly là một trong những bộ kinh quan trọng nhất trong lịch sử Phật giáo, vượt xa nhiều công trình tương tự về cả quy mô lẫn chất lượng. Các chi tiết khắc kinh tinh xảo và hệ thống hóa tư tưởng được áp dụng trong Đại Tạng Kinh Cao Ly đã trở thành tiêu chuẩn cho các dự án biên tập kinh điển sau này, tiêu biểu là Đại Chánh Tân Tu Đại Tạng Kinh[23] (Taishō Shinshū Daizōkyō) của Nhật Bản vào thế kỷ XX.

---

[22] **Kōyama Ryūji** (高山隆治, 1893–1980): Nhà khảo cổ học và sử gia Nhật Bản, chuyên gia nghiên cứu thời kỳ Jōmon, đóng góp quan trọng trong việc khai quật và phân tích các di chỉ tiền sử tại Nhật Bản, đặc biệt liên quan đến gốm Jōmon. Ông được biết đến với nỗ lực hệ thống hóa dữ liệu khảo cổ, thúc đẩy sự phát triển của khảo cổ học hiện đại tại Nhật Bản.

[23] **Đại Chánh Tân Tu Đại Tạng Kinh (Taishō Shinshū Daizōkyō)** là bộ Đại Tạng Kinh Phật giáo được biên tập và ấn hành tại Nhật Bản vào đầu thế kỷ 20 (1924-1934), gồm 100 tập. Đây là một công trình học thuật đồ sộ, tổng hợp các kinh, luật, luận từ nhiều truyền thống Phật giáo, kết hợp kỹ thuật in ấn hiện đại và chú giải khoa học. Bộ kinh được xem như chuẩn mực trong nghiên cứu Phật học quốc tế.

Tại Trung Quốc, mặc dù đã sở hữu những bộ Đại Tạng Kinh từ nhiều thế kỷ trước, nhưng Đại Tạng Kinh Cao Ly vẫn được đánh giá cao về cách tổ chức và tính toàn diện trong việc sưu tập kinh điển từ nhiều truyền thống khác nhau. Sự giao lưu giữa Cao Ly và các trung tâm Phật giáo lớn như Lạc Dương và Nam Kinh đã giúp củng cố thêm mối quan hệ văn hóa và tôn giáo, đồng thời tạo ra những ảnh hưởng lâu dài đối với tư tưởng Phật giáo khu vực.

Trong giai đoạn mà Phật giáo đối mặt với sự suy thoái do chiến tranh và biến động chính trị, Đại Tạng Kinh Cao Ly từng là biểu tượng của sự sống đồng thời là một phương tiện quan trọng giúp duy trì và lan tỏa các giá trị Phật giáo. Bằng việc bảo tồn những kinh điển quý giá, bộ kinh đã đảm bảo rằng tri thức Phật giáo có thể được truyền lại cho các thế hệ tương lai, vượt qua mọi giới hạn của thời gian và không gian.

Lịch sử tập thành Đại Tạng Kinh Cao Ly để lại nhiều bài học quý giá cho các nhà nghiên cứu lịch sử hay tôn giáo và cho bất kỳ ai quan tâm đến văn hóa và sự bảo tồn di sản. Bằng cách tạo thành hình mẫu cho các dự án biên soạn kinh điển tại Nhật Bản và Trung Quốc, Đại Tạng Kinh đã thúc đẩy sự trao đổi văn hóa quốc tế, góp phần xây dựng một nền văn minh chung của khu vực Đông Á. Trong thế giới hiện đại, nơi mà di sản văn hóa đối mặt với nguy cơ mai một, câu chuyện về Đại Tạng Kinh nhắc nhở việc gìn giữ và tôn vinh giá trị quá khứ chính là nền móng vững vàng cho tương lai. Ý chí, lòng kiên định và tinh thần đoàn kết của người Cao Ly là nguồn cảm hứng bất tận cho mọi thế hệ. Trước hết, nó nhấn mạnh văn hóa không đơn thuần chỉ là tài sản của một quốc gia mà còn là cầu nối để các dân tộc hiểu và học hỏi lẫn nhau. Thông qua sự trao đổi và lan tỏa, những giá trị tinh thần trong Đại Tạng Kinh đã góp phần xây dựng một nền văn minh chung cho khu vực Đông Á, nơi Phật giáo giữ vai trò quan trọng trong việc định hình tư tưởng và đạo đức.

Thứ hai, Đại Tạng Kinh Cao Ly là minh chứng cho sự kiên trì và tầm nhìn chiến lược của một dân tộc. Trong bối cảnh chiến tranh, mất mát và sự hủy diệt, người Cao Ly đã không chấp nhận thất bại mà biến thách thức thành cơ hội để tái tạo một di sản với quy mô và chất lượng vượt trội hơn. Đây là bài học về cách mà con người, với ý chí và niềm tin mãnh liệt, có thể vượt qua nghịch cảnh để tạo nên những kỳ tích trường tồn.

Cuối cùng, Đại Tạng Kinh Cao Ly khẳng định giá trị của tri thức và văn hóa như những nền tảng vững chắc cho sự phát triển của nhân loại. Trong thời đại ngày nay, khi di sản văn hóa đối mặt với nguy cơ mai một, câu chuyện của Đại Tạng Kinh là lời nhắc nhở rằng chỉ khi chúng ta trân trọng và bảo tồn những giá trị của quá khứ, chúng ta mới có thể xây dựng được một tương lai tốt đẹp và tràn đầy ý nghĩa.

*

Trong một thế giới mà công nghệ đang thay đổi mọi mặt của đời sống, Đại Tạng Kinh Cao Ly vẫn giữ nguyên giá trị như một biểu tượng của trí tuệ, lòng kiên định và tinh thần đoàn kết. Đây là một kho báu kinh điển Phật giáo và như một ngọn hải đăng soi sáng, nhắc nhở chúng ta tri thức và văn hóa là sức mạnh trường cửu, có thể vượt qua mọi thử thách của thời gian.

Đồng thời trong thời đại ngày nay, khi toàn cầu hóa mở ra những cơ hội giao thoa văn hóa chưa từng có, nhưng đồng thời đặt di sản truyền thống trước nguy cơ mai một, câu chuyện của Đại Tạng Kinh Cao Ly trở thành một lời nhắc nhở đầy tính biểu tượng. Nó nhắc chúng ta rằng, trí tuệ, văn hóa và lòng tận tụy bảo vệ di sản chính là nền móng vững chắc cho sự phát triển lâu bền của nhân loại. Khi những công trình vật chất có thể bị thời gian làm phai mờ, thì những giá trị tinh thần, được kết tinh qua trí tuệ và văn hóa, sẽ tồn tại mãi mãi như một ánh sáng không bao giờ tắt.

Bởi hơn cả một bộ kinh điển, Đại Tạng Kinh Cao Ly là di sản của lòng người – là biểu tượng của khả năng vượt qua nghịch cảnh bằng sức mạnh tri thức, tinh thần đoàn kết và sự tôn thờ những giá trị cao quý của nhân loại, nhắc nhớ chúng ta rằng, để xây dựng tương lai, con người cần trân trọng những gì thuộc về quá khứ, cần kiên trì bảo vệ và phát huy những giá trị tốt đẹp mà cha ông đã để lại, như ngọn hải đăng soi sáng con đường tìm kiếm sự cân bằng giữa đổi mới và gìn giữ, giữa tiến bộ và bản sắc, giữa toàn cầu hóa và những giá trị cốt lõi của mỗi dân tộc. Trong bóng tối của sự tàn phá, ánh sáng của tri thức và văn hóa sẽ luôn là nguồn hy vọng bất diệt, mang lại sức mạnh để con người kiến tạo nên những kỳ quan vĩnh cửu cho chính mình và nhân loại.

Hạnh Nhẫn

PHẬT GIÁO NHẬT BẢN: ĐẠI TẠNG KINH VÀ CON ĐƯỜNG DUNG HÓA TÂM LINH, VĂN HÓA

HẠNH TOÀN

Phật giáo đến Nhật Bản vào thế kỷ thứ 6 qua sự tương tác văn hóa với bán đảo Triều Tiên, đặc biệt từ triều đại Bách Tế[1], khi các sứ thần mang theo tượng Phật, kinh văn và nghi lễ. Theo *Nihon Shoki*[2], năm 538 được xem là dấu mốc chính thức, trong khi *Kojiki*[3] ghi nhận năm 552. Tuy nhiên, cần lưu ý rằng

---

[1] **Triều đại Bách Tế** (Paekche, 18 TCN – 660 SCN) là một trong ba vương quốc lớn ở bán đảo Triều Tiên, bên cạnh Goguryeo và Silla. Nổi tiếng với nền văn hóa phát triển, Bách Tế duy trì mối quan hệ mật thiết với Trung Quốc và Nhật Bản, đóng vai trò cầu nối quan trọng trong việc truyền bá Phật giáo, kỹ thuật xây dựng và nghệ thuật sang Nhật Bản vào thế kỷ 6. Triều đại này sụp đổ vào năm 660 khi bị liên minh Silla và nhà Đường đánh bại. Dù vậy, những di sản văn hóa của Bách Tế vẫn tiếp tục ảnh hưởng sâu sắc đến lịch sử và nghệ thuật khu vực.

[2] ***Nihon Shoki*** (日本書紀, *Biên niên sử Nhật Bản*) Là một trong hai bộ sử cổ quan trọng nhất của Nhật Bản, hoàn thành vào năm 720 dưới triều đại Nara. Bộ sử được biên soạn bằng chữ Hán cổ, ghi chép các sự kiện lịch sử, truyền thuyết và thần thoại từ thời khởi nguyên đến cuối thế kỷ 7. Ngoài việc củng cố tính chính danh của hoàng gia Nhật Bản, Nihon Shoki còn phản ánh sự tiếp nhận văn hóa, tôn giáo từ Trung Hoa và bán đảo Triều Tiên, tạo nền tảng cho sự phát triển nhà nước Nhật Bản thời kỳ đầu.

[3] ***Kojiki*** (古事記, "Ký sự về những sự việc cổ xưa") Tác phẩm lịch sử lâu đời nhất của Nhật Bản, biên soạn vào năm 712, ghi lại thần thoại, truyền thuyết

việc tiếp nhận tư tưởng Phật giáo không giới hạn ở một thời điểm cụ thể mà đã diễn ra qua nhiều giai đoạn trước đó thông qua giao thương và trao đổi văn hóa.

Thời kỳ đầu, tầng lớp trí thức Nhật Bản học hỏi kinh điển Phật giáo qua chữ Hán, nhưng cách tiếp cận mang tính hàn lâm, hạn chế tiếp cận với các tầng lớp khác trong xã hội. Thái tử Shōtoku[4], biểu tượng của người bảo trợ Phật pháp, đã nhận ra tiềm năng của Phật giáo trong việc cải thiện xã hội. Mặc dù một số chú giải kinh điển được gán cho ông có thể không hoàn toàn do ông thực hiện, nhưng vai trò của ông trong việc hệ thống hóa giáo lý, xây dựng các ngôi chùa như Hōryū-ji[5] và thúc đẩy học thuật Phật giáo là không thể phủ nhận. Ông không những hỗ trợ vật chất cho các công trình mà còn biểu hiện sự dung hòa giữa Phật giáo với tín ngưỡng truyền thống để tạo nền tảng tâm linh lâu dài cho đất nước.

Giai đoạn Nara (710–794)[6] và Heian (794–1185)[7] chứng kiến

---

và lịch sử cổ đại, bao gồm nguồn gốc các vị thần và dòng dõi hoàng gia. Kojiki không chỉ phản ánh văn hóa và tín ngưỡng Thần đạo mà còn cung cấp những ghi chép sớm về sự du nhập Phật giáo, mặc dù ghi nhận năm 552 khác với mốc thời gian 538 trong Nihon Shoki.

[4] **Thái tử Shōtoku (574–622)**: Là một nhà cải cách văn hóa và chính trị nổi bật, Shōtoku thúc đẩy Phật giáo thông qua việc xây dựng các chùa như Hōryū-ji và soạn thảo Hiến pháp Mười bảy điều. Ông được xem như biểu tượng của người bảo trợ Phật pháp, dung hòa giữa Phật giáo và tín ngưỡng bản địa, đặt nền móng tinh thần cho Nhật Bản.

[5] **Hōryū-ji** (Pháp Long Tự), Ngôi chùa Phật giáo cổ xưa nhất Nhật Bản, tọa lạc tại tỉnh Nara, được xây dựng vào thế kỷ thứ 7 dưới thời Thái tử Shōtoku. Là một trong những kiến trúc gỗ cổ nhất thế giới, Hōryū-ji lưu giữ nhiều di sản văn hóa, kinh điển quý giá, và được UNESCO công nhận là Di sản Thế giới đầu tiên của Nhật Bản vào năm 1993.

[6] *Thời kỳ* **Nara** (710–794) Ngôi chùa Phật giáo cổ xưa nhất Nhật Bản, tọa lạc tại tỉnh Nara, được xây dựng vào thế kỷ thứ 7 dưới thời Thái tử Shōtoku. Là một trong những kiến trúc gỗ cổ nhất thế giới, Hōryū-ji lưu giữ nhiều di

các trung tâm nghiên cứu Phật học thành lập, nổi bật là Todai-ji[8], nơi đặt Đại Phật và trở thành biểu tượng tinh thần. Các tăng sĩ Nhật như Kūkai[9] và Saichō[10], sau thời gian tu tập tại Trung Hoa, đã mang về những tư tưởng mới.

Kūkai, tu học tại Trường An, tiếp nhận Mật giáo từ phái Chân Ngôn[11] và cải tiến hệ thống chữ kana[12] dựa trên ngữ âm

---

sản văn hóa, kinh điển quý giá, và được UNESCO công nhận là Di sản Thế giới đầu tiên của Nhật Bản vào năm 1993.

[7] **Thời kỳ Heian** (794–1185). Đỉnh cao của văn hóa quý tộc Nhật Bản, với sự phát triển rực rỡ về nghệ thuật, văn học và Phật giáo. Thời kỳ này chứng kiến sự thành lập các trường phái Phật giáo như Thiên Thai Tông và Chân Ngôn Tông. Triều đình chuyển trung tâm quyền lực từ Nara đến Kyoto, khởi đầu một giai đoạn ổn định chính trị và văn hóa.

[8] **Todai-ji** (Đông Đại Tự) là ngôi chùa Phật giáo nổi tiếng tại Nara, Nhật Bản, được xây dựng vào thế kỷ thứ 8 dưới thời Thiên hoàng Shōmu. Chùa là nơi đặt bức tượng Đại Phật (Daibutsu), một trong những tượng Phật bằng đồng lớn nhất thế giới, và là trung tâm nghiên cứu Phật học quan trọng trong thời kỳ Nara. Todai-ji không chỉ là biểu tượng tôn giáo mà còn đại diện cho sự phát triển văn hóa và nghệ thuật Phật giáo Nhật Bản.

[9] **Kūkai** (774–835), Nhà sư, học giả và nhà sáng lập Chân Ngôn Tông tại Nhật Bản. Sau khi học tập tại Trung Hoa, Kūkai tiếp thu tư tưởng Mật giáo và cải tiến hệ thống chữ kana, giúp phổ biến giáo lý Phật giáo và góp phần định hình tiếng Nhật hiện đại. Ông cũng nổi tiếng với các tác phẩm triết học, làm sâu sắc thêm sự phát triển tư tưởng Mật giáo tại Nhật Bản.

[10] **Saichō** (767–822), Người sáng lập Thiên Thai Tông Nhật Bản, Saichō truyền bá kinh Pháp Hoa làm nền tảng giáo lý, xây dựng trung tâm Enryaku-ji trên núi Hiei. Ông nhấn mạnh việc kết hợp giữa tu tập và học thuật, giảm sự phụ thuộc vào Trung Quốc trong việc đào tạo tu sĩ, tạo nền tảng phát triển Phật giáo Nhật Bản thời kỳ đầu.

[11] **Phái Chân Ngôn** (Shingon) là một trường phái Phật giáo Mật tông được sáng lập tại Nhật Bản vào thế kỷ 9 bởi Kūkai (Không Hải). Tư tưởng của phái dựa trên kinh Đại Nhật và kinh Kim Cang Đỉnh, nhấn mạnh việc thực hành các nghi lễ mật truyền, thần chú (mantra), ấn (mudra), và quán tưởng

học. Điều này vừa giúp phổ biến kinh điển mà vừa định hình tiếng Nhật hiện đại, mở ra con đường cho nhiều tầng lớp dân chúng tiếp cận giáo lý Phật giáo. Tuy nhiên, việc phát triển kana là một quá trình dài, với sự đóng góp của nhiều cá nhân khác trước và sau thời của Kūkai.

Saichō tập trung phát triển Thiên Thai Tông[13], sử dụng kinh Pháp Hoa để tạo ra một hệ thống giáo lý phù hợp với xã hội Nhật Bản. Các ngôi chùa trên núi Hiei[14] do ông sáng lập vừa là nơi tu hành, vừa đào tạo ra thế hệ tăng sĩ biết cả dịch thuật và truyền đạo, mang lại ảnh hưởng sâu rộng trong thời kỳ Heian. Hai nhân vật này đã kết hợp tư tưởng Phật giáo với nhu cầu giáo dục và văn hóa địa phương, xây dựng nền tảng quan trọng cho sự phát triển đa dạng của Phật giáo Nhật Bản.

để đạt giác ngộ. Đây là một trong những phái quan trọng của Phật giáo Nhật Bản, đặc biệt phổ biến trong thời kỳ Heian.

[12] **Hệ thống chữ *kana*** là bộ ký tự ngữ âm được phát triển từ chữ Hán vào thế kỷ thứ 9, gồm hai bảng chữ: *hiragana* và *katakana*. Được cải tiến bởi Kūkai và các học giả thời kỳ Heian, chữ *kana* giúp đơn giản hóa việc ghi chép và phổ biến văn học, đồng thời tạo nền tảng cho tiếng Nhật hiện đại.

[13] **Thiên Thai Tông** (天台宗, Tendai-shū) là một tông phái Phật giáo được Saichō (767–822) sáng lập tại Nhật Bản vào đầu thời kỳ Heian, dựa trên tư tưởng Thiên Thai Tông từ Trung Hoa của Trí Khải (538–597). Tông phái này nhấn mạnh vào việc thực hành tổng hợp (Thiền, Mật, Tịnh) và lấy kinh *Pháp Hoa* làm cốt lõi, với giáo lý "Nhất thừa" khẳng định tất cả chúng sinh đều có khả năng đạt được giác ngộ. Trung tâm của Thiên Thai Tông là núi Hiei (比叡山), nơi đã đào tạo nhiều tu sĩ xuất chúng, góp phần quan trọng vào sự phát triển của Phật giáo Nhật Bản.

[14] **Núi Hiei** là nơi tọa lạc của trung tâm Phật giáo Enryaku-ji (Viên Lạc Tự), được Saichō sáng lập vào đầu thế kỷ 9. Đây là cái nôi của Thiên Thai Tông Nhật Bản và cũng là nơi đào tạo nhiều tu sĩ quan trọng, góp phần hình thành các trường phái lớn như Nhật Liên Tông, Tịnh Độ Tông và Thiền Tông. Với vị trí chiến lược giữa Kyoto và Biwa, núi Hiei giữ vai trò quan trọng trong lịch sử văn hóa và tôn giáo Nhật Bản.

Từ thế kỷ 12 đến 16, Nhật Bản rơi vào hỗn loạn với các cuộc chiến tranh. Trong thời kỳ này, dù các học phái như Tịnh Độ Tông[15] và Thiền Tông[16] phát triển, các dịch giả vẫn làm việc âm thầm, đối mặt với thiếu thốn tài liệu và áp lực từ xã hội.

Trong giai đoạn hỗn loạn thế kỷ 12–16, các ngôi chùa địa phương từng là trung tâm thờ phụng mà cũng là nơi bảo tồn và sao chép kinh điển, đặc biệt những bản kinh gọn nhẹ hơn, phù hợp với nhu cầu tâm linh của cộng đồng. Trong giai đoạn này, các ngôi chùa địa phương là nơi thờ phụng, nhưng còn là trung tâm giáo dục và văn hóa, nơi các bản kinh được sao chép, giảng dạy và bảo tồn qua các thế hệ. Một ví dụ đáng chú ý là việc sao chép *Tịnh Độ Tam Bộ Kinh* tại các chùa nhỏ ở vùng nông thôn, nơi những tăng sĩ vô danh đã âm thầm giữ gìn các giá trị cốt lõi của Phật giáo.

Đầu thế kỷ 20, Nhật Bản hiện đại hóa nhanh chóng, đặt ra nhu cầu hệ thống hóa kinh điển. Takakusu Junjirō[17] và

---

[15] **Tịnh Độ Tông** (Jōdo-shū) là một trong những trường phái Phật giáo lớn tại Nhật Bản, tập trung vào việc niệm danh hiệu Phật A Di Đà (Nembutsu) để đạt được sự tái sinh vào Tịnh Độ (Pure Land). Do Hōnen (Pháp Nhiên, 1133–1212) sáng lập vào cuối thời Heian, Tịnh Độ Tông nhấn mạnh đức tin và lòng thành kính hơn là các thực hành phức tạp, giúp phổ biến rộng rãi trong các tầng lớp dân chúng.

[16] **Thiền Tông** là một nhánh quan trọng của Phật giáo Đại thừa, tập trung vào thiền định như con đường chính yếu để đạt được giác ngộ. Được truyền từ Trung Quốc sang Nhật Bản vào thế kỷ 12, Thiền Tông phát triển mạnh mẽ với hai nhánh chính: *Rinzai* (Lâm Tế) và *Sōtō* (Tào Động). Phái Rinzai nhấn mạnh vào công án—các câu hỏi hoặc bài tập tư duy để khai mở nhận thức, trong khi phái Sōtō đề cao việc ngồi thiền (zazen) như thực hành chủ đạo. Thiền Tông không chỉ có ảnh hưởng sâu sắc đến tôn giáo mà còn lan tỏa vào văn hóa, nghệ thuật, và tư tưởng Nhật Bản.

[17] **Takakusu Junjirō**: Học giả Phật học nổi tiếng người Nhật (1866–1945), người dẫn dắt việc biên soạn Bộ Đại Chánh Tân Tu Đại Tạng Kinh. Với kiến thức sâu rộng và tinh thần quốc tế hóa, ông đã kết hợp phương pháp

Watanabe Kaikyoku[18], cùng nhóm học giả, đã biên soạn Bộ Đại Chánh Tân Tu[19] Đại Tạng Kinh với quy mô 100 tập, kết hợp kinh điển, chú giải, tài liệu lịch sử và bảng tra cứu khoa học.

Công nghệ in thạch bản tiên tiến giúp bảo tồn lâu dài, nhưng công trình này không những là sự tập hợp tri thức mà còn là biểu tượng cho sự hợp nhất giữa truyền thống và hiện đại. Đại Tạng Kinh này đặt Nhật Bản vào vị trí trung tâm trong lĩnh vực Phật học toàn cầu, đồng thời tạo cơ hội để học giả trên thế giới tiếp cận và nghiên cứu sâu hơn về tư tưởng Phật giáo.

Bộ Đại Chánh Tân Tu là minh chứng cho lòng cống hiến không mệt mỏi của các học giả. Công trình đã giúp bảo tồn di sản Phật giáo và còn mở rộng khả năng giao lưu văn hóa, lan tỏa trí tuệ từ bi và hòa hợp ra thế giới.

Những giá trị cốt lõi như từ bi và trí tuệ được trình bày qua các bản dịch và qua phương pháp hệ thống hóa, tạo điều kiện để thế hệ mới hiểu rõ hơn về giáo lý. Ý nghĩa nhân văn của công trình này vượt xa phạm vi tôn giáo, thể hiện trách nhiệm của Nhật Bản trong việc gìn giữ và lan tỏa các giá trị văn hóa

---

học thuật hiện đại để hệ thống hóa kinh điển Phật giáo, góp phần quan trọng trong việc bảo tồn và lan tỏa di sản này ra toàn cầu.

[18] **Watanabe Kaikyoku** (1872–1933), học giả Phật học người Nhật, là một trong những người lãnh đạo chính trong dự án biên soạn *Bộ Đại Chánh Tân Tu Đại Tạng Kinh*. Ông đã đóng góp quan trọng trong việc tổ chức và hiệu đính nội dung, kết hợp phương pháp nghiên cứu hiện đại và truyền thống để hoàn thiện công trình này.

[19] **Bộ Đại Chánh Tân Tu Đại Tạng Kinh**: Công trình tập hợp kinh điển Phật giáo lớn nhất Nhật Bản, xuất bản từ 1924 đến 1934 do Takakusu Junjirō và Watanabe Kaikyoku chủ biên. Bộ Đại Tạng gồm 100 tập, kết hợp kinh văn, chú giải và tài liệu lịch sử, được biên soạn bằng phương pháp hiện đại, nay đã được số hóa qua SAT Daizōkyō Text Database, trở thành di sản tri thức toàn cầu.

toàn cầu.

Trong lịch sử phiên dịch Đại Tạng Kinh tại Nhật Bản, bên cạnh các nhân vật nổi bật như **Thái tử Shōtoku, Kūkai** và **Saichō**, còn có những nhà sư và học giả thầm lặng khác, những người đã cống hiến cuộc đời mình cho sự nghiệp chuyển ngữ kinh điển. Họ là những dịch giả và là những cầu nối văn hóa, mang những giá trị tinh thần vượt biên giới.

Dōgen Kigen[20], nhà sáng lập phái Thiền Tông Tào Động[21] tại Nhật Bản, là một trong những nhà tư tưởng sâu sắc nhất của thời kỳ Kamakura[22]. Mặc dù không tham gia trực tiếp vào quá trình dịch thuật, Dōgen đã viết các luận văn như *Chánh Pháp Nhãn Tạng* (Shōbōgenzō), trong đó ông diễn đạt giáo lý Phật giáo bằng tiếng Nhật thuần khiết, giúp Phật pháp thấm sâu vào tâm hồn người Nhật. Tinh thần của Dōgen phản ánh sự sáng tạo trong việc truyền bá tư tưởng, khi ông kết hợp giữa học thuật và trải nghiệm thực tiễn.

---

[20] **Dōgen Kigen** (1200–1253), Người sáng lập Thiền Tông Tào Động tại Nhật Bản. Với tác phẩm nổi tiếng *Chánh Pháp Nhãn Tạng* (Shōbōgenzō), Dōgen diễn đạt giáo lý Phật giáo bằng tiếng Nhật dễ hiểu, nhấn mạnh vai trò của thiền định và sự giác ngộ trong đời sống hàng ngày.

[21] **Thiền Tông Tào Động** (*Sōtō-shū*) Một trong hai nhánh Thiền chính tại Nhật Bản, được Dōgen Kigen sáng lập vào thế kỷ 13. Nhấn mạnh thực hành tọa thiền (zazen), Tào Động khuyến khích việc sống trong hiện tại với sự tỉnh thức. Phái này góp phần quan trọng trong việc định hình triết lý Thiền tại Nhật Bản.

[22] **Kamakura** là thời kỳ trong lịch sử Nhật Bản (1185–1333), được biết đến như thời kỳ đầu của Mạc phủ do gia tộc Minamoto sáng lập. Đây là giai đoạn Phật giáo phát triển mạnh mẽ với sự xuất hiện của các phái như Thiền Tông và Tịnh Độ Tông, nhấn mạnh sự tu tập cá nhân và thiền định, phản ánh tinh thần võ sĩ đạo của xã hội đương thời.

Một nhân vật khác là **Nichiren**[23], người sáng lập phái Nhật Liên Tông[24]. Trong nỗ lực bảo vệ và quảng bá kinh *Pháp Hoa Kinh*, Nichiren không chỉ viết hàng loạt tác phẩm bằng tiếng Nhật mà còn tổ chức các buổi giảng giải, giúp kinh văn trở nên dễ hiểu và gần gũi với đời sống nhân dân. Ông đã đối mặt với nhiều sự phản đối từ các học phái khác nhưng vẫn kiên định với lòng tin vào sức mạnh chuyển hóa của kinh điển.

Một trong những thách thức lớn nhất trong hành trình phiên dịch Đại Tạng Kinh tại Nhật Bản là làm thế nào để truyền đạt được ý nghĩa sâu xa của Phật pháp qua ngôn ngữ bản địa. Tiếng Hán cổ, ngôn ngữ của phần lớn kinh điển gốc, mang tính tượng trưng và phong phú nhưng lại khó tiếp cận đối với người không thông thạo. Điều này đặt ra yêu cầu phải tìm kiếm các phương pháp mới, sáng tạo hơn.

Các dịch giả Nhật Bản đã kết hợp giữa việc giữ nguyên ý nghĩa cốt lõi của kinh văn và sử dụng những cách diễn đạt phù hợp với văn hóa địa phương. **Kūkai**[25], chẳng hạn, không những

---

[23] **Nichiren** (1222–1282), Người sáng lập Nhật Liên Tông, lấy kinh Pháp Hoa làm cốt lõi. Nichiren nhấn mạnh việc niệm danh hiệu "Nam Myōhō Renge Kyō" và tư tưởng Pháp Hoa như con đường cứu độ phổ quát. Ông để lại di sản quan trọng trong Phật giáo Nhật Bản dù từng gặp nhiều tranh cãi.

[24] **Nhật Liên Tông** (Nichiren-shū) là một tông phái Phật giáo Nhật Bản do Nichiren (1222–1282) sáng lập, lấy kinh Pháp Hoa làm trung tâm giáo lý. Tông phái nhấn mạnh niềm tin tuyệt đối vào "Nam Myōhō Renge Kyō" (Nam-mô Diệu Pháp Liên Hoa Kinh) như phương tiện cứu độ và chuyển hóa xã hội. Nhật Liên Tông đã trải qua nhiều thử thách lịch sử nhưng vẫn giữ vai trò quan trọng trong đời sống tâm linh và văn hóa Nhật Bản.

[25] **Kūkai (774–835)**: Nhà sư, học giả và nhà thơ lỗi lạc của Nhật Bản, sáng lập Chân Ngôn Tông (Shingon) sau khi du học tại Trung Hoa. Ông cải tiến hệ thống chữ kana, giúp phổ biến kinh điển và định hình tiếng Nhật hiện đại. Kūkai cũng nổi tiếng với các tác phẩm triết học và đóng vai trò quan trọng trong việc truyền bá Mật giáo tại Nhật Bản.

dịch các kinh văn đồng thời còn phát triển hệ thống ký tự kana để tạo điều kiện cho người Nhật có thể đọc hiểu dễ dàng hơn. Việc này vừa giúp kinh điển phổ biến hơn, vừa góp phần quan trọng trong việc định hình tiếng Nhật hiện đại.

Ngoài ra, các dịch giả còn sử dụng các kỹ thuật như "giải thích từng phần" (*wakun*), trong đó họ chú thích từng đoạn kinh văn để làm rõ ý nghĩa. Phương pháp này giúp các học giả thế hệ sau dễ dàng nghiên cứu và áp dụng kinh điển vào cuộc sống. Sự sáng tạo ngôn ngữ này làm giàu thêm tiếng Nhật và còn mở ra một cách tiếp cận mới đối với tri thức tôn giáo.

Khi Bộ Đại Chánh Tân Tu Đại Tạng Kinh ra đời, là một sự kiện lớn trong lịch sử Phật học đồng thời đánh dấu sự phát triển vượt bậc của ngành xuất bản Nhật Bản. Công trình này đã kết nối giữa truyền thống và hiện đại, trở thành một biểu tượng của ý chí vượt lên những giới hạn của thời đại.

Takakusu Junjirō là một nhà lãnh đạo xuất sắc trong dự án này. Với kiến thức sâu rộng về Phật học và tinh thần cầu tiến, ông đã xây dựng một đội ngũ gồm hàng trăm học giả, nhà sư và chuyên gia. Sự phối hợp giữa các chuyên gia từ nhiều lĩnh vực đã tạo ra một công trình toàn diện, bao gồm cả kinh điển, chú giải và tài liệu lịch sử.

Được đón nhận rộng rãi tại các trung tâm Phật học lớn trên thế giới, Bộ Đại Chánh Tân Tu minh chứng cho tư duy quốc tế hóa của Nhật Bản trong việc lan tỏa tri thức Phật giáo. Đặc biệt, việc biên soạn các chú giải bằng ngôn ngữ hiện đại đã giúp các học giả quốc tế dễ dàng tiếp cận và nghiên cứu.

Từ khi được hoàn thiện, Bộ Đại Chánh Tân Tu đã trở thành một nguồn tài liệu không thể thiếu đối với các học giả Phật học trên toàn thế giới. Nhiều dự án quốc tế đã lấy công trình này làm cơ sở để dịch thuật và nghiên cứu, như *Digital Buddhist*

Canon[26] – một dự án số hóa kinh điển Phật giáo, hay các bản dịch kinh điển sang tiếng Anh, Pháp và Đức.

Tầm ảnh hưởng của Bộ Đại Chánh Tân Tu không giới hạn trong lĩnh vực tôn giáo mà lan tỏa đến các lĩnh vực khác như lịch sử, triết học và văn hóa, giúp mở ra một cách nhìn mới về tư tưởng Phật giáo, như một hệ thống tôn giáo và như một nguồn tri thức nhân văn sâu sắc.

Hành trình phiên dịch Đại Tạng Kinh tại Nhật Bản là một câu chuyện về sự chuyển ngữ, và là hành trình của lòng kiên trì, ý chí vượt qua giới hạn và khát vọng làm sáng tỏ trí tuệ nhân loại. Từ những bước khởi đầu đầy khó khăn, với sự hỗ trợ từ các triều đại, đến những nỗ lực hiện đại hóa trong thế kỷ 20, hành trình này đã trở thành biểu tượng của lòng nhân văn sâu sắc.

Những nỗ lực phiên dịch của các học giả Nhật Bản đã giúp trí tuệ Phật giáo lan tỏa vượt biên giới, trở thành ánh sáng dẫn đường cho nhân loại. Qua mỗi bản kinh được dịch, họ đã thắp sáng thêm một ngọn đèn trong đại dương tri thức, để ánh sáng ấy không những chiếu sáng một quốc gia mà còn lan tỏa đến khắp thế giới.

Hành trình phiên dịch kinh tạng tại Nhật Bản không thể tách rời khỏi sự dung hợp giữa Phật giáo và nền văn hóa bản địa vốn đậm chất Thần đạo và giàu bản sắc dân tộc. Phật giáo khi du nhập vào Nhật Bản đã không giữ nguyên bản chất nguyên sơ từ Ấn Độ mà trở thành một phần của đời sống tinh thần người Nhật, được biến đổi để hòa quyện với tín ngưỡng truyền

---

[26] **Digital Buddhist Canon:** Một dự án số hóa kinh điển Phật giáo quy mô quốc tế, nhằm lưu trữ và phổ biến các bản kinh trong Đại Tạng Kinh thông qua định dạng kỹ thuật số. Các nỗ lực số hóa này đã giúp kết nối các học giả toàn cầu, từ đó mở rộng nghiên cứu Phật giáo liên ngành.

thống.

Sự giao thoa giữa Phật giáo và văn hóa Nhật Bản được thể hiện rõ nét qua các lễ hội, nghệ thuật hội họa, thư pháp và điêu khắc lấy cảm hứng từ các bản kinh như Pháp Hoa Kinh, Hoa Nghiêm Kinh. Các ngôi chùa lớn như Todai-ji (Đông Đại Tự)[27] và Kiyomizu-dera (Thanh Thủy Tự)[28] trở thành những trung tâm tôn giáo và nghệ thuật, nơi lưu giữ những bản kinh dịch cùng với các tác phẩm hội họa minh họa các câu chuyện Phật pháp.

Sự giao thoa này đặc biệt rõ nét trong các lễ hội Phật giáo, nơi mà giáo lý nhà Phật được truyền tải qua hình thức văn hóa dân gian như ca múa, kịch Noh, hay truyện kể bằng tranh *emakimono*[29]. Những phương pháp này giúp kinh điển trở nên gần gũi với người dân, từ đó góp phần đưa giáo lý Phật giáo đi sâu vào đời sống cộng đồng.

---

[27] **Todai-ji** (Đông Đại Tự) là ngôi chùa Phật giáo nổi tiếng ở Nara, Nhật Bản, được xây dựng vào thế kỷ thứ 8 dưới triều đại Thiên hoàng Shōmu. Chùa nổi bật với Đại Phật Điện (*Daibutsuden*), nơi thờ tượng Đại Phật bằng đồng lớn nhất thế giới (*Vairocana Buddha*). Todai-ji không chỉ là trung tâm tôn giáo mà còn là biểu tượng văn hóa, góp phần quan trọng trong việc phát triển Phật giáo và nghệ thuật thời kỳ Nara.

[28] **Kiyomizu-dera** (*Thanh Thủy Tự*), ngôi chùa nổi tiếng ở Kyoto, được xây dựng vào năm 778 và tái thiết nhiều lần qua các thế kỷ. Là biểu tượng kiến trúc gỗ truyền thống Nhật Bản, chùa nằm trên sườn núi Otowa, nổi bật với sân chính dựng trên các cột gỗ cao. Tên gọi bắt nguồn từ thác nước Otowa chảy qua khuôn viên, mang ý nghĩa "nước tinh khiết". Kiyomizu-dera là Di sản Thế giới UNESCO và thu hút hàng triệu du khách mỗi năm.

[29] **Emakimono** là loại tranh cuộn truyền thống Nhật Bản, thường kết hợp giữa hình ảnh minh họa và văn bản viết tay. Loại tranh này thường được sử dụng để kể chuyện, phổ biến trong các tác phẩm văn hóa, tôn giáo, và lịch sử từ thế kỷ 11 đến 16, giúp truyền tải các câu chuyện Phật giáo và đời sống thường nhật một cách sinh động và dễ hiểu.

Các ngôi chùa đóng vai trò then chốt trong việc lưu giữ, dịch thuật và phổ biến kinh điển Phật giáo. Trong thời kỳ Nara, ngôi chùa Todai-ji với Đại Phật Điện (Daibutsuden)[30] đã trở thành biểu tượng của Phật giáo tại Nhật Bản. Không đơn thuần chỉ là nơi thờ phụng, Todai-ji còn là trung tâm nghiên cứu Phật học, nơi các tăng sĩ từ nhiều quốc gia tụ hội để trao đổi tri thức và kinh nghiệm dịch thuật.

Tương tự, núi Hiei với trung tâm Enryaku-ji (Viên Lạc Tự)[31] cũng là nơi khởi đầu của nhiều học giả và dịch giả nổi tiếng. Ngọn núi này được xem là cái nôi của các học phái lớn, nơi mà các bản kinh được nghiên cứu tỉ mỉ trước khi được phổ biến rộng rãi. Những tăng sĩ trẻ như Nichiren, Shinran[32] và Dōgen đều từng tu học tại đây, góp phần quan trọng vào việc hình thành các trường phái và tư tưởng mới.

---

[30] **Đại Phật Điện** (Daibutsuden), thuộc chùa Todai-ji ở Nara, là công trình kiến trúc bằng gỗ lớn nhất thế giới, nơi đặt tượng Đại Phật Vairocana (Đại Nhật Như Lai). Đây là biểu tượng tinh thần và văn hóa của Nhật Bản, được xây dựng vào thế kỷ 8 dưới thời Thiên hoàng Shōmu nhằm truyền bá Phật giáo và cầu nguyện cho hòa bình quốc gia.

[31] **Enryaku-ji (Viên Lạc Tự)**: Một trong những ngôi chùa quan trọng nhất Nhật Bản, được Saichō (Tối Trừng) sáng lập vào năm 788 trên núi Hiei, gần Kyoto. Đây là trung tâm Thiên Thai Tông Nhật Bản, nổi tiếng với vai trò đào tạo nhiều tu sĩ lỗi lạc như Nichiren, Shinran và Dōgen. Enryaku-ji không chỉ là nơi nghiên cứu Phật học mà còn góp phần định hình các trường phái Phật giáo quan trọng trong lịch sử Nhật Bản.

[32] **Shinran (1173–1263)**: Nhà sáng lập phái Tịnh Độ Chân Tông (Jōdo Shinshū), một trong những trường phái Phật giáo lớn nhất Nhật Bản. Ông nhấn mạnh niềm tin vào A Di Đà Phật và niệm Phật (Nembutsu) như con đường cứu độ duy nhất, thay vì các thực hành khổ hạnh truyền thống. Tác phẩm nổi bật: *Giáo Hạnh Tín Chứng* (Kyōgyōshinshō).

Thời kỳ Tokugawa (1603–1868)[33] chứng kiến một giai đoạn phức tạp của Phật giáo tại Nhật Bản. Dưới chính sách kiểm soát nghiêm ngặt của chính quyền, nhiều ngôi chùa bị đặt dưới sự giám sát chặt chẽ, khiến các hoạt động tôn giáo và dịch thuật kinh điển bị hạn chế. Tuy nhiên, đây cũng là thời điểm xuất hiện những sáng tạo trong việc lưu giữ và phổ biến kinh điển dưới hình thức văn hóa dân gian.

Trong thời kỳ này, các bản kinh Phật giáo được biên soạn dưới dạng gọn nhẹ hơn, phù hợp với khả năng tiếp cận của đại chúng. Các tập sách nhỏ, thường chứa những lời khuyên đạo đức dựa trên kinh điển, được phổ biến trong cộng đồng. Những sáng kiến này không những giữ gìn giá trị của kinh điển mà còn làm giàu thêm đời sống tâm linh của người dân.

Thời Minh Trị (1868–1912)[34] là thời điểm mà Nhật Bản mở cửa và tiếp nhận những luồng tư tưởng từ phương Tây. Phật giáo, từng là nền tảng tinh thần của quốc gia, đối mặt với thách thức lớn từ phong trào bài xích tôn giáo và sự trỗi dậy của hệ tư tưởng hiện đại. Tuy nhiên, trong hoàn cảnh đó, việc nghiên cứu và phiên dịch kinh điển lại được hồi sinh với một tinh thần

---

[33] **Tokugawa (1603–1868)**: Giai đoạn phong kiến Nhật Bản do Mạc phủ Tokugawa cai trị, đặt trụ sở tại Edo (nay là Tokyo). Thời kỳ này nổi bật với chính sách *sakoku* (bế quan tỏa cảng), kiểm soát chặt chẽ giao thương quốc tế và hoạt động tôn giáo, đặc biệt là Phật giáo và Thiên Chúa giáo. Tuy nhiên, đây cũng là thời kỳ hòa bình lâu dài, phát triển kinh tế, văn hóa và xã hội Nhật Bản trước khi bước vào công cuộc hiện đại hóa thời Minh Trị.

[34] **Thời Minh Trị** (1868–1912) đánh dấu giai đoạn Nhật Bản hiện đại hóa toàn diện, chuyển từ chế độ phong kiến sang mô hình quốc gia công nghiệp. Triều đại này thúc đẩy cải cách kinh tế, xã hội và văn hóa sâu rộng, đồng thời mở cửa giao thương với phương Tây. Phật giáo đối mặt với thách thức lớn từ phong trào bài xích tôn giáo (Haibutsu Kishaku), nhưng cũng phục hồi nhờ các nỗ lực hiện đại hóa và nghiên cứu học thuật, góp phần định hình vai trò của tôn giáo trong bối cảnh quốc gia mới.

học thuật mạnh mẽ hơn.

Nhiều học giả Nhật Bản đã bắt đầu nghiên cứu Phật giáo bằng cách sử dụng các phương pháp khoa học hiện đại. Các trung tâm giáo dục như Đại học Tokyo và Đại học Kyoto trở thành nơi đào tạo những thế hệ học giả mới, kết hợp giữa truyền thống và tư duy mới. Chính trong giai đoạn này, ý tưởng về việc biên soạn Bộ Đại Chánh Tân Tu như đã kể trên được hình thành, là một nỗ lực tập hợp và bảo tồn toàn bộ tri thức Phật giáo trước sự biến đổi nhanh chóng của thời đại.

Bộ Đại Chánh Tân Tu không chỉ là bộ sưu tập kinh điển mà còn trở thành một di sản văn hóa, mở ra tầm nhìn mới cho các thế hệ học giả toàn cầu. Với hơn 100 tập, công trình này bao gồm các kinh văn và cả các tài liệu lịch sử, chú giải và các bảng tra cứu khoa học, trở thành một nguồn tài liệu quan trọng cho các học giả toàn cầu.

Ngày nay, Bộ Đại Chánh Tân Tu đã được số hóa và phổ biến rộng rãi qua các dự án quốc tế. Những nỗ lực này vừa giúp bảo tồn di sản Phật giáo, vừa đưa các tư tưởng nhân văn cốt lõi của Phật pháp đến gần hơn với một thế giới đang tìm kiếm sự hòa hợp và trí tuệ.

Trong thời đại kỹ thuật số, việc tiếp tục phổ biến và bảo tồn kinh điển Phật giáo đặt ra nhiều thách thức và cơ hội mới. Các dự án như *Digital Buddhist Canon* đã mở ra khả năng tiếp cận không giới hạn với Đại Tạng Kinh. Nhật Bản là quốc gia tiên phong trong việc số hóa Đại Tạng Kinh thông qua các dự án như *SAT Daizōkyō Text Database*[35], cho phép học giả trên khắp

---

[35] **SAT Daizōkyō Text Database** là một cơ sở dữ liệu số hóa các bản kinh Đại Chánh Tân Tu Đại Tạng Kinh, được phát triển nhằm hỗ trợ học giả và người nghiên cứu trên toàn cầu truy cập và tra cứu dễ dàng toàn bộ nội dung kinh điển Phật giáo bằng các công cụ tìm kiếm hiện đại.

thế giới truy cập và nghiên cứu dễ dàng.

Bằng cách số hóa toàn bộ nội dung Bộ Đại Chánh Tân Tu và các bộ kinh khác, các nhà nghiên cứu trên toàn thế giới có thể cùng nhau khám phá và thảo luận về các giá trị tinh thần và triết học của Phật giáo. Điều này đã giúp Phật giáo vượt qua các rào cản ngôn ngữ và không gian và củng cố vai trò của kinh điển như một di sản trí tuệ toàn cầu.

Bên cạnh việc bảo tồn và phát triển kinh điển trong nước, Nhật Bản cũng đóng vai trò quan trọng trong việc lan tỏa tư tưởng Phật giáo ra thế giới. Sự quốc tế hóa này được phản ánh qua việc dịch thuật kinh điển và qua các nỗ lực kết nối, giao lưu học thuật và tôn giáo với các quốc gia khác.

Từ cuối thế kỷ 19 và đầu thế kỷ 20, nhiều học giả Nhật Bản, như Nanjō Bun'yū[36] và Suzuki Daisetsu Teitarō (D.T. Suzuki)[37], đã mang tư tưởng Phật giáo Nhật Bản, đặc biệt là Thiền Tông, đến với phương Tây. Một ví dụ điển hình là bản dịch *Lăng Già Kinh* (Laṅkāvatāra Sūtra) của Suzuki, tạo cầu nối giữa triết học phương Đông và tâm lý học phương Tây. Những tác phẩm này đã góp phần định hình cách mà phương Tây tiếp cận Phật giáo, mở ra các nghiên cứu liên ngành như khoa học thần kinh, triết học hiện sinh và các phương pháp trị liệu tâm

---

[36] **Nanjō Bun'yū** (1849–1927), học giả Phật học Nhật Bản, là người tiên phong trong việc nghiên cứu kinh điển Phật giáo tại phương Tây. Ông đã học tập tại Đại học Oxford và cùng học giả Max Müller dịch một số kinh văn quan trọng sang tiếng Anh, góp phần đưa tư tưởng Phật giáo Nhật Bản đến với thế giới.

[37] **Suzuki Daisetsu Teitarō (D.T. Suzuki)**: (1870–1966) Học giả và triết gia Nhật Bản, nổi tiếng với việc giới thiệu Thiền Tông đến phương Tây. Tác phẩm như *Essays in Zen Buddhism* và bản dịch *Lăng Già Kinh* đã tạo cầu nối giữa triết học phương Đông và tâm lý học hiện đại, khẳng định vai trò của ông trong việc phổ biến Phật giáo toàn cầu.

lý.

Mặc dù những tên tuổi như Kūkai, Saichō hay Takakusu Junjirō thường được nhắc đến như các biểu tượng, có rất nhiều nhân vật ít nổi bật hơn nhưng lại đóng vai trò quyết định trong hành trình phiên dịch và phổ biến kinh điển. Đó là những nhà sư vô danh, những học giả làm việc thầm lặng trong các thư viện và các ngôi chùa, những người đã dành trọn đời mình để biên tập, dịch thuật và bảo tồn. Ví dụ, các nhà sư của **Hōryū-ji (Pháp Long Tự)**[38] – một trong những ngôi chùa cổ nhất Nhật Bản – đã lưu giữ các bản kinh quý hiếm từ thời Asuka[39]. Những bản kinh này, được sao chép thủ công trong điều kiện khắc nghiệt, trở thành nguồn tài liệu quan trọng cho các học giả thời sau.

Ngoài ra, các nữ tăng sĩ, mặc dù ít được ghi nhận trong lịch sử chính thống, cũng đóng góp không nhỏ vào sự nghiệp bảo tồn kinh điển. Nhiều nữ tu đã tự tay sao chép và minh họa các bản kinh, đặc biệt là trong các học viện dành cho phụ nữ trong thời kỳ Edo[40].

---

[38] **Hōryū-ji (Pháp Long Tự):** Ngôi chùa Phật giáo cổ nhất Nhật Bản, được xây dựng vào thế kỷ thứ 7 dưới thời Thái tử Shōtoku. Tọa lạc tại tỉnh Nara, Hōryū-ji là một trong những di sản kiến trúc gỗ lâu đời nhất thế giới, lưu giữ nhiều kinh điển, tượng Phật và tác phẩm nghệ thuật quý giá, đóng vai trò quan trọng trong lịch sử Phật giáo Nhật Bản.

[39] **Thời Asuka** (538–710) là giai đoạn quan trọng trong lịch sử Nhật Bản, đánh dấu sự du nhập Phật giáo và văn hóa từ bán đảo Triều Tiên và Trung Hoa. Đây cũng là thời kỳ khởi đầu của quá trình hình thành nhà nước trung ương tập quyền, với nhiều cải cách quan trọng về chính trị, luật pháp và văn hóa.

[40] **Thời kỳ Edo (1603–1868):** Thời kỳ mà Nhật Bản dưới sự cai trị của Mạc phủ Tokugawa, với chính sách bế quan tỏa cảng (sakoku) và kiểm soát chặt chẽ các tôn giáo. Phật giáo chịu sự giám sát qua hệ thống **danka**, buộc mỗi gia đình gắn bó với một ngôi chùa để quản lý dân cư. Tuy bị hạn chế về hoạt

Một trong những đặc điểm nổi bật của thời kỳ hiện đại là sự giao thoa giữa tư tưởng Phật giáo và khoa học. Các khái niệm như vô thường, duyên khởi, và tâm thức trong Phật giáo đã trở thành chủ đề được các nhà khoa học và triết gia hiện đại quan tâm.

Các bản kinh như *Kim Cang Kinh* và *Bát Nhã Tâm Kinh* đã được phân tích dưới lăng kính triết học và tâm lý học hiện đại. Sự đối thoại này không chỉ làm sáng tỏ các khái niệm trừu tượng trong Phật giáo mà còn chứng minh rằng các tư tưởng cổ đại vẫn mang giá trị vượt thời gian, có thể đối thoại và bổ sung cho những lý thuyết mới.

Nhật Bản, với truyền thống nghiên cứu Phật học vững chắc, đã trở thành trung tâm quan trọng cho sự kết nối này. Các học giả như **Hisamatsu Shin'ichi**[41], người nghiên cứu Thiền và triết học hiện đại, đã tạo ra các diễn đàn để đối thoại giữa tư tưởng Đông – Tây, mở rộng tầm nhìn về Phật giáo như một triết học toàn cầu.

Trong bối cảnh toàn cầu hóa, Phật giáo Nhật Bản ngày càng nhận thức rõ vai trò của mình trong việc đóng góp vào các vấn đề lớn của thế giới, từ hòa bình, bảo vệ môi trường đến sự cân bằng tinh thần trong xã hội hiện đại.

Các tổ chức Phật giáo Nhật Bản đã tham gia các sáng kiến

động tôn giáo, các ngôi chùa vẫn đóng vai trò quan trọng trong giáo dục, bảo tồn văn hóa và phổ biến kinh điển dưới dạng giản lược, phù hợp với tầng lớp đại chúng.

[41] **Hisamatsu Shin'ichi** (1889–1980), nhà triết học, nhà nghiên cứu Thiền tông Nhật Bản, và giáo sư Đại học Kyoto, nổi tiếng với nỗ lực kết nối tư tưởng Thiền và triết học phương Tây. Ông đề xuất khái niệm "Thiền hiện đại" (Modern Zen), nhấn mạnh vai trò của Thiền trong việc đối thoại giữa Đông và Tây, cũng như trong giải quyết các vấn đề xã hội và tâm linh thời đại mới.

quốc tế như *Earth Charter Initiative*[42], sử dụng các nguyên lý từ bi và duyên khởi để thúc đẩy các chương trình bảo vệ môi trường. Song song đó, các hội thảo về Phật giáo và giáo dục tâm lý, chẳng hạn tại Liên Hợp Quốc, đã đưa các học thuyết Phật giáo vào lĩnh vực giải quyết xung đột và phát triển cộng đồng bền vững.

Trong thế kỷ 21, Phật giáo Nhật Bản đã phải đối mặt với những thách thức về sự suy giảm số lượng tín đồ và còn phải tìm cách tái định vị mình trong một thế giới ngày càng đa dạng về tư tưởng và giá trị. Việc phiên dịch kinh điển không còn giới hạn trong việc chuyển ngữ mà cần phải tìm cách trình bày sao cho phù hợp với nhu cầu tâm linh và trí tuệ của thế hệ mới. Các dự án hiện đại, như Humanistic Buddhism Canon Project, cho thấy cách Phật giáo có thể gắn kết với các vấn đề thực tiễn như công bằng xã hội, giáo dục và sức khỏe tinh thần.

Hành trình phiên dịch và phổ biến Đại Tạng Kinh tại Nhật Bản là một minh chứng cho sức mạnh trí tuệ, ý chí vượt khó và tinh thần phụng sự không ngừng nghỉ. Từ những bước khởi đầu khiêm tốn dưới thời Thái tử Shōtoku đến công trình vĩ đại như Bộ Đại Chánh Tân Tu, câu chuyện ấy không đơn giản chỉ phản ánh một phần lịch sử Phật giáo mà còn là tấm gương sáng ngời về khả năng kết nối giữa truyền thống và hiện đại, giữa tôn giáo và trí thức, giữa quốc gia và nhân loại.

Ánh sáng từ Đại Tạng Kinh đã soi rọi một thời đại và còn truyền cảm hứng cho những thế hệ sau, tiếp tục sứ mệnh khám phá và lan tỏa những giá trị vĩnh cửu của trí tuệ và lòng từ bi.

---

[42] **Earth Charter Initiative**: Một phong trào toàn cầu được khởi xướng năm 2000, nhằm thúc đẩy các giá trị bền vững, công bằng xã hội và hòa bình thông qua một bản tuyên ngôn đạo đức toàn diện về bảo vệ hành tinh. Phật giáo Nhật Bản đã tích cực tham gia với các nguyên lý từ bi và duyên khởi, đóng góp vào các chương trình bảo vệ môi trường và phát triển bền vững.

Trong kỷ nguyên số, di sản ấy vẫn sống động, vẫn tiếp tục thắp sáng con đường cho những ai đang tìm kiếm sự hòa hợp giữa thân, tâm và thế giới.

Hạnh Toàn

SỰ BẢO TỒN ĐẠI TẠNG KINH KỲ DIỆU VÀ TINH HOA TÂY TẠNG

QUẢNG THẾ

Trong trái tim của dãy Himalaya[1], nơi những ngọn núi kiêu hùng vươn cao như những bài tụng ca bất diệt, lịch sử Tây Tạng hiện lên như một bức tranh sống động về niềm tin, lòng dũng cảm và ý chí bất khuất. Ở đó, ánh sáng của Phật giáo, được chuyển tải qua bộ Đại Tạng Kinh kỳ vĩ, đã không ngừng soi rọi những bóng tối khốc liệt của thời gian và quyền lực. Lịch sử phiên dịch, bảo tồn và phát triển Đại Tạng Kinh Tây Tạng là câu chuyện vừa huy hoàng vừa bi thương, nơi mỗi trang kinh chẳng những chứa đựng trí tuệ siêu việt mà còn mang dấu ấn của máu, nước mắt, và lòng từ bi vô lượng.

Câu chuyện bắt đầu vào thế kỷ thứ bảy, khi ánh sáng Phật pháp từ Ấn Độ và Trung Hoa lan tỏa đến vùng đất Tây Tạng xa xôi.

Songtsen Gampo[2], vị vua sáng lập đế chế Tây Tạng hùng mạnh, chẳng phải chỉ là người thống nhất các bộ lạc mà còn là người gieo mầm Phật pháp vào linh hồn dân tộc. Cuộc hôn

---

[1] **Himalaya:** Dãy núi cao nhất thế giới, trải dài qua năm quốc gia: Ấn Độ, Nepal, Bhutan, Trung Quốc và Pakistan, nổi tiếng với đỉnh Everest.

[2] **Songtsen Gampo (605–649):** Vị vua sáng lập Đế chế Tây Tạng, nổi tiếng với việc thúc đẩy Phật giáo và cải cách hành chính, quân sự.

nhân của Songtsen Gampo[3] với hai công chúa, Bhrikuti Devi[4] từ Nepal và Văn Thành Công Chúa[5] từ Trung Quốc, đã đánh dấu sự giao thoa quan trọng về văn hóa và tôn giáo. Dù các tài liệu lịch sử có phần khác nhau về vai trò thực tế của họ, truyền thống Phật giáo Tây Tạng vẫn ghi nhận rằng hai vị công chúa đã góp phần đưa những bản kinh Phật đầu tiên đến Tây Tạng. Nhưng để những lời dạy của Đức Phật sống động trong lòng dân chúng, Tây Tạng cần một ngôn ngữ riêng, một phương tiện chuyển tải trọn vẹn ánh sáng của trí tuệ.

Thonmi Sambhota[6], vị học giả được Songtsen Gampo phái sang Ấn Độ, đã phát triển hệ thống chữ viết Tây Tạng dựa trên

---

[3] **Songtsen Gampo (605–650)** là vị vua sáng lập đế chế Tây Tạng, nổi bật với vai trò thống nhất các bộ tộc và truyền bá Phật giáo vào Tây Tạng. Ông thiết lập mối quan hệ với các cường quốc láng giềng, cưới công chúa Văn Thành (Trung Quốc) và công chúa Bhrikuti (Nepal), qua đó mở đường cho sự phát triển văn hóa, chính trị và tôn giáo. Songtsen Gampo được ghi nhận đã cho xây dựng các đền thờ quan trọng như Jokhang và Ramoche, đặt nền móng cho Phật giáo Tây Tạng.

[4] **Bhrikuti Devi**, thường được coi là một công chúa Nepal thế kỷ VII, là hoàng hậu của Vua Songtsen Gampo của Tây Tạng. Bà được ghi nhận vì vai trò quan trọng trong việc truyền bá Phật giáo từ Nepal sang Tây Tạng, đặc biệt thông qua việc mang theo các kinh điển và nghệ nhân đến triều đình Tây Tạng. Theo truyền thuyết, bà cũng đóng góp vào việc xây dựng các công trình Phật giáo quan trọng, bao gồm Jokhang và Ramoche, hai ngôi đền thiêng liêng ở Lhasa.

[5] **Văn Thành Công Chúa (文成公主, 623–680)**: Công chúa triều Đường, kết hôn với Tùng Tán Cán Bố, vua của Thổ Phồn, theo chính sách hòa thân. Bà có vai trò quan trọng trong việc thúc đẩy giao lưu văn hóa, mang Phật giáo, kỹ thuật nông nghiệp và y học từ Trung Nguyên đến Tây Tạng, góp phần vào sự phát triển văn hóa Tây Tạng thời bấy giờ.

[6] **Thonmi Sambhota (thế kỷ 7)**: Học giả Tây Tạng, được xem là người sáng lập chữ viết Tây Tạng và biên soạn ngữ pháp đầu tiên dựa trên hệ thống chữ Devanagari của Ấn Độ.

các yếu tố từ chữ Brahmi và Devanagari của Ấn Độ. Hệ thống này không những trở thành phương tiện chuyển tải kinh điển Phật giáo mà còn là nền tảng quan trọng cho sự phát triển tri thức và văn hóa Tây Tạng. Từ những dòng kinh đầu tiên được dịch từ tiếng Phạn và tiếng Hán, một phong trào dịch thuật kinh điển chưa từng có trong lịch sử Tây Tạng đã bắt đầu. Đó không đơn giản là công việc học thuật, mà là một sứ mệnh thiêng liêng. Mỗi con chữ, mỗi lời kinh đều là một hạt giống tâm linh, được gieo trồng với lòng thành kính tuyệt đối.

Dưới triều đại Trisong Detsen[7], ánh sáng của Phật pháp rực rỡ như mặt trời buổi sớm. Dưới triều đại Trisong Detsen, các đại sư Ấn Độ như Padmasambhava[8] và Shantarakshita[9] được mời đến Tây Tạng để hoằng pháp. Điểm nhấn quan trọng là "Cuộc tranh biện Samye[10]," nơi Phật giáo Ấn Độ và Phật giáo

---

[7] **Trisong Detsen (742–797)**, vua Tây Tạng, người thúc đẩy Phật giáo phát triển mạnh mẽ và sáng lập tu viện Samye.

[8] **Padmasambhava** (Liên Hoa Sanh) là đạo sư Ấn Độ thế kỷ 8, người truyền bá Phật giáo Kim Cang thừa vào Tây Tạng. Ngài được tôn kính là tổ sư của Nyingma, truyền thống Phật giáo Tây Tạng cổ nhất, và được xem là hoá thân của Phật A-di-đà. Padmasambhava nổi tiếng với khả năng hàng phục ma quỷ và khai mở nhiều giáo pháp bí mật, như Terma (kho tàng giáo pháp). Ngài là biểu tượng của trí tuệ siêu việt và sự hợp nhất giữa thiền định và hành động.

[9] **Shantarakshita (725–788)**: Một triết gia và luận sư Ấn Độ quan trọng, người đã kết hợp tư tưởng Trung quán (Madhyamaka) với logic Du-già (Yogācāra), tạo nền tảng cho triết học Phật giáo Tây Tạng. Ông được mời đến Tây Tạng bởi vua Trisong Detsen, sáng lập tu viện Samye và đóng vai trò quyết định trong việc truyền bá Phật giáo tại đây. Tác phẩm nổi bật: *Tattvasamgraha* (Tập Thành Chân Lý), tổng hợp và phản biện nhiều hệ tư tưởng đương thời.

[10] **Cuộc tranh biện Samye** (Samye Debate) diễn ra vào thế kỷ 8 tại tu viện Samye, Tây Tạng. Đây là sự kiện quan trọng trong lịch sử Phật giáo Tây Tạng, đánh dấu cuộc tranh luận giữa hai trường phái: Phật giáo Ấn Độ do

Trung Hoa tranh luận về các quan điểm triết học. Kết quả là truyền thống Đại thừa theo hướng Ấn Độ được chọn làm kim chỉ nam cho Phật giáo Tây Tạng. Tu viện Samye[11], trung tâm Phật giáo đầu tiên của đất nước, trở thành nơi các dịch giả làm việc ngày đêm để chuyển dịch kinh điển. Những bản kinh không dừng lại ở việc truyền tải trí tuệ mà còn là hơi thở, là nhịp đập của cả dân tộc.

Nhưng lịch sử chưa bao giờ trải hoa hồng mãi mãi. Vào thế kỷ thứ 9, vua Langdarma[12], được biết đến với các chính sách chống Phật giáo, đã ra lệnh đóng cửa nhiều tu viện và tiêu hủy kinh điển. Tuy nhiên, một số tài liệu lịch sử cho rằng vai trò của Langdarma trong việc đàn áp Phật giáo có thể bị phóng đại bởi các ghi chép sau này của các tu sĩ Phật giáo. Ánh sáng dường như bị dập tắt, nhưng ngọn lửa tâm linh chưa bao giờ lụi tàn. Những tu sĩ trung thành đã mang theo các bản kinh trốn vào các vùng núi non hẻo lánh, nơi chúng được bảo vệ như báo vật. Họ biết rằng, dù phải hy sinh mạng sống, trí tuệ Phật giáo phải được truyền lại cho đời sau.

Thế kỷ 11, Tây Tạng bước vào thời kỳ phục hưng với sự xuất

Tỷ kheo Kamalaśīla đại diện và Phật giáo Trung Hoa do Thiền sư Moheyan lãnh đạo. Chủ đề chính xoay quanh phương pháp đạt giác ngộ: tu tập tiệm tiến (gradual path) của Kamalaśīla và tu tập đốn ngộ (sudden enlightenment) của Moheyan. Kết quả nghiêng về quan điểm tiệm tiến, ảnh hưởng sâu sắc đến sự phát triển của Phật giáo Tây Tạng.

[11] **Samye**, tu viện Phật giáo đầu tiên tại Tây Tạng, được xây dựng vào thế kỷ 8 dưới triều đại vua Trisong Detsen, với sự chỉ đạo của Guru Rinpoche và Shantarakshita.

[12] **Langdarma (khoảng 838–841):** Vua Tây Tạng cuối thời Tùy Thời, nổi tiếng chống Phật giáo, dẫn đến sự suy giảm tạm thời của đạo này ở vùng đất Tây Tạng. Triều đại của ông được cho là kết thúc đột ngột bởi một vụ ám sát liên quan đến xung đột tôn giáo.

hiện của các đại dịch giả như Rinchen Zangpo[13] và Marpa Lotsawa[14]. Họ không những mang về hàng trăm bộ kinh từ Ấn Độ mà đồng thời phát triển các thuật ngữ triết học, đặt nền móng cho sự hình thành Kangyur và Tengyur—hai bộ kinh điển lớn của Phật giáo Tây Tạng. Họ vượt qua muôn trùng gian khổ, đến các tu viện Ấn Độ để học hỏi, mang về hàng trăm bộ kinh điển. Công việc của họ không đơn giản là dịch thuật, mà còn là sự sáng tạo, làm phong phú ngôn ngữ Tây Tạng bằng các khái niệm triết học sâu sắc. Kangyur[15], tập hợp những lời dạy của Đức Phật, và Tengyur[16], các luận giải từ các học giả Ấn Độ, được hoàn thiện như những công trình vĩ đại, mãi mãi soi sáng.

Thời hiện đại, Tây Tạng lại phải đối diện với một thử thách khắc nghiệt hơn bao giờ hết. Vào giữa thế kỷ 20, sau khi Tây Tạng bị sáp nhập, Phật giáo một lần nữa bị đàn áp tàn bạo. Các tu viện bị phá hủy, các bản kinh bị thiêu rụi, và văn hóa truyền thống đứng trước nguy cơ biến mất. Nhưng ngay trong cơn bão tố, ánh sáng từ bi và trí tuệ vẫn trường tồn. Đức Đạt Lai Lạt Ma thứ 14, vị lãnh tụ tinh thần của Tây Tạng, đã dẫn đầu cuộc di cư lịch sử vào giữa thế kỷ 20. Ngài mang theo nhiều bản kinh quý giá và tái lập các tu viện quan trọng tại Ấn Độ, như Tu viện Namgyal và Viện Norbulingka, nhằm bảo tồn truyền thống văn hóa và tôn giáo Tây Tạng. Trong cuộc sống lưu

---

[13] **Rinchen Zangpo (958–1055)**, dịch giả và học giả người Tây Tạng, đóng vai trò quan trọng trong việc truyền bá Phật giáo Ấn Độ tại Tây Tạng.

[14] **Marpa Lotsawa (1012–1097)**, dịch giả và bậc thầy Phật giáo Tây Tạng, mang giáo lý Mật tông từ Ấn Độ về Tây Tạng, sáng lập dòng Kagyu và là thầy của Milarepa.

[15] **Kangyur**: Bộ kinh điển Phật giáo Tây Tạng, chứa lời dạy của Đức Phật được dịch sang tiếng Tây Tạng.

[16] **Tengyur**: Bộ kinh điển Phật giáo Tây Tạng, chứa các luận giải của chư tổ và học giả về kinh (Sutra) và luật (Vinaya), bổ sung cho Kanjur.

vong, ngài không ngừng nỗ lực để bảo tồn và truyền bá văn hóa, tín ngưỡng Tây Tạng ra toàn thế giới.

Vai trò của Đức Đạt Lai Lạt Ma không dừng lại ở việc bảo tồn di sản. Ngài trở thành biểu tượng cho hòa bình, cho sự dung hợp giữa Phật giáo và tinh thần hiện đại. Những bài giảng của ngài chẳng chỉ dành riêng cho người Tây Tạng, mà còn lan tỏa khắp mọi miền. Ngài luôn nhấn mạnh rằng, Phật giáo không đơn giản là một tôn giáo, mà là một khoa học về tâm thức, một nghệ thuật sống, có thể mang lại hạnh phúc và hòa bình cho tất cả mọi người.

Tương lai của Phật giáo Tây Tạng và dân tộc Tây Tạng phụ thuộc vào khả năng thích nghi với thế giới hiện đại mà không đánh mất bản sắc. Trong những thập kỷ qua, các tu viện lưu vong đã đào tạo ra thế hệ tu sĩ mới, các học giả, những người chẳng những thấu hiểu kinh điển mà còn biết cách sử dụng công nghệ để phổ biến trí tuệ cổ xưa. Sự hồi sinh của Phật giáo Tây Tạng không còn bị giới hạn trong lòng những ngọn núi xa xôi, mà đã lan tỏa tới những trái tim khắp năm châu, nơi những giá trị từ bi và trí tuệ được yêu mến.

Lịch sử phiên dịch và bảo tồn Đại Tạng Kinh Tây Tạng là câu chuyện về một dân tộc không ngừng tìm kiếm ánh sáng, dù bóng tối có bủa vây. Đó là hành trình của những con người sống với lòng tin, sự hy sinh và ý chí kiên cường, để mỗi trang kinh trở thành một ngọn nến, thắp sáng không chỉ một vùng đất mà cả nhân loại. Trong bối cảnh đầy biến động của thế kỷ 21, di sản ấy vừa là tài sản của Tây Tạng, mà vừa là kho báu vô giá của cả thế giới, như một nhắc nhở rằng ánh sáng trí tuệ và lòng từ bi có thể vượt qua mọi bức bách của quyền lực thế gian.

Quảng Thế

TỪ CHÂN TRỜI VÔ MINH ĐẾN ÁNH SÁNG GIẢI THOÁT: CON ĐƯỜNG GIÁO DỤC TRONG ĐẠO PHẬT

UYÊN NGUYÊN

Trong tấm gương phản chiếu của thời gian, nơi mà từng tia sáng của trí tuệ Phật giáo chiếu rọi qua bức màn vô thường, tác phẩm *"Đạo Phật - Con Đường Giáo Dục Toàn Diện"* của Hòa thượng Thích Nguyên Siêu đã ra đời như một tia sáng giữa thế giới bộn bề. Tác phẩm vừa là kết tinh của tri thức Phật học vừa là một bản hòa tấu giữa trái tim từ bi và khối óc minh triết, hướng dẫn chúng ta trên hành trình tự khám phá và giác ngộ.

Hòa thượng Thích Nguyên Siêu, một trong những bậc Tăng nhân có ảnh hưởng lớn trong cộng đồng Phật giáo tại Hoa Kỳ, đã cống hiến trọn vẹn tâm sức cho việc truyền bá giáo lý của Đức Phật. Hòa thượng không chỉ đảm nhận trọng trách là Phó Thư Ký Hội Đồng Hoằng Pháp thuộc Viện Tăng Thống, GHPGVNTN, Trưởng Ban Truyền Bá Giáo Lý tại Hoa Kỳ, mà hiện tại còn cáng đáng trọng trách Chủ Tịch Hội Đồng Điều Hành Giáo Hội Phật Giáo Việt Nam Thống Nhất Hoa Kỳ. Với tâm hồn hiền hòa, tư duy sắc bén và trái tim từ ái, Hòa thượng đã góp phần đưa đạo Phật lan tỏa đến những người con xa xứ, giữ vững tinh thần hòa hợp và trí tuệ giữa một thế giới đầy biến động.

Đạo Phật - Con Đường Giáo Dục Toàn Diện được hình thành

trong bối cảnh hiện đại, khi mà những giá trị cũ kỹ dần bị phai mờ dưới áp lực của công nghiệp hóa và sự thay đổi không ngừng của xã hội. Đứng trước thách thức của thời đại mới, Hòa thượng Thích Nguyên Siêu nhận ra sự cần thiết của việc giáo dục đạo đức và tâm linh, không chỉ để bảo tồn truyền thống mà còn giúp con người tìm lại cân bằng trong cuộc sống. Đây là lúc mà tác phẩm của Thầy trở thành ánh sáng soi đường, mang trong mình những triết lý sâu sắc, đầy nhân văn của Phật pháp, giúp con người tiếp cận với sự giác ngộ thông qua con đường giáo dục toàn diện.

Với lời văn nhẹ nhàng, tác phẩm không dừng lại ở việc truyền tải kiến thức mà còn khơi dậy những xúc cảm, sự thấu hiểu về mối liên hệ giữa con người và vũ trụ, giữa cá nhân và cộng đồng xã hội. Mỗi chương, mỗi đoạn văn trong *Đạo Phật - Con Đường Giáo Dục Toàn Diện* đều là những lời kinh dẫn dắt tâm trí chúng ta đi qua từng cung bậc của giác ngộ, từ sự nhận thức về khổ đau đến sự giải thoát khỏi mọi ràng buộc của dục vọng và vô minh.

Tác phẩm khởi đầu bằng việc đặt nền tảng triết lý giáo dục của Đạo Phật, nơi mà mỗi con người đều được Đức Phật chỉ dẫn trên con đường tu tập. Hòa thượng Thích Nguyên Siêu, với tư cách là một nhà lãnh đạo tâm linh, đứng vững giữa dòng chảy của Phật pháp, và còn là một con người giáo dục, truyền bá giáo lý một cách nhẹ nhàng nhưng đầy thâm trầm. Trước tiên, Hòa thượng khéo léo gợi mở về những triết lý sâu sắc từ *Kinh Bộc Lưu*, với hình ảnh dòng nước xoáy tượng trưng cho những rối ren trong cuộc sống:

"*Không đứng lại, không bước tới, Ta vượt khỏi bộc lưu.*"

Lời dạy của Đức Thế Tôn trong đoạn kinh này đã được Hòa thượng phân tích một cách thấu đáo. Thầy giải thích rằng trong hành trình tu tập, con người không nên rơi vào hai thái cực: bám víu vào quá khứ hay mộng tưởng về tương lai. Sống trọn vẹn trong hiện tại, nhưng không vướng mắc vào những hư danh phù phiếm, chính là cách mà người tu hành có thể vượt qua được mọi khổ đau. Thực tại không hề đứng yên, nhưng cũng chẳng phải là nơi để người ta chạy đua, mà là dòng chảy liên tục của sự sinh diệt.

Như vậy, qua từng câu từng chữ, Hòa thượng Thích Nguyên Siêu đã đưa độc giả vào một cuộc hành trình nội tâm, nơi mà sự nhận thức về sự "vô ngã" được mở rộng, nơi con người có thể thấy rõ bản chất thật sự của mọi sự vật, hiện tượng. Triết lý "Không đứng lại, không bước tới" vừa là lời chỉ dẫn vượt thoát khỏi chấp trước, vừa là bài học về lòng tự chủ, tự tại.

GIÁO DỤC TOÀN DIỆN QUA NHỮNG KINH ĐIỂN PHẬT GIÁO

Từ nền tảng của *Kinh Bộc Lưu*, tác phẩm còn mở rộng hơn qua các kinh văn khác, trong đó nổi bật là *Kinh Tổ Mẫu*. Qua câu chuyện của vua Pasenadi, Hòa thượng đã sử dụng hình ảnh của sự vô thường để giảng giải về mối liên hệ giữa con người và cái chết. Ở đây, Hòa thượng khéo léo lồng ghép tư tưởng Phật giáo về luân hồi, sự sống và sự chết, đưa ra những bài học thực tiễn cho người đọc:

"Tất cả chúng sanh, thưa Đại Vương, đều phải chết, đều kết thúc trong sự chết, đều không vượt qua sự chết."

Lời dạy này của Đức Phật không chỉ làm sáng tỏ bản chất vô thường của kiếp người mà còn là sự thức tỉnh về cách đối diện với sự mất mát. Trong cuộc sống, con người luôn tìm kiếm cách để tránh né cái chết, nhưng thực tế, không có gì có thể ngăn cản quy luật tự nhiên. Thay vì sợ hãi, con người nên chuẩn bị tâm lý để sống trọn vẹn từng khoảnh khắc, biết yêu thương, trân trọng những người xung quanh và không ngừng tu dưỡng tâm hồn để đạt đến sự an nhiên tự tại.

Hòa thượng Thích Nguyên Siêu cũng đề cao vai trò của giáo

dục trong việc giúp con người vượt qua những thử thách của cuộc sống. Theo Thầy, Đạo Phật vừa là một tôn giáo mà vừa là một triết lý giáo dục toàn diện, dạy con người biết sống hòa hợp với thiên nhiên, với tha nhân và với chính mình. Mỗi lời kinh, mỗi triết lý mà Hòa thượng trình bày đều mang trong mình giá trị nhân văn sâu sắc, hướng con người đến chân lý và giác ngộ.

TINH THẦN TỰ DO VÀ TRÁCH NHIỆM QUA KINH HIẾU THẢO

Một trong những giá trị cốt lõi mà "*Đạo Phật - Con Đường Giáo Dục Toàn Diện*" nhấn mạnh chính là lòng hiếu thảo và tinh thần trách nhiệm. Trong chương giáo dục về hiếu thảo, Hòa thượng Thích Nguyên Siêu đã nhắc đến *Kinh Nuôi Dưỡng Mẹ*, với những lời kinh giản dị mà đầy xúc động. Hiếu thảo là một nghĩa vụ đạo đức, đồng thời là nền tảng của một xã hội hài hòa:

"Ai nuôi dưỡng mẹ cha với tấm lòng chân thật, người đó không chỉ tuân thủ luật đời mà còn đang thực hành pháp luật của Đức Thế Tôn."

Tư tưởng này đã được Hòa thượng diễn giải rất khéo léo, khi Thầy nhấn mạnh rằng lòng hiếu thảo vốn là sự đền đáp công ơn sinh thành, nhưng đồng thời cũng là một phần của hành trình tu tập. Đạo Phật không dừng lại ở những giáo điều xa vời, mà chính là sự hiện diện của lòng từ bi và trách nhiệm trong mỗi hành động nhỏ nhặt của cuộc sống. Tinh thần giáo dục này giúp con người trở nên hiền hòa, và là cách để tạo dựng một xã hội nhân ái, nơi mọi người sống với nhau bằng tình yêu thương và sự đồng cảm.

KẾT NỐI TRI THỨC PHẬT PHÁP VỚI ĐỜI SỐNG HIỆN ĐẠI

Tác phẩm "*Đạo Phật - Con Đường Giáo Dục Toàn Diện*" của

Hòa thượng Thích Nguyên Siêu là một bản dịch, một lời giải thích, mà còn là sự kết nối giữa tri thức Phật học cổ truyền với đời sống hiện đại. Trong tác phẩm, Hòa thượng đã không ngừng nhấn mạnh vai trò của giáo dục như một phương tiện để giải thoát con người khỏi những ràng buộc của khổ đau và tham vọng. Thầy cũng đưa ra những giải pháp thiết thực để con người hiện đại có thể ứng dụng giáo lý Phật pháp trong cuộc sống hằng ngày.

Như trong *Kinh Cày Ruộng*, một bài kinh khác được nhắc đến trong tác phẩm, Đức Phật đã sử dụng hình ảnh cày ruộng để dạy con người về sự chăm chỉ, kiên trì trong tu học:

"*Ai cày trong thánh pháp luật, người ấy gặt hái được hạnh phúc chân thật.*"

Cày ruộng trong Phật pháp là hình ảnh ẩn dụ cho sự kiên nhẫn và quyết tâm. Cũng như người nông dân không thể gặt lúa mà không cày bừa, người tu hành không thể đạt được sự giải thoát nếu không có sự tu tập bền bỉ. Tinh thần này đã được Hòa thượng Thích Nguyên Siêu truyền tải một cách nhẹ nhàng nhưng sâu sắc, giúp người đọc thấu hiểu rằng con đường tu học không hề dễ dàng, nhưng mỗi bước chân trên hành trình ấy đều đem lại giá trị lớn lao cho cuộc sống.

*

Tóm lại, tác phẩm "*Đạo Phật - Con Đường Giáo Dục Toàn Diện*" của Hòa thượng Thích Nguyên Siêu vừa là một tác phẩm Phật học, vừa là một bản giao hưởng đầy cảm xúc giữa lòng từ bi và trí tuệ. Qua từng lời kinh, từng bài học, Hòa thượng đã khơi gợi những giá trị sâu sắc, giúp con người nhận thức được sự thật của cuộc sống và con đường dẫn đến giác ngộ. Tác phẩm này không chỉ mang tính giáo dục mà còn là nguồn cảm hứng cho những ai đang tìm kiếm sự thanh tịnh, bình an trong tâm hồn giữa dòng đời biến động.

Những bài học từ *Kinh Bộc Lưu, Kinh Tổ Mẫu, Kinh Cày Ruộng* và nhiều kinh khác trong tác phẩm này không còn là tri thức lý thuyết mà đã trở thành kim chỉ nam thực tiễn cho cuộc sống. Mỗi trang sách mở ra là một ánh sáng, dẫn dắt người đọc đến sự giải thoát khỏi những khổ đau, mê lầm và đồng thời khuyến khích họ sống một cuộc đời đầy trách nhiệm, yêu thương và trí tuệ.

Tác phẩm này vì vậy, là sự cống hiến của Hòa thượng Thích Nguyên Siêu cho cộng đồng Phật tử, là di sản tinh thần quý báu cho các thế hệ mai sau. Những triết lý giáo dục toàn diện của Đạo Phật mà Hòa thượng truyền đạt qua từng dòng chữ sẽ mãi mãi là nguồn sáng cho những tâm hồn đang tìm kiếm chân lý và sự giác ngộ.

Uyên Nguyên
Hôi Quy am, 24 tháng Chín, 2024

ĐẠO PHẬT
CON ĐƯỜNG
GIÁO DỤC TOÀN DIỆN

BUDDHISM
THE WAY of COMPREHENSIVE EDUCATION

NGUYÊN SIÊU

Dịch Anh: DIỆU KIM và NGUYÊN ĐỨC

PHẬT VIỆT TÙNG THƯ

GIÁO DỤC PHẬT GIÁO: MỘT TẦM NHÌN TOÀN DIỆN

TUỆ QUANG

Trong suốt chiều dài lịch sử, giáo dục luôn luôn là phương tiện truyền tải tri thức và là động lực thúc đẩy sự phát triển văn minh nhân loại. Tuy nhiên, giáo dục trong truyền thống Phật giáo mang một chiều sâu đặc biệt, vượt qua khuôn khổ của tri thức thế tục để vươn tới sự giải phóng tâm linh. Giáo dục Phật giáo không chỉ hướng đến việc hình thành những cá nhân có năng lực mà còn tập trung vào việc chuyển hóa nhận thức, nuôi dưỡng lòng từ bi và mang lại sự hòa hợp giữa cá nhân và xã hội.

Trong Phật giáo, mục tiêu của giáo dục là "giác ngộ" – một trạng thái mà con người đạt được sự tự do khỏi mọi sự trói buộc của vô minh và khổ đau. Điều này được thực hiện thông qua ba trụ cột cơ bản: *giới, định, tuệ*. Đây là những nguyên tắc đạo đức đồng thời là một lộ trình học tập toàn diện, giúp cá nhân phát triển cả về trí tuệ, tinh thần và tâm hồn.

Giới: Nền Tảng Đạo Đức

Giới luật trong Phật giáo vừa là kim chỉ nam để định hình hành vi, vừa là nền tảng đạo đức giúp cá nhân tự điều chỉnh, tạo sự hài hòa giữa chính mình và xã hội. Trong bối cảnh hiện đại, giới luật đặc biệt quan trọng trong việc định hướng hành vi trên không gian mạng, nơi các vấn đề như thông tin sai lệch hay bắt nạt trực tuyến ngày càng phổ biến. Những nguyên tắc như 'tôn trọng sự thật' hay 'không gây tổn hại' có thể trở thành kim chỉ nam để xây dựng một cộng đồng số lành mạnh. Trong bối cảnh hiện đại, giới luật trở nên đặc biệt quan trọng khi con người đối mặt với các vấn đề như khủng hoảng đạo đức trong công nghệ và truyền thông. Điều này không chỉ góp phần tạo ra một cộng đồng số lành mạnh mà còn khuyến khích sự tự giác và trách nhiệm. Trong giáo dục, giới đóng vai trò như những giá trị đạo đức căn bản, hướng dẫn người học cách sống một cuộc đời có ý nghĩa, tránh làm tổn hại đến người khác và tạo ra những mối quan hệ hòa hợp.

Một hệ thống giáo dục dựa trên giới luật không nhằm áp đặt mà giúp học sinh và người học tự ý thức về trách nhiệm của mình đối với cộng đồng. Đây chính là nền tảng để xây dựng một xã hội công bằng và quân bình, nơi mỗi người đều nhận thức được mối quan hệ nhân quả giữa hành động và hậu quả của chúng.

Định: Sự Tập Trung Và Quân Bình Nội Tâm

Trong nhịp sống nhanh của xã hội hiện đại, con người thường đối mặt với sự căng thẳng và xao lãng kéo dài. Định, hay khả năng tập trung và tĩnh tâm, vừa là một phương pháp tu tập truyền thống mà vừa là kỹ năng sống cần thiết để đối phó với áp lực hiện đại. Định, là một kỹ năng vô giá mà giáo dục Phật giáo mang lại. Thông qua các thực hành như thiền định, người học phát triển khả năng chú ý và đạt được sự quân bình nội tâm, giúp họ đối diện với những thách thức một cách bình tĩnh và sáng suốt.

Ứng dụng thực tiễn của định trong giáo dục hiện đại được minh chứng rõ ràng thông qua các chương trình như MindUP[1] tại Hoa Kỳ hay các khóa học về mindfulness tại Anh. Những chương trình này giúp cải thiện khả năng tập trung và giúp học

---

[1] **MindUP**: Một chương trình giáo dục xã hội và cảm xúc, kết hợp thực hành chánh niệm để nâng cao sự tập trung, giảm căng thẳng và phát triển lòng trắc ẩn.

sinh xây dựng trí tuệ cảm xúc, giảm căng thẳng và phát triển lòng từ bi. Việc dạy chánh niệm trong trường học còn được đánh giá cao vì khả năng tạo ra một không gian học tập bình an, nơi cả học sinh và giáo viên đều cảm nhận được sự quân bình nội tâm. Đây chính là cầu nối để đưa giáo dục Phật giáo hòa nhập vào nền giáo dục thế tục mà không mất đi bản chất cốt lõi.

Tuệ: Sự Thấu Hiểu Và Giải Thoát

Tuệ trong giáo dục Phật giáo vượt lên trên hiểu biết lý thuyết thông thường, hướng đến khả năng thấu hiểu sâu sắc và ứng dụng thực tiễn. Trong thế giới hiện đại, nơi thông tin hỗn loạn và bất bình đẳng xã hội ngày càng gia tăng, trí tuệ này giúp cá nhân phát triển tư duy phản biện, phân biệt đúng sai và đưa ra quyết định dựa trên sự thấu hiểu nhân quả. Chẳng hạn, việc vận dụng trí tuệ Phật giáo có thể hỗ trợ trong việc giải quyết các vấn đề toàn cầu như biến đổi khí hậu hay bất bình đẳng kinh tế bằng cách khơi nguồn các giải pháp bền vững và nhân văn. Trong xã hội hiện đại, tuệ giúp cá nhân phát triển tư duy phản biện, biết phân biệt giữa đúng và sai trong dòng chảy thông tin hỗn loạn. Đây là một loại trí tuệ vượt trên mọi lý luận, giúp cá nhân thoát khỏi sự ràng buộc của vô minh và đạt được sự tự do tâm linh. Trong xã hội, trí tuệ này giúp cá nhân hiểu rõ hơn về những nguyên nhân gốc rễ của bất công, xung đột và khổ đau, từ đó tìm ra những giải pháp mang tính vững bền. Giáo dục Phật giáo giúp người học giải quyết các vấn đề cá nhân đồng thời khơi nguồn cảm hứng để họ đóng góp tích cực vào sự phát triển của xã hội.

Giáo Dục Phật Giáo Trong Vai Trò Quân Bình Xã Hội

Sự phân hóa xã hội về kinh tế, văn hóa và đạo đức ngày càng sâu sắc trong thế giới hiện đại, đặt ra nhu cầu cấp thiết về các giải pháp quân bình. Giáo dục Phật giáo, với trọng tâm vào lòng từ bi và trí tuệ hướng dẫn cá nhân nhận diện nguyên nhân của các xung đột mà còn thúc đẩy sự đồng cảm và hòa giải. Bằng cách nhấn mạnh vào lòng từ bi và sự thấu hiểu, giáo dục Phật giáo hướng dẫn cá nhân giúp nhận ra nguyên nhân sâu xa của các xung đột và còn tìm kiếm những giải pháp hòa hợp. Trong bối cảnh đó, giáo dục Phật giáo có thể được xem như một lực lượng quân bình, giúp hàn gắn những đứt gãy và bất bình đẳng. Bằng cách nhấn mạnh vào lòng từ bi và sự thấu hiểu, giáo dục Phật giáo tạo điều kiện để mỗi cá nhân trở thành một yếu tố hòa giải, thay vì làm gia tăng xung đột. Thay vì tập trung vào sự khác biệt, giáo dục Phật giáo hướng dẫn con người nhìn nhận những điểm tương đồng và tìm kiếm giải pháp trên cơ sở hòa hợp.

Hệ Thống Giáo Dục Phật Giáo: Phương Pháp Và Cấu Trúc

Hệ thống giáo dục Phật giáo mang tính linh hoạt cao, luôn thích ứng với bối cảnh văn hóa và thời đại, đồng thời đặt con người làm trung tâm. Các phương pháp như học qua chiêm nghiệm (Vipassanā) không chỉ khuyến khích cá nhân tự khám phá bản thân mà còn giúp phát triển khả năng tư duy phản biện. Bên cạnh đó, cấu trúc giáo dục này còn đề cao sự hỗ trợ của cộng đồng (Saṅgha), nơi mỗi cá nhân vừa là người học vừa là người truyền đạt, tạo nên một môi trường học tập mở và giàu lòng từ bi. Điều này đặc biệt phù hợp trong bối cảnh xã hội hiện đại, khi con người tìm kiếm những kết nối ý nghĩa hơn giữa cá nhân và cộng đồng. Mặc dù mang cốt lõi là các giá trị phổ quát như từ bi, trí tuệ, và sự hòa hợp, giáo dục Phật giáo không áp dụng một cách cứng nhắc mà luôn tìm cách phù hợp với hoàn cảnh cụ thể. Để hiểu rõ hơn, chúng ta cần đi sâu vào các phương pháp giảng dạy và cấu trúc của hệ thống này.

Phương Pháp Giảng Dạy: Từ Lý Thuyết Đến Thực Hành

Một trong những đặc điểm nổi bật của giáo dục Phật giáo là

nguyên tắc kết hợp giữa học và hành. Chẳng hạn, việc học qua chiêm nghiệm (Vipassanā) không dừng lại ở việc tiếp nhận kiến thức mà còn khuyến khích cá nhân tự khám phá bản chất vô thường, khổ và vô ngã của cuộc sống thông qua thiền định. Ngoài ra, phương pháp truyền thụ bằng gương sáng (Achariya), nơi người thầy là hình mẫu sống động cho học trò, cũng là một yếu tố quan trọng giúp xây dựng lòng tin và cảm hứng học tập. Điều này giúp người học phát triển vừa về tri thức mà vừa về đạo đức và tâm hồn. Đức Phật từng nhấn mạnh rằng trí tuệ thực sự chỉ có thể được phát triển thông qua trải nghiệm và thực hành. Các phương pháp giảng dạy trong truyền thống này thường bao gồm:

Học Qua Chiêm Nghiệm (Vipassanā)

Khác với việc tiếp nhận kiến thức theo lối ghi nhớ, Phật giáo khuyến khích người học chiêm nghiệm bản chất của thực tại thông qua thiền quán. Đây là một phương pháp giúp cá nhân tự khám phá và thấu hiểu bản chất vô thường, khổ và vô ngã của mọi hiện tượng. Điều này vừa mang lại sự tự do tâm linh và vừa giúp con người phát triển khả năng phán đoán và giải quyết vấn đề.

Truyền Thụ Bằng Gương Sáng (Achariya)

Trong truyền thống Phật giáo, vai trò của người thầy (Achariya) rất quan trọng. Người thầy không chỉ dạy bằng lời nói mà còn qua cách sống, qua chính những hành động hàng ngày. Điều này tạo ra một mối quan hệ thân thiết và chân thành giữa thầy và trò, giúp người học lĩnh hội kiến thức và hấp thụ những giá trị đạo đức và tinh thần.

Tự Do Trong Tư Duy (Kālāma Sutta)

Một trong những điểm đặc sắc của giáo dục Phật giáo là khuyến khích sự tự do tư duy và tránh ràng buộc vào bất kỳ giáo điều nào. Kinh Kālāma nổi tiếng với lời dạy rằng con người không nên tin vào bất cứ điều gì chỉ vì đó là truyền thống, giáo điều, hay lời nói của một người được tôn kính. Thay vào đó, mỗi người cần tự kiểm nghiệm và xác nhận chân lý qua kinh nghiệm của chính mình.

Học Tập Thông Qua Tăng Đoàn (Saṅgha)

Trong giáo dục Phật giáo, cộng đồng Saṅgha vừa là nơi sinh hoạt tôn giáo mà vừa là một môi trường học tập tự nhiên. Các thành viên trong cộng đồng chia sẻ kinh nghiệm và hỗ trợ lẫn nhau trên con đường phát triển tâm linh. Mô hình này có thể được áp dụng vào các tổ chức hiện đại, như doanh nghiệp hoặc trường học, để xây dựng một môi trường học tập dựa trên sự hỗ trợ lẫn nhau. Chẳng hạn, các nhóm học tập chánh niệm hoặc thiền định trong các công ty giúp tăng cường sự gắn kết giữa các nhân viên và còn giúp xây dựng văn hóa doanh nghiệp dựa trên lòng tin và sự thấu cảm. Saṅgha luôn hỗ trợ về mặt tâm linh đồng thời tạo điều kiện để các cá nhân thực hành lòng từ bi, sự bao dung và ý thức cộng đồng.

Cấu Trúc Giáo Dục: Từ Cá Nhân Đến Xã Hội

Giáo dục Phật giáo được xây dựng trên một cấu trúc bao quát, bắt đầu từ sự phát triển cá nhân và mở rộng ra cộng đồng và toàn xã hội. Cấu trúc này thường được chia thành ba cấp độ chính:

Phát Triển Cá Nhân

Đây là nền tảng của mọi hệ thống giáo dục trong Phật giáo. Cá nhân được hướng dẫn để tự hiểu và chuyển hóa chính mình trước khi cố gắng thay đổi thế giới. Các thực hành như thiền định, chánh niệm và quán chiếu nội tâm giúp cá nhân đạt được sự an lạc và trí tuệ.

Xây Dựng Cộng Đồng Tăng Già

Giáo dục không dừng lại ở việc phát triển cá nhân mà còn mở

rộng đến việc xây dựng những cộng đồng hòa hợp. Saṅgha là minh chứng rõ ràng cho điều này, nơi các thành viên hỗ trợ lẫn nhau trong việc thực hành và duy trì giới luật, đồng thời tạo ra môi trường giáo dục tự nhiên.

Đóng Góp Cho Xã Hội

Mục tiêu cuối cùng của giáo dục Phật giáo là giúp cá nhân trở thành những nhân tố tích cực, góp phần xây dựng xã hội hòa bình và bền vững. Thông qua lòng từ bi và trí tuệ, người học được khuyến khích đóng góp vào việc giảm bớt khổ đau và xung đột trong cộng đồng.

Ứng Dụng Giáo Dục Phật Giáo Trong Xã Hội Tây Phương

Khi Phật giáo được du nhập vào các xã hội phương Tây, đặc biệt là Hoa Kỳ, đã mang đến một cách tiếp cận mới mẻ trong giáo dục. Các chương trình thiền chánh niệm như MindUP hoặc các khóa học về trí tuệ cảm xúc tại Spirit Rock Meditation Center[2] ở Hoa Kỳ đã chứng minh rằng giáo dục Phật giáo không dành riêng cho lĩnh vực tâm linh mà còn có tác dụng cải thiện chất lượng sống, đặc biệt trong môi trường học đường và doanh nghiệp. Sự kết hợp giữa triết lý Phật giáo và các phương pháp giáo dục thực dụng của phương Tây tạo ra những giá trị thiết thực, như cải thiện khả năng tập trung, kiểm soát cảm xúc và nâng cao ý thức cộng đồng. Trong bối cảnh văn hóa đa dạng và nhịp sống nhanh, giáo dục Phật giáo đã được tái hiện dưới nhiều hình thức sáng tạo và thực tiễn.

Thiền Chánh Niệm Trong Trường Học

Một trong những ứng dụng phổ biến nhất của giáo dục Phật giáo tại phương Tây là các chương trình dạy thiền chánh niệm.

---

[2] **Spirit Rock Meditation Center:** Trung tâm thiền định nổi tiếng tại California, Hoa Kỳ, chuyên giảng dạy và thực hành thiền Phật giáo.

Những chương trình này vừa giúp học sinh giảm căng thẳng mà vừa cải thiện khả năng tập trung và phát triển lòng từ bi. Các nghiên cứu khoa học đã chứng minh rằng thiền chánh niệm có tác động tích cực đến sức khỏe tâm lý và hiệu suất học tập.

Giảng Dạy Giá Trị Đạo Đức

Trong môi trường xã hội đầy phân hóa, giáo dục Phật giáo cung cấp một nền tảng đạo đức không phụ thuộc vào tôn giáo. Các giá trị như từ bi, tôn trọng sự sống và tinh thần không bạo lực đã được lồng ghép vào nhiều chương trình giáo dục nhằm xây dựng ý thức trách nhiệm và sự thấu cảm ở thế hệ trẻ.

Tạo Dựng Môi Trường Hòa Hợp

Nhiều tự viện tại phương Tây đã trở thành những trung tâm cộng đồng, nơi tổ chức các lớp học và hoạt động mang tính chất giáo dục. Thông qua các khóa học về thiền, tâm lý học Phật giáo và kỹ năng sống, tự viện không những phục vụ mục tiêu tâm linh mà đồng thời đóng góp vào sự phát triển vững bền của cộng đồng.

Mô Hình Thành Công: Giáo Dục Phật Giáo Trong Thực Tiễn

Trong lịch sử, giáo dục Phật giáo đã chứng minh sức mạnh vượt thời gian của mình thông qua nhiều mô hình thành công, từ các trung tâm học thuật tại Ấn Độ cổ đại như Nalanda và Vikramashila đến những sáng kiến hiện đại ở phương Tây. Những mô hình này vừa mang tính chất giáo dục tôn giáo mà vừa khẳng định giá trị của chúng trong việc xây dựng cộng đồng và thúc đẩy phát triển xã hội.

Truyền Thống Nalanda: Hệ Thống Giáo Dục Đầu Tiên

Đại học Nalanda, thành lập vào thế kỷ thứ 5 tại Ấn Độ, là một minh chứng hùng hồn cho sức mạnh của giáo dục Phật giáo.

Nalanda vốn là một trung tâm học thuật hàng đầu trong thời đại của nó mà còn là biểu tượng của sự hòa hợp văn hóa, nơi các học giả từ nhiều quốc gia như Trung Quốc, Hàn Quốc, Tây Tạng và Đông Nam Á cùng hội tụ để học tập và trao đổi tri thức.

Triết lý giáo dục tại Nalanda tập trung vào việc phát triển cả trí tuệ và đạo đức. Học viên vừa nghiên cứu về triết học Phật giáo mà vừa học các môn khoa học, ngôn ngữ, y học và toán học. Chính sự kết hợp giữa giáo dục thế tục và tâm linh này đã tạo nên một nền tảng toàn diện, giúp Nalanda trở thành hình mẫu cho các hệ thống giáo dục sau này.

Ứng Dụng Tại Đông Nam Á

Tại các quốc gia Đông Nam Á như Thái Lan, Myanmar và Sri Lanka, chùa chiền từ lâu đã đóng vai trò như những trung tâm giáo dục cộng đồng. Trẻ em tại các vùng nông thôn thường được giáo dục tại chùa trước khi chuyển sang hệ thống trường học chính quy. Trong môi trường này, trẻ học được các kỹ năng cơ bản như đọc và viết, cũng như các giá trị đạo đức và văn hóa truyền thống.

Ví dụ, tại Thái Lan, hệ thống trường học Wat[3] (trường học gắn liền với chùa) đã cung cấp giáo dục miễn phí cho nhiều thế hệ, đặc biệt là những gia đình nghèo khó. Đây là minh chứng cho việc giáo dục Phật giáo có thể đóng góp vào việc giảm bất bình đẳng xã hội và thúc đẩy cơ hội học tập bình đẳng.

Những Sáng Kiến Hiện Đại Tại Phương Tây

Ở phương Tây, sự tiếp cận với giáo dục Phật giáo thường được điều chỉnh để phù hợp với nhu cầu của xã hội hiện đại.

---

[3] **Wat**: Từ tiếng Thái chỉ chùa hoặc tu viện Phật giáo, thường là trung tâm sinh hoạt tôn giáo và văn hóa trong cộng đồng.

Những trung tâm như Spirit Rock Meditation Center tại Hoa Kỳ và Plum Village[4] tại Pháp đã triển khai các chương trình giáo dục tập trung vào thiền chánh niệm, trí tuệ cảm xúc, và xây dựng cộng đồng.

Thiền Chánh Niệm Trong Trường Học

Như đã kể, một trong những mô hình thành công đáng chú ý là chương trình "MindUP" được sáng lập bởi tổ chức Hawn Foundation[5]. Chương trình này lồng ghép các nguyên tắc chánh niệm vào giáo dục thế tục, giúp trẻ em học cách kiểm soát cảm xúc, tập trung, và phát triển lòng từ bi. MindUP đã được áp dụng rộng rãi tại các trường học ở Bắc Mỹ và nhận được nhiều phản hồi tích cực từ giáo viên, học sinh và phụ huynh.

Các Khóa Học Thiền Cho Doanh Nhân Và Lãnh Đạo

Trong môi trường doanh nghiệp, giáo dục Phật giáo đã chứng minh tính ứng dụng linh hoạt thông qua các chương trình như 'Search Inside Yourself'[6] của Google. Những khóa học này dạy kỹ năng chánh niệm và trí tuệ cảm xúc, giúp nhân viên không chỉ kiểm soát căng thẳng mà còn nâng cao khả năng lãnh đạo, giao tiếp và hợp tác. Điều đặc biệt là, các nguyên tắc Phật giáo như lòng từ bi và sự tĩnh lặng được chuyển tải dưới dạng thực hành thực tế, như các bài tập thiền ngắn hoặc hướng dẫn quản lý cảm xúc, giúp doanh nghiệp cải thiện hiệu suất làm việc trong khi vẫn giữ được môi trường làm việc vững bền và nhân

---

[4] **Plum Village:** Trung tâm thực hành chánh niệm quốc tế do Thiền sư Thích Nhất Hạnh sáng lập tại Pháp.

[5] **Hawn Foundation:** Tổ chức phi lợi nhuận do Goldie Hawn sáng lập, tập trung vào giáo dục cảm xúc và tư duy chánh niệm.

[6] "**Search Inside Yourself**, chương trình phát triển trí tuệ cảm xúc tại Google."

văn. Những khóa học như "Search Inside Yourself" do Google phát triển dựa trên các nguyên lý thiền Phật giáo đã trở thành một hiện tượng toàn cầu, giúp cải thiện năng suất và tăng cường sự quân bình tâm lý trong môi trường làm việc.

Giao Thoa Đông-Tây: Một Sự Kết Hợp Mang Tính Vững Bền

Sự giao thoa giữa triết học Đông phương và phương pháp giáo dục thực dụng của Tây phương mang lại sự phong phú và tạo ra một hệ thống giáo dục toàn diện. Chẳng hạn, chánh niệm (mindfulness) – một thực hành cốt lõi trong Phật giáo – đã được lồng ghép vào các chương trình giáo dục tại nhiều trường học và doanh nghiệp phương Tây, như khóa học 'Search Inside Yourself' của Google đã nói. Kết quả là, sự kết hợp này giúp con người cải thiện sức khỏe tâm lý và còn nâng cao hiệu suất làm việc và chất lượng các mối quan hệ. Chính sự giao thoa này đã mở ra một lộ trình mới, nơi cả hai nền tảng cùng bổ sung cho nhau để xây dựng một hệ thống giáo dục toàn diện hơn.

Triết Lý Đông Phương: Tầm Quan Trọng Của Tâm Linh

Phật giáo nhấn mạnh rằng mọi sự học hỏi và phát triển phải bắt đầu từ nội tâm. Trong khi phương Tây thường coi trọng tri thức và kỹ năng thực tiễn, triết học Đông phương bổ sung bằng cách hướng dẫn cá nhân đi vào chiều sâu của tâm trí, nhận thức rõ bản chất thật của mình và thế giới.

Ví dụ, sự thực hành chánh niệm (mindfulness) – vốn có nguồn gốc từ Phật giáo – đã được điều chỉnh để phù hợp với các chương trình tâm lý học hiện đại. Các nghiên cứu tại các trường đại học như Harvard và Oxford đã chứng minh rằng thực hành chánh niệm không chỉ giảm căng thẳng mà còn cải thiện sức khỏe tổng thể và nâng cao hiệu suất làm việc.

Thực Dụng Tây Phương: Cơ Cấu Hệ Thống Và Khoa Học

Ngược lại, phương Tây đóng góp vào sự phát triển của giáo dục Phật giáo thông qua cách tổ chức và cấu trúc hóa các chương trình giảng dạy. Việc lồng ghép các nguyên tắc Phật giáo vào môi trường học đường, nơi có hệ thống đánh giá và tiêu chuẩn rõ ràng, đã giúp lan tỏa những giá trị của Phật giáo một cách rộng rãi hơn.

Giáo Dục Phật Giáo Trong Thời Đại Số Hóa

Trong thời đại số hóa, giáo dục Phật giáo đối mặt với cả cơ hội và thách thức. Các nền tảng học tập trực tuyến như Coursera[7] hay Udemy[8] đã mang đến những khóa học về thiền và triết lý Phật giáo cho hàng triệu người trên toàn cầu. Tuy nhiên, sự phụ thuộc quá mức vào công nghệ có nguy cơ làm giảm khả năng tự chiêm nghiệm. Để giải quyết, các ứng dụng như Calm[9] hay Headspace[10] cần được cải tiến với trọng tâm khuyến khích người dùng thực hành tĩnh lặng và kết nối nội tâm. Đồng thời, việc tổ chức các cộng đồng trực tuyến, nơi người học có thể chia sẻ kinh nghiệm và nhận sự hướng dẫn từ các giáo viên, sẽ giúp tăng tính thực hành sâu sắc. Một mặt, các công nghệ mới như trí tuệ nhân tạo, thực tế ảo và học trực tuyến đã giúp lan tỏa giáo lý nhà Phật đến với hàng triệu người. Mặt khác, sự phụ thuộc quá mức vào công nghệ có nguy cơ làm giảm khả năng tự chiêm nghiệm và hòa nhập với chính mình.

---

[7] **Coursera:** Nền tảng học trực tuyến cung cấp khóa học từ các trường đại học và tổ chức hàng đầu thế giới.

[8] **Udemy:** Nền tảng học trực tuyến cung cấp các khóa học đa lĩnh vực, phù hợp cho cá nhân và doanh nghiệp.

[9] **Calm:** Trạng thái tĩnh lặng và bình thản của tâm trí, giúp duy trì sự cân bằng trong suy nghĩ và hành động.

[10] **Headspace:** Ứng dụng hỗ trợ thiền định và cải thiện sức khỏe tinh thần.

Ứng Dụng Công Nghệ Trong Giáo Dục Phật Giáo

Các nền tảng học tập trực tuyến như Coursera[11] và Udemy[12] đã bắt đầu cung cấp các khóa học về thiền và triết học Phật giáo. Ngoài ra, nhiều ứng dụng di động như Calm và Headspace sử dụng các nguyên tắc chánh niệm để hướng dẫn người dùng thực hành thiền một cách dễ dàng, phù hợp với nhịp sống hiện đại.

Thách Thức: Cân Bằng Giữa Công Nghệ Và Tâm Linh

Dù vậy, giáo dục Phật giáo phải đối mặt với nguy cơ "đánh mất sự sâu sắc" khi chuyển sang môi trường số hóa. Việc thực hành thiền và chiêm nghiệm, vốn yêu cầu sự tĩnh lặng và tập trung, có thể bị ảnh hưởng bởi sự phân tán chú ý trong thế giới kỹ thuật số.

Thách Thức Và Cơ Hội: Giáo Dục Phật Giáo Trong Thời Đại Toàn Cầu Hóa

Toàn cầu hóa và những biến động xã hội, kinh tế, môi trường đi kèm đã đặt ra những câu hỏi sâu sắc về mục đích và hướng đi của giáo dục trong thế kỷ 21. Giáo dục Phật giáo, với nền tảng triết lý lâu đời và sự linh hoạt trong ứng dụng, đã cho thấy khả năng thích nghi và phát triển để đối mặt với các thách thức và tận dụng những cơ hội của thời đại.

Thách Thức Đối Với Giáo Dục Phật Giáo

Sự Thụ Động Của Người Học Trong Xã Hội Hiện Đại
Một trong những khó khăn lớn nhất là thái độ thụ động trước tri thức và sự lệ thuộc vào công nghệ. Giáo dục hiện đại thường

---

[11] **Coursera:** Nền tảng học trực tuyến cung cấp các khóa học từ các trường đại học và tổ chức hàng đầu.

[12] **Udemy:** Nền tảng học trực tuyến cung cấp các khóa học đa lĩnh vực, từ kỹ năng mềm đến chuyên môn, phù hợp với mọi đối tượng học viên.

đặt nặng việc ghi nhớ và thi cử hơn là phát triển tư duy phản biện và khả năng tự chuyển hóa. Giáo dục Phật giáo, với trọng tâm là thực hành cá nhân và chiêm nghiệm, phải tìm cách đối mặt với sự thiếu động lực tự thân này.

Tính Đa Dạng Và Tương Tác Văn Hóa

Trong bối cảnh đa văn hóa tại các quốc gia phương Tây, giáo dục Phật giáo cần phải đảm bảo rằng các giá trị cốt lõi của nó không bị hiểu nhầm hoặc bóp méo khi được chuyển tải qua các ngôn ngữ và nền văn hóa khác nhau. Điều này đòi hỏi sự nhạy cảm và hiểu biết sâu sắc về các cộng đồng mà nó phục vụ.

Thách Thức Của Nền Kinh Tế Thị Trường

Trong một thế giới mà thành công thường được đo bằng vật chất, giáo dục Phật giáo phải đấu tranh để khẳng định giá trị của những mục tiêu phi vật chất như lòng từ bi, sự tỉnh thức và quân bình nội tâm. Điều này đòi hỏi một cách tiếp cận mới để giáo dục Phật giáo có thể hòa nhập vào các hệ thống giáo dục thế tục mà không đánh mất bản chất của nó.

Cơ Hội Đối Với Giáo Dục Phật Giáo

Sự Quan Tâm Đến Sức Khỏe Tâm Lý

Trong bối cảnh khủng hoảng tâm lý ngày càng tăng trên toàn cầu, giáo dục Phật giáo, với trọng tâm vào chánh niệm và sự hiểu biết bản thân, đã trở thành một phương pháp hiệu quả để giảm căng thẳng và cải thiện sức khỏe tâm lý. Đây là cơ hội để giáo dục Phật giáo chứng tỏ giá trị của mình không chỉ trong lĩnh vực tâm linh mà còn trong việc nâng cao chất lượng cuộc sống.

Hỗ Trợ Cộng Đồng Đa Văn Hóa

Bản chất phổ quát và linh hoạt của giáo dục Phật giáo cho phép nó được đón nhận bởi nhiều cộng đồng với những nền tảng văn hóa và tôn giáo khác nhau. Thông qua việc tập trung vào các giá trị chung như lòng từ bi, trí tuệ, và sự hài hòa, giáo dục Phật giáo có thể góp phần xây dựng cầu nối giữa các nhóm khác biệt.

Tận Dụng Công Nghệ Để Lan Tỏa Giáo Dục

Dù công nghệ mang đến những thách thức, nó cũng mở ra cơ hội lớn để giáo dục Phật giáo tiếp cận hàng triệu người trên toàn cầu. Các khóa học trực tuyến, hội thảo trên mạng và ứng dụng di động có thể giúp phổ biến các giá trị và phương pháp giáo dục Phật giáo đến những nơi mà chùa chiền và các trung tâm truyền thống chưa thể chạm tới.

Tương Lai Của Giáo Dục Phật Giáo: Một Tầm Nhìn

Tương lai của giáo dục Phật giáo phụ thuộc vào khả năng giữ vững giá trị cốt lõi, đồng thời thích ứng với nhu cầu của một thế giới luôn thay đổi. Một tầm nhìn dài hạn có thể bao gồm việc xây dựng các trung tâm giáo dục toàn diện, nơi kết hợp giữa học thuật, thực hành tâm linh và phát triển kỹ năng sống. Ngoài ra, cần cộng tác với các trường đại học, viện nghiên cứu và tổ chức quốc tế để mở rộng ảnh hưởng và chia sẻ tài nguyên. Sự phát triển của công nghệ cũng mở ra cơ hội lớn để giáo dục Phật giáo tiếp cận rộng rãi hơn, nhưng cần được sử dụng một cách thông minh để duy trì tính sâu sắc và ý nghĩa thực tiễn.

Hợp Tác Liên Ngành

Sự giao thoa giữa giáo dục Phật giáo và các lĩnh vực khác như tâm lý học, khoa học thần kinh và giáo dục thế tục có thể mở ra những hướng đi mới. Các nghiên cứu khoa học hiện đại về thiền và chánh niệm đã chứng minh tính hiệu quả của các thực hành này trong việc giảm căng thẳng, tăng cường khả năng tập trung và cải thiện sức khỏe tâm lý. Việc cộng tác với các trường đại học, viện nghiên cứu, và các tổ chức giáo dục sẽ giúp giáo dục Phật giáo phát triển trên nền tảng khoa học.

Xây Dựng Các Mô Hình Giáo Dục Toàn Diện

Các trung tâm giáo dục kết hợp giữa học thuật, thực hành tâm linh và phát triển kỹ năng sống cần được nhân rộng. Mô hình này có thể bao gồm:

Lớp học thiền và chánh niệm: Tích hợp vào các trường học để giúp học sinh và giáo viên quản lý căng thẳng và phát triển trí tuệ cảm xúc.

Chương trình đào tạo đạo đức và từ bi: Xây dựng các khóa học tập trung vào việc phát triển đạo đức cá nhân và ý thức cộng đồng.

Hội thảo dành cho các nhóm chuyên biệt: Như doanh nhân, nhà lãnh đạo, hoặc các cộng đồng dễ bị tổn thương, để áp dụng giáo dục Phật giáo trong các bối cảnh cụ thể.

Phát Triển Lãnh Đạo Tâm Linh

Một yếu tố quan trọng cho sự phát triển vững bền của giáo dục Phật giáo là đào tạo các nhà lãnh đạo tâm linh có khả năng hướng dẫn và truyền cảm hứng. Những người này cần phải thông hiểu giáo lý mà còn phải có khả năng thích ứng và giao tiếp hiệu quả trong các môi trường đa văn hóa.

Tăng Cường Tính Cộng Đồng

Cộng đồng là nền tảng của giáo dục Phật giáo. Việc tạo ra các không gian để mọi người có thể học hỏi, chia sẻ và thực hành cùng nhau sẽ giúp giáo dục Phật giáo tồn tại mà còn phát triển mạnh mẽ. Những không gian này có thể là các chùa chiền truyền thống, trung tâm cộng đồng, hoặc các nền tảng trực tuyến.

Kết Luận

Giáo dục Phật giáo vừa là một hệ thống triết học, vừa là một phương tiện chuyển hóa đầy sức mạnh, có khả năng thay đổi cá nhân và xã hội từ gốc rễ. Trong thời đại mà thế giới đang đối mặt với những khủng hoảng đạo đức, tâm lý và môi trường, giáo dục Phật giáo mang đến một cách tiếp cận toàn diện và bền vững. Đó không chỉ là hành trình của sự giác ngộ cá nhân mà còn là con đường dẫn đến một xã hội hài hòa và phát triển. Nếu được triển khai một cách sáng tạo, giáo dục Phật giáo sẽ trở thành ánh sáng dẫn lối cho nhân loại trong hành trình tìm kiếm ý nghĩa và sự an bình.

Tuệ Quang

BẢO TỒN VÀ PHÁT TRIỂN GIÁO DỤC PHẬT GIÁO VIỆT NAM TRONG THẾ KỶ MỚI

HUỆ ĐAN

Giáo dục, trong bản chất sâu xa nhất của nó, là hành trình dẫn dắt con người thoát khỏi vô minh để bước vào thế giới của trí tuệ và giác ngộ, không đơn thuần chỉ là sự truyền đạt tri thức mà còn khai mở tâm thức, hướng dẫn con người vượt qua những giới hạn của chính mình. Trong dòng lịch sử văn hóa Việt Nam, Phật giáo không những là tôn giáo mà còn là nền tảng văn hóa, đạo đức và giáo dục, góp phần định hình nhân cách và đời sống của con người qua nhiều thế kỷ. Những ngôi chùa, thiền viện và trường học Phật giáo trở thành nơi trưởng dưỡng trí tuệ, từ bi và những giá trị nhân bản sâu sắc.

Trước năm 1975, hệ thống giáo dục Phật giáo tại Việt Nam từng phát triển mạnh mẽ với những dấu ấn quan trọng. Hệ thống trung tiểu học Bồ Đề được thành lập với mục đích kết hợp giữa giáo dục học thuật hiện đại và nền tảng đạo đức, tâm linh Phật giáo. Trải dài trên khắp miền Nam Việt Nam, các trường Bồ Đề đã đào tạo hàng vạn học sinh, giúp họ không dừng lại ở việc tiếp nhận kiến thức phổ thông mà còn có cơ hội thấm nhuần những giá trị sâu sắc về từ bi và trách nhiệm xã hội. Nơi đây, học sinh vừa học để làm người có tri thức, mà còn được rèn luyện để sống với trái tim rộng mở và tâm trí tỉnh thức, hướng đến sự hài hòa trong cuộc sống cá nhân và cộng đồng.

Bên cạnh đó, sự ra đời của Viện đại học Vạn Hạnh vào năm 1964 đánh dấu một bước tiến quan trọng trong lịch sử giáo dục

Phật giáo Việt Nam. Lấy cảm hứng từ tinh thần của Thiền sư Vạn Hạnh, người đã khai sáng triều đại nhà Lý với sự kết hợp giữa trí tuệ và hành động, Đại học Vạn Hạnh được xây dựng như một trung tâm học thuật và tâm linh. Đây không những là nơi đào tạo tăng ni và cư sĩ, mà còn mở rộng sang các lĩnh vực hiện đại như triết học, văn hóa và xã hội học. Dưới sự lãnh đạo của những bậc thiện trí thức, Đại học Vạn Hạnh từng trở thành không gian giao thoa giữa truyền thống Phật giáo và tư duy hiện đại, đồng thời cũng là trung tâm khơi dậy ý thức trách nhiệm xã hội và sự tận tụy đối với các giá trị nhân văn trong từng học viên.

Nơi đây, không thể không nhắc đến mô hình trường Thanh Niên Phụng Sự Xã Hội, một sáng kiến độc đáo trong việc kết hợp giáo dục với hoạt động xã hội, đã thu hút hàng trăm thanh niên trẻ tham gia vào các chương trình hỗ trợ cộng đồng, từ việc xây dựng trường học, chăm sóc y tế, đến các hoạt động giúp đỡ những người chịu ảnh hưởng nặng nề bởi chiến tranh. Mô hình này không đơn giản chỉ là một hình thức giáo dục thực tiễn mà còn là bài học sống động về cách ứng dụng từ bi và trí tuệ vào việc phục vụ xã hội, giúp thanh niên nhận ra rằng sự giác ngộ không tách rời trách nhiệm đối với cuộc sống và cộng đồng.

Bấy giờ, tại hải ngoại trong bối cảnh một thế giới đa văn hóa, giáo dục Phật giáo mang theo một sứ mệnh kép: **vừa bảo tồn di sản văn hóa, vừa thích nghi với những thay đổi không ngừng của thời đại.** Trách nhiệm này càng trở nên cấp thiết hơn khi cộng đồng người Việt chúng ta đang phải đối mặt với những thử thách: sự gián đoạn văn hóa giữa các thế hệ, nguy cơ mất gốc tâm linh và áp lực từ sự đồng hóa trong xã hội phương Tây. Một hệ thống giáo dục toàn diện nói chung, cụ thể là Đại học Phật giáo tại hải ngoại nói riêng của Giáo Hội Phật Giáo Việt Nam Thống Nhất Hoa Kỳ có thể trở thành ngọn hải đăng, dẫn dắt cho các thế hệ chẳng những tìm về cội nguồn mà còn vươn xa ra thế giới với tâm thế tự tin, trí tuệ và lòng từ mẫn.

Triết lý giáo dục Phật giáo là sự kết hợp độc đáo giữa trí tuệ, từ bi và giải thoát, chẳng phải chỉ tập trung vào việc cung cấp tri thức mà còn là một hành trình khai phóng, giúp con người khám phá bản chất của thực tại và sống hài hòa với chính mình và xã hội. Trí tuệ không đơn thuần là tri thức mà còn là sự sáng suốt trong việc hiểu và chuyển hóa khổ đau. Từ bi, trong giáo dục, không chỉ là lòng yêu thương mà còn là khả năng thấu hiểu và đồng cảm với người khác, dẫn dắt đến những hành động vị tha và hữu ích. Giải thoát, mục tiêu tối hậu, không phải là điều viển vông mà là khả năng sống tự do khỏi những ràng buộc của tham ái và vô minh.

Một Đại học Phật giáo tại hải ngoại chẳng những kế thừa tinh thần của Đại học Vạn Hạnh mà còn phải mở rộng sứ mệnh của mình để đáp ứng nhu cầu của một thế giới toàn cầu hóa. Đây sẽ là nơi đào tạo về Phật học và về các lĩnh vực liên ngành như tâm lý học, quản trị và bảo vệ môi trường, với trọng tâm là ứng dụng triết lý Phật giáo vào giải quyết các vấn đề hiện đại. Đại học này cũng cần trở thành trung tâm kết nối giữa các thế hệ. Với thế hệ trẻ, những người sinh ra và lớn lên ở phương Tây, Đại học Phật giáo có thể giúp học viên tìm về cội nguồn, chẳng những qua ngôn ngữ mà còn qua những giá trị tâm linh và văn hóa sâu sắc. Các hoạt động như trại hè Phật giáo, các khóa học song ngữ và các chương trình giao lưu văn hóa có thể giúp thế hệ trẻ tái kết nối với di sản của mình một cách tự nhiên và hấp dẫn.

Bên cạnh đó, công nghệ sẽ đóng vai trò trung tâm trong việc mở rộng phạm vi giáo dục Phật giáo. Các nền tảng học tập trực tuyến, thư viện số và cộng đồng học tập từ xa có thể giúp giáo dục Phật giáo vượt qua giới hạn địa lý, tiếp cận với nhiều đối tượng học viên trên khắp thế giới.

Trong thế kỷ 21, khi nhân loại đối mặt với những cuộc khủng hoảng sâu sắc – từ môi trường, đạo đức đến tâm lý, giáo dục Phật giáo có thể mang lại những giá trị lâu bền. Từ bi và trí tuệ, hai trụ cột của Phật giáo, giúp con người sống hài hòa với chính mình, với cộng đồng và môi trường. Một Đại học Phật giáo lý tưởng có thể thúc đẩy các nghiên cứu về tâm lý học Phật giáo, ứng dụng thiền định trong trị liệu tâm lý và giáo dục về bảo vệ thiên nhiên dựa trên triết lý từ bi.

Ánh sáng trí tuệ Phật giáo, qua bao thế kỷ, chưa từng dừng lại ở một dân tộc hay một thế hệ mà luôn là ngọn đèn dẫn đường, soi rọi vào những góc khuất của tâm thức con người và mở ra những chân trời mới của sự khai sáng và hòa hợp. Một Đại học Phật giáo hải ngoại vừa là nơi bảo tồn di sản văn hóa, mà vừa là biểu tượng của sự kết nối giữa trí tuệ và lòng từ bi, giữa truyền thống và hiện đại. Trong thời đại đầy biến động này, hãy để ánh sáng ấy tỏa rạng, mang theo thông điệp hòa bình và nhân ái, không chỉ cho cộng đồng người Việt mà cho cả thế giới.

Huệ Đan

PHỤ ĐÍNH

HƯỚNG ĐẾN MỘT NỀN TẢNG GIÁO DỤC TOÀN DIỆN: ĐẠI HỌC PHẬT GIÁO VIỆT NAM HẢI NGOẠI

Triết lý giáo dục Phật giáo vốn là một hệ thống bảo tồn di sản mà còn là con đường dẫn dắt nhân loại tìm kiếm sự bình an và tuệ giác giữa những thách thức hiện đại. Một dự án Đại học Phật giáo Hải ngoại mang sứ mệnh tạo dựng một môi trường học thuật và là trung tâm kết nối tâm linh cũng như văn hóa cho thế hệ người Việt khắp nơi trên thế giới. Hệ thống giáo dục này cần được xây dựng trên nền tảng từ bi, trí tuệ và trách nhiệm xã hội, với các chương trình đào tạo đa dạng, kết hợp giữa lý thuyết và thực tiễn, đồng thời sử dụng công nghệ để mở rộng khả năng tiếp cận cho mọi đối tượng. Những nỗ lực này sẽ sẽ làm giàu thêm bản sắc văn hóa Việt Nam nhưng đồng thời thúc đẩy sự hiểu biết và hòa hợp trên phạm vi quốc tế.

Hãy cùng kiến tạo một biểu tượng văn hóa toàn cầu, nơi mà trí tuệ Phật giáo lan tỏa như một ánh sáng dẫn lối cho tương lai lâu bền và nhân ái.

Triết Lý Giáo Dục Phật Giáo và Nền Tảng Văn Hóa

1.1. Triết Lý Giáo Dục Phật Giáo: Từ Bi, Trí Tuệ và Giải Thoát

Triết lý giáo dục Phật giáo bắt nguồn từ những lời dạy đầu

tiên của Đức Phật hơn 2,500 năm trước. Giáo dục không đơn thuần là truyền đạt kiến thức mà là sự khai mở tâm thức, giúp con người tự nhìn ra bản chất của thực tại, vượt qua những khổ đau trong đời sống. Triết lý này dựa trên ba trụ cột: **từ bi, trí tuệ**, và **giải thoát**.

Từ Bi (Karuna): Giáo dục Phật giáo hướng con người đến lòng từ bi, sự thấu cảm và chia sẻ nỗi khổ với tất cả chúng sinh. Trong một thế giới đầy mâu thuẫn và chia rẽ, từ bi là cầu nối dẫn đến hòa hợp. Đại học Phật giáo vừa dạy sinh viên kiến thức, vừa khuyến khích họ sống với lòng yêu thương, gắn bó với cộng đồng.

Trí Tuệ (Prajna): Trí tuệ trong giáo dục Phật giáo là sự hiểu biết mang tính học thuật và là sự hiểu biết sâu sắc về bản chất của vạn vật. Trí tuệ giúp con người không chỉ giải quyết vấn đề thực tiễn mà còn vượt qua những ngộ nhận, thành kiến để đạt tới sự an lạc nội tại. Đây là nền tảng của việc giảng dạy và nghiên cứu tại một Đại học Phật giáo lý tưởng.

Giải Thoát (Vimoksha): Mục tiêu cuối cùng của giáo dục Phật giáo là sự giải thoát – không phải trong nghĩa siêu hình xa vời, mà là sự tự do khỏi vô minh, tham ái và khổ đau trong đời sống. Hệ thống giáo dục Phật giáo phải khuyến khích sinh viên tự mình tìm ra con đường giải thoát trong bối cảnh hiện đại.

1.2. Giáo Dục trong Truyền Thống Phật Giáo Việt Nam

Phật giáo Việt Nam, qua hàng nghìn năm lịch sử, đã chứng tỏ rằng giáo dục luôn là cốt lõi của sự phát triển xã hội và tâm linh. Từ các trường thiền Lý-Trần, đến vai trò của Phật giáo trong nền văn hóa dân gian, giáo dục Phật giáo đã đi sâu vào đời sống của người Việt Nam như một hệ tư tưởng và như một phương pháp thực hành.

Vai trò của chùa chiền: Chùa chiền là nơi thờ tự, nhưng cũng là trung tâm giáo dục, nơi các tăng sĩ giảng dạy Phật pháp và hướng dẫn đạo đức cho cộng đồng.

Thiền và giáo dục khai phóng: Tư tưởng thiền học trong Phật giáo Việt Nam, như Thiền phái Trúc Lâm đã mở ra một con đường giáo dục tự do, khuyến khích sự khám phá bản thân và giải phóng trí tuệ.

Kết nối văn hóa và tâm linh: Giáo dục Phật giáo Việt Nam luôn gắn liền với các giá trị văn hóa như hiếu kính, yêu thương và lòng nhân ái.

1.3. *Ý Nghĩa Giáo Dục Phật Giáo trong Bối Cảnh Toàn Cầu*

Trong thế kỷ 21, khi nhân loại đối mặt với các vấn đề toàn cầu như biến đổi khí hậu, khủng hoảng đạo đức và sự cô lập văn hóa, triết lý giáo dục Phật giáo mang lại một góc nhìn quan trọng, không chỉ là một hệ thống tri thức, mà còn là con đường dẫn dắt con người trở về với giá trị cốt lõi của mình: sự hòa hợp giữa cá nhân và xã hội.

Tái định nghĩa thành công: Trong một xã hội chạy theo vật chất, giáo dục Phật giáo nhấn mạnh giá trị của sự an lạc nội tại, giúp sinh viên hiểu rằng hạnh phúc không đến từ việc sở hữu mà từ sự đủ đầy trong tâm hồn.

Đa văn hóa và đa dạng: Giáo dục Phật giáo giúp thế hệ trẻ hiểu và tôn trọng sự khác biệt, xây dựng cầu nối giữa các nền văn hóa.

Trách nhiệm với xã hội và môi trường: Tư tưởng từ bi và trách nhiệm trong Phật giáo có thể hướng dẫn các chương trình giáo dục chú trọng đến công bằng xã hội và bảo vệ môi trường.

1.4. *Từ Triết Lý Đến Thực Tiễn Giáo Dục*

Triết lý giáo dục Phật giáo không dừng lại ở lý thuyết mà cần được chuyển hóa thành thực tiễn. Một Đại học Phật giáo lý tưởng sẽ bao gồm:

Giảng dạy kết hợp: Học thuật, thực hành thiền định và các hoạt động xã hội sẽ trở thành phần cốt lõi trong chương trình.

Tạo môi trường khai phóng: Đại học cần khuyến khích sinh viên tự do đặt câu hỏi, khám phá và trải nghiệm thay vì chỉ tiếp nhận kiến thức thụ động.

Kết nối cộng đồng: Học sinh, giảng viên và cộng đồng cần được liên kết chặt chẽ qua các hoạt động từ thiện, giáo dục cộng đồng và các dự án bảo vệ môi trường.

Bối Cảnh Cộng Đồng Người Việt tại Hải Ngoại

2.1. *Thực Trạng Xã Hội và Văn Hóa của Người Việt tại Hoa Kỳ*

Sự di cư của người Việt Nam ra hải ngoại, đặc biệt là đến Hoa Kỳ sau năm 1975, đánh dấu một bước ngoặt lớn trong lịch sử văn hóa và xã hội của dân tộc. Cộng đồng người Việt tại Hoa Kỳ hiện nay không còn là một nhóm dân cư thiểu số mà đã trở thành một bộ phận năng động, đóng góp đáng kể vào sự phát triển kinh tế, văn hóa và chính trị của quốc gia này. Tuy nhiên, những thách thức trong việc duy trì bản sắc văn hóa và tâm linh vẫn luôn hiện hữu.

Sự gián đoạn văn hóa qua các thế hệ:

Thế hệ thứ nhất (những người trực tiếp rời quê hương) thường cố gắng giữ gìn văn hóa truyền thống, đặc biệt là thông qua các lễ hội, phong tục và tín ngưỡng Phật giáo.

Thế hệ thứ hai và thứ ba, lớn lên trong môi trường phương Tây, thường có sự cách biệt về ngôn ngữ và lối sống, khiến việc kết nối với di sản văn hóa gặp nhiều khó khăn.

Sự phân hóa trong lối sống:

Trong khi một bộ phận cộng đồng cố gắng giữ gìn các giá trị truyền thống, thì một bộ phận khác nhanh chóng hòa nhập và chấp nhận lối sống phương Tây. Điều này tạo ra sự phân hóa trong cách nhìn nhận về di sản văn hóa và tôn giáo.

Thách thức trong đời sống tâm linh:

Tâm linh Phật giáo, vốn là cốt lõi của văn hóa Việt Nam, đối diện nguy cơ bị mai một khi người trẻ ít tham gia vào các sinh hoạt tôn giáo, hoặc không hiểu sâu sắc về giáo lý.

2.2. Các Thách Thức trong Việc Bảo Tồn Di Sản Phật Giáo

Trong bối cảnh này, việc bảo tồn di sản Phật giáo không đơn thuần chỉ là duy trì các lễ nghi mà còn cần phải tìm cách đưa Phật giáo vào đời sống hằng ngày của cộng đồng.

Ngôn ngữ: Rào cản lớn nhất là sự mai một của tiếng Việt trong các thế hệ trẻ. Khi ngôn ngữ mất đi, khả năng tiếp cận giáo lý Phật giáo bằng nguyên bản cũng bị hạn chế.

Hội nhập nhưng không hòa tan: Các giá trị Phật giáo có nguy cơ bị "pha loãng" khi hòa nhập với văn hóa phương Tây, nếu không có sự hướng dẫn và duy trì một cách khoa học.

Giáo dục Phật giáo chưa được hệ thống hóa: Hiện tại, các chương trình giáo dục Phật giáo trong cộng đồng người Việt tại Hoa Kỳ còn rời rạc và thiếu một tổ chức giáo dục bài bản, dẫn đến hiệu quả không như ý muốn trong việc truyền đạt.

2.3. Cơ Hội và Tiềm Năng Phát Triển Giáo Dục Phật Giáo

Mặc dù đối mặt với nhiều thách thức, cộng đồng người Việt tại Hoa Kỳ cũng có những lợi thế lớn để phát triển một hệ thống giáo dục Phật giáo hiện đại:

Tài năng trẻ đa dạng: Thế hệ trẻ gốc Việt tại Hoa Kỳ được hưởng nền giáo dục tiến bộ, có khả năng kết hợp giữa tư duy hiện đại và giá trị truyền thống.

Hạ tầng xã hội ổn định: Sự hiện diện của các trung tâm văn hóa, chùa chiền và tổ chức cộng đồng tạo điều kiện thuận lợi để tổ chức các chương trình giáo dục.

Hỗ trợ từ cộng đồng quốc tế: Giáo dục Phật giáo có thể kết nối với các học giả, nhà lãnh đạo tôn giáo và các Đại học Phật giáo trên toàn cầu để xây dựng một hệ thống giảng dạy chuyên sâu.

2.4. Vai Trò của Giáo Hội Phật Giáo Việt Nam Thống Nhất tại Hoa Kỳ

Là một tổ chức tôn giáo trong cộng đồng Phật giáo Việt Nam tại hải ngoại, **Giáo Hội Phật Giáo Việt Nam Thống Nhất tại Hoa Kỳ (GHPGVNTNHK)** đóng vai trò quan trọng trong việc điều hướng và thúc đẩy sự phát triển giáo dục Phật giáo. Những mục tiêu chính của giáo hội có thể bao gồm:

Xây dựng một mô hình giáo dục bài bản: GHPGVNTNHK có thể thành lập một hệ thống giáo dục từ cơ bản (các khóa học ngắn hạn) đến nâng cao (Đại học và sau Đại học) nhằm đáp ứng nhu cầu đa dạng của cộng đồng.

Tạo điều kiện phát triển cho thế hệ trẻ: Thúc đẩy các chương trình giáo dục song ngữ, giúp thế hệ trẻ không chỉ hiểu biết sâu sắc về giáo lý Phật giáo mà còn có thể ứng dụng vào cuộc sống tại Hoa Kỳ.

Lan tỏa tinh thần Phật giáo trong xã hội đa văn hóa: Giáo hội cần kết nối với các tổ chức Phật giáo khác tại Hoa Kỳ và trên thế giới để mở rộng ảnh hưởng và thúc đẩy sự hiểu biết liên văn hóa.

Mô Hình Lý Tưởng cho Đại Học Phật Giáo Hải Ngoại

3.1. Nền Tảng Triết Lý và Sứ Mệnh

Một Đại học Phật giáo lý tưởng vừa là một cơ sở giáo dục vừa là một trung tâm tín ngưỡng, nơi kế thừa và phát huy các giá trị cốt lõi của Phật giáo. Sứ mệnh của Đại học Phật giáo hải ngoại là mang lại sự kết nối giữa truyền thống và hiện đại, giữa trí tuệ và tâm linh cũng như giữa văn hóa Việt Nam với thế giới.

Tầm nhìn: Đại học Phật giáo sẽ trở thành một biểu tượng của trí tuệ và lòng từ bi, không riêng dành cho người Việt tại hải ngoại mà còn đóng góp vào sự phát triển giáo dục toàn cầu.

Sứ mệnh: Thúc đẩy sự khai phóng tâm trí và nuôi dưỡng lòng nhân ái trong mỗi cá nhân, giúp họ đóng góp tích cực vào xã hội và thế giới.

Triết lý hoạt động: Kết hợp giữa ba giá trị cốt lõi: **Truyền thống – Đổi mới – Kết nối.** Mỗi giá trị này đại diện cho một khía cạnh quan trọng trong quá trình giảng dạy và nghiên cứu tại Đại học.

3.2. Chương Trình Giảng Dạy và Cấu Trúc Học Thuật

Chương trình của Đại học Phật giáo lý tưởng cần được kiến lập linh hoạt, kết hợp giữa học thuật và thực hành, với sự chú trọng đến nhu cầu của nhiều đối tượng học viên, từ tăng ni, cư sĩ đến người học phổ thông.

3.2.1. Các Ngành Học Chính

Phật học:

Triết học Phật giáo: Nghiên cứu sâu về các trường phái và hệ tư tưởng Phật giáo.

Lịch sử Phật giáo Việt Nam và thế giới.

Tâm lý học Phật giáo: Ứng dụng thiền định và giáo lý vào việc chữa lành tinh thần.

Nghiên cứu liên ngành:

Phật giáo và Khoa học: Khám phá mối liên hệ giữa thiền, tâm thức và khoa học hiện đại.

Phật giáo và Môi trường: Nghiên cứu triết lý từ bi và bảo vệ thiên nhiên.

Phật giáo và Nghệ thuật: Tìm hiểu cách Phật giáo ảnh hưởng

đến âm nhạc, hội họa, và văn học.

Giáo dục ứng dụng:

Kỹ năng giảng dạy Phật giáo: Đào tạo tăng ni và cư sĩ để truyền bá giáo lý.

Quản trị tâm linh: Xây dựng các kỹ năng lãnh đạo cộng đồng và tổ chức Phật giáo.

3.2.2. Cấp Độ Đào Tạo

Cử nhân: Chương trình 4 năm tập trung vào nền tảng Phật học và ứng dụng thực tiễn.

Thạc sĩ: Chương trình 2 năm nghiên cứu chuyên sâu về triết học, tâm lý học và ứng dụng giáo lý vào các lĩnh vực hiện đại.

Tiến sĩ: Chương trình nghiên cứu độc lập, hướng đến việc phát triển tri thức mới dựa trên giáo lý Phật giáo.

3.2.3. Phương Thức Đào Tạo

Đại học Phật giáo lý tưởng cần sử dụng các phương pháp giảng dạy hiện đại kết hợp với tinh thần giáo dục truyền thống Phật giáo. Mô hình này không chỉ giúp người học tiếp cận kiến thức dễ dàng mà còn tạo môi trường để áp dụng thực tiễn các giá trị Phật giáo trong đời sống.

a. Học Tập Trực Tiếp

Lớp học truyền thống: Học viên sẽ tham gia các buổi giảng dạy trực tiếp tại cơ sở đào tạo. Những lớp học này mang tính tương tác cao, với sự tham gia tích cực của cả giảng viên và học viên.

Thực hành thiền và lễ nghi: Kết hợp với các buổi thiền định, tụng kinh và thực hành các nghi lễ Phật giáo, giúp học viên vừa học mà còn vừa trải nghiệm sự an lạc nội tâm.

Hội thảo và nghiên cứu: Tổ chức các hội thảo chuyên đề với sự tham gia của các học giả quốc tế để mở rộng tầm nhìn học thuật.

b. Giáo Dục Trực Tuyến

Học từ xa: Sử dụng nền tảng trực tuyến để cung cấp các khóa học cho học viên ở khắp nơi trên thế giới.

Tài nguyên học tập số hóa: Xây dựng thư viện điện tử chứa các tài liệu Phật giáo bằng nhiều ngôn ngữ, dễ dàng tiếp cận qua mạng.

Cộng đồng học trực tuyến: Tạo các diễn đàn thảo luận và kết nối để học viên chia sẻ kiến thức và kinh nghiệm.

c. Giáo Dục Ứng Dụng

Học qua hành động: Tổ chức các hoạt động từ thiện, bảo vệ môi trường, và hỗ trợ cộng đồng để sinh viên thực hành từ bi và trách nhiệm xã hội.

Thực tập tại các chùa và trung tâm văn hóa: Học viên sẽ có cơ hội thực hành những gì họ học được trong môi trường thực tế.

3.3. Mối Quan Hệ Giữa Đại Học và Cộng Đồng

Một Đại học Phật giáo lý tưởng phải là một thực thể phục vụ mục tiêu học thuật và là một trung tâm kết nối cộng đồng, tạo điều kiện để Phật giáo hòa mình vào đời sống xã hội.

3.3.1. Vai Trò Làm Cầu Nối Văn Hóa

Bảo tồn văn hóa Việt Nam: Đại học sẽ đóng vai trò là một "bảo tàng sống", nơi lưu giữ và phát triển các giá trị văn hóa Phật giáo Việt Nam.

Lan tỏa giáo lý: Tổ chức các chương trình giảng dạy Phật pháp dành cho mọi tầng lớp, từ trẻ em đến người lớn tuổi.

3.3.2. Hỗ Trợ Cộng Đồng

Hướng dẫn tâm linh: Cung cấp các chương trình hướng dẫn

dựa trên giáo lý Phật giáo để hỗ trợ cộng đồng vượt qua khủng hoảng cá nhân và xã hội.

Đào tạo lãnh đạo cộng đồng: Phát triển các nhà lãnh đạo tâm linh có khả năng hướng dẫn cộng đồng trong một thế giới đa văn hóa.

3.3.3. Gắn Kết Quốc Tế

Cộng tác quốc tế: Liên kết với các Đại học Phật giáo khác tại Ấn Độ, Nhật Bản, Thái Lan để xây dựng một mạng lưới học thuật Phật giáo toàn cầu.

Thúc đẩy đối thoại liên tôn: Đại học sẽ là nơi tổ chức các cuộc đối thoại giữa các tôn giáo, thúc đẩy sự hiểu biết và hòa bình.

3.4. Giá Trị Cốt Lõi của Đại Học Phật Giáo Hải Ngoại

Đại học Phật giáo không những là một tổ chức giáo dục, mà còn phải là một biểu tượng của sự hòa quyện giữa truyền thống và hiện đại. Các giá trị cốt lõi bao gồm:

Từ bi và trách nhiệm xã hội: Mỗi chương trình giảng dạy và hoạt động đều hướng đến việc nuôi dưỡng lòng từ bi và ý thức trách nhiệm với cộng đồng.

Sáng tạo và đổi mới: Thúc đẩy sự sáng tạo trong cách ứng dụng giáo lý Phật giáo vào các lĩnh vực mới.

Kết nối và gắn bó: Đại học phải là nơi mà mọi người đều cảm nhận được sự chào đón, sự gắn bó với cộng đồng và khát vọng hướng tới trí tuệ.

Giáo Dục Phật Giáo và Thế Hệ Trẻ

4.1. Tầm Quan Trọng của Thế Hệ Trẻ Trong Cộng Đồng Hải Ngoại

Thế hệ trẻ luôn là lực lượng quyết định tương lai của bất kỳ cộng đồng nào. Đối với cộng đồng người Việt tại hải ngoại, đặc biệt là tại Hoa Kỳ, thế hệ trẻ vừa mang theo di sản của cội nguồn vừa phải đối diện với những thách thức của hội nhập và phát triển. Vai trò của giáo dục Phật giáo trong việc hướng dẫn thế hệ này trở thành những cá nhân vừa mạnh mẽ về tâm linh vừa cởi mở với thế giới là vô cùng quan trọng.

Bản sắc và sự hội nhập: Thế hệ trẻ thường bị giằng xé giữa việc bảo tồn bản sắc dân tộc và việc hòa nhập vào xã hội phương Tây. Giáo dục Phật giáo có thể giúp họ tìm ra điểm cân bằng, trở thành cầu nối giữa hai nền văn hóa.

Giá trị đạo đức trong xã hội hiện đại: Trong bối cảnh các giá trị đạo đức truyền thống bị thách thức bởi những áp lực vật chất và lối sống nhanh, giáo dục Phật giáo có thể giúp thế hệ trẻ định hình một lối sống an lạc và trách nhiệm.

Lãnh đạo tương lai: Giáo dục Phật giáo không chỉ truyền thụ kiến thức mà còn xây dựng phẩm chất lãnh đạo dựa trên lòng từ bi, trí tuệ, và khả năng giải quyết các vấn đề xã hội.

4.2. Phương Pháp Giáo Dục Dành Cho Thế Hệ Trẻ

4.2.1. Xây Dựng Môi Trường Học Tập Thân Thiện

Sử dụng ngôn ngữ và phương tiện hiện đại: Các khóa học cần được trình bày song ngữ (tiếng Việt và tiếng Anh), giúp thế hệ trẻ tiếp cận giáo lý Phật giáo một cách dễ dàng.

Kết hợp giáo dục truyền thống và công nghệ: Tận dụng các công cụ học tập trực tuyến như video, podcast và ứng dụng di động để làm cho nội dung Phật giáo trở nên sống động hơn.

Tạo không gian an lạc: Đại học Phật giáo cần xây dựng môi trường học tập khuyến khích thiền định, thư giãn tâm trí và cảm giác an bình.

4.2.2. Nội Dung Giáo Dục Linh Hoạt

Tập trung vào thực hành: Thay vì chỉ giảng dạy lý thuyết, các khóa học cần nhấn mạnh việc áp dụng giáo lý Phật giáo vào các lĩnh vực thực tế như quản lý cảm xúc, cải thiện mối quan hệ gia đình, và giải quyết xung đột.

Các chủ đề hấp dẫn: Phát triển các khóa học như "Thiền định cho người bận rộn", "Phật giáo và sức khỏe tâm trí", và "Ứng dụng từ bi trong môi trường làm việc".

Phát triển kỹ năng lãnh đạo: Xây dựng các chương trình đào tạo lãnh đạo trẻ với sự nhấn mạnh vào từ bi, lòng kiên nhẫn, và khả năng giải quyết vấn đề.

4.3. Kết Nối Thế Hệ Trẻ Với Giáo Dục Phật Giáo

4.3.1. Các Hoạt Động Xã Hội và Cộng Đồng

Tình nguyện và từ thiện: Tổ chức các dự án giúp thế hệ trẻ tham gia vào hoạt động cộng đồng, từ đó hiểu sâu sắc giá trị của từ bi và trách nhiệm xã hội.

Sự kiện văn hóa Phật giáo: Tổ chức các lễ hội, hội thảo và chương trình giao lưu để tạo cảm giác gắn bó với cộng đồng và di sản văn hóa.

Trại hè Phật giáo: Tạo các trại hè dành cho thanh thiếu niên, nơi các em có thể học hỏi giáo lý, tham gia thiền định, và kết nối với bạn bè đồng trang lứa.

4.3.2. Hỗ Trợ Tâm Lý và Phát Triển Cá Nhân

Hướng dẫn tâm linh: Tổ chức chương trình hướng dẫn cụ thể, giúp thế hệ trẻ vượt qua các khó khăn về tâm lý và tìm thấy sự an lạc nội tại.

Đồng hành trong quá trình phát triển: Hỗ trợ sinh viên khám phá ý nghĩa cuộc sống và tìm kiếm mục tiêu phù hợp với bản thân.

4.4. Lợi Ích Dài Hạn Từ Giáo Dục Phật Giáo Đối Với Thế Hệ Trẻ

Duy trì bản sắc: Giáo dục Phật giáo giúp thế hệ trẻ không quên cội nguồn và các giá trị văn hóa Việt Nam, đồng thời sẵn sàng hội nhập vào xã hội toàn cầu.

Tăng cường khả năng ứng phó: Những kỹ năng như thiền định, quản lý cảm xúc và tư duy tích cực sẽ giúp thế hệ trẻ đối diện với áp lực cuộc sống.

Xây dựng tương lai cộng đồng: Với lòng từ bi và trí tuệ, thế hệ trẻ có thể trở thành những nhà lãnh đạo, góp phần xây dựng một cộng đồng người Việt đoàn kết, văn minh và bền vững.

Triển Vọng và Tầm Nhìn Lâu Dài

5.1. Tầm Quan Trọng của Giáo Dục Phật Giáo Trong Thế Kỷ 21

Giáo dục Phật giáo vừa mang ý nghĩa bảo tồn một di sản văn hóa lâu đời vừa đóng vai trò quan trọng trong việc giải quyết các thách thức toàn cầu. Trong thế kỷ 21, khi nhân loại đối diện với những cuộc khủng hoảng sâu sắc về đạo đức, môi trường và tâm lý, giáo dục Phật giáo có thể mang đến những giá trị bền vững:

Xây dựng đạo đức toàn cầu: Từ bi và trí tuệ trong giáo dục Phật giáo là kim chỉ nam để xây dựng một xã hội dựa trên lòng nhân ái và sự công bằng.

Phát triển con người toàn diện: Giáo dục không chỉ đào tạo tri thức mà còn nuôi dưỡng tâm hồn, giúp con người sống hài hòa với chính mình và môi trường xung quanh.

Kết nối văn hóa và tâm linh: Trong một thế giới toàn cầu hóa, giáo dục Phật giáo là cầu nối giữa các nền văn hóa, giúp con người hiểu và tôn trọng sự khác biệt.

5.2. Chiến Lược Mở Rộng Ảnh Hưởng Giáo Dục Phật Giáo Hải Ngoại

5.2.1. Phát Triển Cơ Sở Hạ Tầng Giáo Dục

Xây dựng thêm các cơ sở học tập: Tạo các trung tâm giáo dục và nghiên cứu tại các thành phố lớn nơi có đông đảo người Việt sinh sống, như California, Texas, và Florida...v.v.

Thành lập hệ thống trực tuyến: Đầu tư vào nền tảng giáo dục trực tuyến hiện đại để học viên ở bất kỳ đâu trên thế giới cũng có thể tham gia.

5.2.2. Nâng Cao Chất Lượng Chương Trình Đào Tạo

Tích hợp liên ngành: Phát triển các chương trình giảng dạy kết hợp giữa Phật học với các ngành học hiện đại như tâm lý học, công nghệ, và quản lý.

Hợp tác quốc tế: Mời các học giả, nhà nghiên cứu và tăng sĩ nổi tiếng từ các quốc gia khác đến giảng dạy và chia sẻ kinh nghiệm.

5.2.3. Thúc Đẩy Nghiên Cứu và Đổi Mới

Trung tâm nghiên cứu Phật giáo hiện đại: Thành lập các viện nghiên cứu chuyên sâu về ứng dụng giáo lý Phật giáo trong các lĩnh vực như trị liệu tâm lý, giáo dục bền vững và bảo vệ môi trường.

Hội thảo học thuật: Tổ chức các hội nghị quốc tế để chia sẻ và học hỏi những phương pháp giáo dục tiên tiến.

5.3. Kết Nối Cộng Đồng Phật Giáo Toàn Cầu

5.3.1. Xây Dựng Mạng Lưới Hợp Tác

Cộng tác với các Đại học Phật giáo khác: Kết nối với các trường tại Ấn Độ, Nhật Bản, và Thái Lan... để trao đổi học thuật và giảng viên.

Liên kết với tổ chức liên tôn giáo: Tham gia các diễn đàn đối thoại liên tôn để thúc đẩy sự hòa hợp, hiểu biết giữa các tôn giáo.

5.3.2. Lan Tỏa Giá Trị Từ Bi và Trách Nhiệm

Hoạt động thiện nguyện quốc tế: Phát động các chương trình từ thiện toàn cầu để thể hiện tinh thần từ bi của Phật giáo.

Giáo dục bền vững: Cùng với các tổ chức quốc tế, thúc đẩy các dự án giáo dục tập trung vào bảo vệ môi trường và xây dựng xã hội công bằng.

5.4. Tầm Nhìn Dài Hạn: Đại Học Phật Giáo Trở Thành Biểu Tượng Văn Hóa

Đại học Phật giáo sẽ là một cơ sở đào tạo và là một biểu tượng của trí tuệ và tâm linh Việt Nam trên trường quốc tế. Trong tương lai, tầm nhìn của Đại học Phật giáo có thể bao gồm:

Thành lập các cơ sở quốc tế: Xây dựng chi nhánh tại các quốc gia khác, như Canada, Úc và Châu Âu, để tiếp cận nhiều đối tượng học viên hơn.

Phát triển các chương trình trao đổi văn hóa: Giúp sinh viên từ các nước khác đến Việt Nam và người Việt hải ngoại đến các quốc gia Phật giáo lớn để học hỏi.

Thúc đẩy phong trào giáo dục nhân văn: Đại học Phật giáo sẽ trở thành trung tâm thúc đẩy những giá trị nhân văn, tạo cảm hứng cho các mô hình giáo dục khác.

5.5. Thách Thức và Cách Giải Quyết

Trong hành trình hiện thực hóa các mục tiêu lớn lao, như dự án Đại học Phật giáo, tất nhiên có thể đối mặt với nhiều thách thức:

Tài chính: Việc mở rộng cơ sở và phát triển chương trình đòi hỏi nguồn vốn lớn. Giải pháp là kêu gọi tài trợ từ cộng đồng và xây dựng các quỹ học bổng.

Thu hút người trẻ: Thế hệ trẻ có xu hướng quan tâm đến các lĩnh vực hiện đại hơn. Đại học cần làm cho giáo dục Phật giáo trở nên hấp dẫn bằng cách tích hợp những yếu tố thực tiễn.

Giữ vững bản sắc: Trong quá trình hội nhập quốc tế, Đại học cần cẩn thận để không đánh mất bản sắc văn hóa Việt Nam.

*

Kết Luận: Con Đường Tỏa Sáng Của Giáo Dục Phật Giáo Hải Ngoại

Giáo dục Phật giáo tại hải ngoại, là một phương tiện bảo tồn di sản văn hóa và xây dựng một xã hội an lạc, trí tuệ, và bền vững. Với một tầm nhìn rõ ràng, phương pháp đúng đắn cộng với sự hòa hiệp đoàn kết của cộng đồng, Đại học Phật giáo Việt Nam tại hải ngoại có tiềm năng trở thành một biểu tượng chung cho sự kết hợp giữa trí tuệ và lòng từ bi.

Hãy để ánh sáng trí tuệ Phật giáo chiếu rọi không chỉ trong cộng đồng người Việt mà còn khắp mọi nơi trên thế giới, như một thông điệp hòa bình và nhân ái trong thời đại đầy biến động này.

ỨNG DỤNG AI TRONG HOẰNG PHÁP VÀ BẢO TỒN KINH ĐIỂN

NGUYÊN TÚC

Ngôn ngữ luôn là cầu nối quan trọng trong việc truyền bá giáo pháp, nhưng nó cũng là thách thức lớn khi các kinh điển Phật giáo thường được lưu giữ bằng những ngôn ngữ cổ khó hiểu đối với người hiện đại. Trong nhiều thế kỷ, công việc phiên dịch đòi hỏi sự cống hiến và kiến thức chuyên sâu của các học giả. Tuy nhiên, với sự xuất hiện của trí tuệ nhân tạo, quá trình này đã được cải thiện đáng kể.

Dự án SuttaCentral[1], một nền tảng nổi tiếng cung cấp kinh điển Pali, đã tích hợp AI[2] để dịch thuật các văn bản cổ sang các ngôn ngữ hiện đại như Anh, Pháp, Tây Ban Nha và Trung

---

[1] **SuttaCentral** là một dự án quốc tế nhằm bảo tồn và cung cấp các bản kinh điển Phật giáo bằng nhiều ngôn ngữ, bao gồm Pali, Sanskrit, Hán cổ, và Tây Tạng. Nền tảng này sử dụng công nghệ hiện đại, như trí tuệ nhân tạo (AI) và xử lý ngôn ngữ tự nhiên (NLP), để dịch thuật, đối chiếu, và trình bày các văn bản kinh điển một cách hệ thống. Dự án giúp cộng đồng toàn cầu tiếp cận giáo pháp dễ dàng hơn, đồng thời hỗ trợ nghiên cứu và thực hành Phật giáo. (*Nguồn: https://suttacentral.net/?lang=en*)

[2] **AI** (Artificial Intelligence): Là lĩnh vực khoa học máy tính tập trung vào việc phát triển các hệ thống có khả năng thực hiện các nhiệm vụ yêu cầu trí tuệ con người, như học hỏi, lập luận, giải quyết vấn đề, và hiểu ngôn ngữ tự nhiên. (*Nguồn: Russell, S., & Norvig, P. (2021). Artificial Intelligence: A Modern Approach.*)

Quốc. Dự án này sử dụng Google Neural Machine Translation[3] (GNMT) kết hợp với công cụ NLP[4] (Natural Language Processing) để xử lý các câu văn phức tạp, đảm bảo giữ được tính chính xác về ngữ nghĩa và sự hài hòa trong cách diễn đạt.

Một ví dụ tiêu biểu khác là Dharma Treasure Translation Project[5], nơi AI hỗ trợ dịch các kinh văn Phật giáo từ tiếng Tây Tạng và Hán cổ sang tiếng Anh. AI được sử dụng để phân tích cấu trúc văn bản và các thuật ngữ đặc thù, sau đó các chuyên gia đảm nhận việc hiệu chỉnh. Nhờ sự kết hợp này, các bản dịch đạt được sự chính xác và tính nhất quán cao hơn, giảm thiểu các sai sót do sự phức tạp về ngôn ngữ.

---

[3] **Google Neural Machine Translation** (GNMT) là một hệ thống dịch thuật tự động sử dụng mạng nơ-ron sâu để cải thiện độ chính xác và tự nhiên của bản dịch. Được phát triển bởi Google, GNMT áp dụng công nghệ học sâu để phân tích ngữ cảnh và cấu trúc ngôn ngữ, thay vì dịch theo từng từ hoặc cụm từ riêng lẻ. Hệ thống này đặc biệt hiệu quả trong việc xử lý các ngôn ngữ phức tạp và đa nghĩa, nhờ khả năng học tập từ dữ liệu lớn và liên tục cải thiện qua thời gian.

[4] **Natural Language Processing** (NLP) là lĩnh vực của trí tuệ nhân tạo (AI) tập trung vào khả năng máy tính hiểu, xử lý và tạo ngôn ngữ tự nhiên của con người. NLP kết hợp giữa ngôn ngữ học, khoa học máy tính và học máy để thực hiện các nhiệm vụ như dịch thuật, nhận diện giọng nói, phân tích cảm xúc, và xử lý văn bản tự động. Trong ứng dụng Phật giáo, NLP hỗ trợ dịch thuật kinh điển, phân tích thuật ngữ, và phát triển các chatbot giáo pháp.

[5] **Dharma Treasure Translation Project**: Một sáng kiến dịch các kinh điển Phật giáo từ tiếng Tây Tạng, Pali, và Hán cổ sang tiếng Anh. Dự án sử dụng công nghệ AI và NLP để phân tích cấu trúc ngôn ngữ và hỗ trợ dịch thuật, sau đó được kiểm duyệt bởi các học giả chuyên môn. (*Nguồn:* https://dharmatreasure.org)

Ngoài ra, công cụ BuddhaNLP[6], một hệ thống học sâu được phát triển để dịch kinh văn tiếng Sanskrit, đã giúp các nhà nghiên cứu rút ngắn thời gian làm việc từ hàng tháng xuống còn vài tuần, đồng thời đảm bảo chất lượng bản dịch sát với nguyên bản.

Công việc số hóa các kinh điển cổ đã trở thành một ưu tiên lớn trong bối cảnh các tài liệu quý hiếm đang dần xuống cấp theo thời gian. Một ví dụ điển hình là dự án của Thư viện Kinh điển Tây Tạng[7] (Tibetan Buddhist Resource Center - TBRC), nay được gọi là Buddhist Digital Resource Center[8] (BDRC).

Dự án này đã sử dụng công nghệ nhận diện ký tự quang học (OCR)[9] tích hợp AI để xử lý các tài liệu viết tay bằng ngôn ngữ

---

[6] **BuddhaNLP**: Hệ thống học sâu được phát triển để hỗ trợ dịch thuật và phân tích các văn bản cổ, đặc biệt là tiếng Sanskrit và Pali. (*Nguồn: Nghiên cứu nội bộ của BuddhaNLP Project.*)

[7] **Tibetan Buddhist Resource Center** (TBRC): Được thành lập bởi học giả E. Gene Smith vào năm 1999, TBRC (nay là Buddhist Digital Resource Center - BDRC) là một tổ chức phi lợi nhuận chuyên bảo tồn và số hóa các kinh văn Phật giáo Tây Tạng. Trung tâm đã sử dụng công nghệ tiên tiến, bao gồm OCR tích hợp AI, để quét và lưu trữ hơn 20 triệu trang kinh điển, tạo điều kiện cho các nhà nghiên cứu và Phật tử trên toàn cầu tiếp cận kho tàng văn hóa này. (*Nguồn: Buddhist Digital Resource Center, www.tbrc.org*)

[8] **Buddhist Digital Resource Center** (BDRC), trước đây là Tibetan Buddhist Resource Center (TBRC), là một tổ chức phi lợi nhuận chuyên bảo tồn và số hóa các kinh văn Phật giáo, đặc biệt là từ truyền thống Tây Tạng. Thành lập năm 1999 bởi học giả E. Gene Smith, trung tâm đã sử dụng công nghệ OCR tích hợp AI để quét và lưu trữ hơn 20 triệu trang kinh điển, tạo điều kiện cho các nhà nghiên cứu và Phật tử trên toàn cầu tiếp cận kho tàng văn hóa này. (*Nguồn: www.bdrc.io*)

[9] **OCR** (Optical Character Recognition): Công nghệ nhận dạng ký tự quang học, sử dụng thuật toán AI để quét và chuyển đổi hình ảnh chứa văn bản (viết tay hoặc in ấn) thành dạng văn bản số. Trong bảo tồn kinh điển Phật giáo, OCR giúp số hóa các văn bản cổ, đặc biệt là những văn bản viết

Tây Tạng cổ. Hệ thống OCR được cải tiến với các thuật toán học sâu, giúp nhận diện chính xác cả những ký tự phức tạp và khó đọc. Nhờ vào công nghệ này, hơn 20 triệu trang kinh văn đã được số hóa và lưu trữ trên nền tảng trực tuyến, cho phép các học giả trên toàn thế giới truy cập dễ dàng.

Ngoài ra, Fo Guang Shan[10] – một tổ chức Phật giáo lớn tại Đài Loan – cũng đã triển khai các dự án số hóa kinh điển Hán cổ. Tổ chức này sử dụng AI để quét và chuyển đổi các tài liệu viết tay thành văn bản điện tử, giúp bảo tồn di sản văn hóa và truyền bá kinh điển đến người đọc ở nhiều nơi.

Chatbot đã trở thành công cụ phổ biến trong việc hỗ trợ người học Phật giáo. Tại Nhật Bản, Buddhism AI[11] được lập trình để trả lời các câu hỏi cơ bản về giáo lý, thực hành thiền định và các khía cạnh lịch sử của Phật giáo. Với cơ sở dữ liệu được xây dựng từ các bộ kinh chính thống, chatbot này không chỉ mang lại câu trả lời nhanh chóng mà còn cung cấp các trích dẫn từ kinh văn để người dùng tham khảo.

---

bằng tay với các ngôn ngữ phức tạp như Tây Tạng, Sanskrit, và Hán cổ. Công nghệ này hỗ trợ nhận diện ký tự nhanh, chính xác, đồng thời bảo tồn và mở rộng khả năng truy cập tài liệu quý giá.

[10] **Fo Guang Shan** và **Google Cultural Institute** là một tổ chức Phật giáo quốc tế lớn, thành lập năm 1967 tại Đài Loan bởi Đại sư Tinh Vân (Hsing Yun). Tổ chức nổi bật với việc sử dụng công nghệ hiện đại để số hóa kinh điển, tổ chức giảng dạy trực tuyến, và bảo tồn di sản văn hóa Phật giáo. Fo Guang Shan đã hợp tác với Google Cultural Institute để số hóa và giới thiệu các tài liệu kinh điển, mở rộng khả năng tiếp cận giáo pháp trên nền tảng kỹ thuật số. (Nguồn: *www.fgs.org.tw, Google Cultural Institute*)

[11] **Buddhism AI**: Một chatbot Phật giáo phát triển tại Nhật Bản, được thiết kế để trả lời các câu hỏi liên quan đến giáo lý, thiền định, và lịch sử Phật giáo. Ứng dụng này tích hợp công nghệ AI để cung cấp thông tin cá nhân hóa, giúp người dùng tiếp cận giáo pháp một cách dễ dàng và hiệu quả.

Một ví dụ khác là ứng dụng Meditation Chatbot[12], được phát triển bởi một nhóm nghiên cứu tại Đại học Stanford. Ứng dụng này kết hợp AI với các bài học thiền Phật giáo để hướng dẫn người dùng thiền định một cách cá nhân hóa. Người dùng có thể đặt câu hỏi, nhận hướng dẫn từng bước và thậm chí được nhắc nhở về thời gian thiền định phù hợp với lịch trình cá nhân.

AI giúp vượt qua ranh giới địa lý, đưa giáo pháp đến với những người ở các khu vực khó tiếp cận. Ví dụ, các cộng đồng Phật giáo tại Châu Phi và Nam Mỹ – nơi trước đây giáo lý Phật giáo chưa thực sự phổ biến – nay đã có thể tiếp cận các khóa học trực tuyến và tài liệu kinh điển nhờ vào các công cụ AI. Tổ chức Buddhist Global Relief[13] đã sử dụng AI để tạo ra các tài liệu học tập bằng nhiều ngôn ngữ, giúp người dân tại những vùng này có cơ hội tiếp cận giáo pháp dễ dàng hơn.

Hệ thống AI như EdTech Buddha[14] sử dụng các thuật toán

---

[12] **Meditation Chatbot** là một công cụ ứng dụng trí tuệ nhân tạo được phát triển tại Đại học Stanford, tích hợp công nghệ xử lý ngôn ngữ tự nhiên (NLP) để cung cấp hướng dẫn thiền định cá nhân hóa. Chatbot này được thiết kế nhằm hỗ trợ người dùng ở mọi cấp độ, từ người mới bắt đầu đến những người có kinh nghiệm, với khả năng trả lời các câu hỏi, hướng dẫn thiền từng bước và nhắc nhở lịch trình thiền định. Dự án nhấn mạnh tính tương tác và dễ tiếp cận, tạo điều kiện để người dùng thực hành chánh niệm một cách linh hoạt trong đời sống hiện đại.

[13] **Buddhist Global Relief** là một tổ chức phi lợi nhuận quốc tế, thành lập vào năm 2008 bởi thiền sư Bhikkhu Bodhi, tập trung vào việc giảm nghèo đói và bất bình đẳng trên toàn cầu. Hoạt động của tổ chức bao gồm cung cấp thực phẩm, hỗ trợ giáo dục, cải thiện sinh kế và ứng phó với biến đổi khí hậu, với trọng tâm là mang lại lợi ích bền vững cho các cộng đồng dễ bị tổn thương. Buddhist Global Relief hợp tác với nhiều tổ chức địa phương tại các khu vực Châu Á, Châu Phi, Châu Mỹ và Hoa Kỳ.

[14] **EdTech Buddha** là một nền tảng giáo dục ứng dụng trí tuệ nhân tạo (AI) nhằm cá nhân hóa trải nghiệm học tập Phật giáo. Hệ thống sử dụng các

học máy để phân tích phong cách học tập của từng người dùng, từ đó đề xuất các bài giảng phù hợp. Ví dụ, nếu một người học có xu hướng tìm kiếm các bài giảng về từ bi, hệ thống sẽ gợi ý những bài kinh hoặc video liên quan, đồng thời đề xuất các khóa học thiền định liên quan đến lòng từ.

Với AI, việc bảo tồn kinh điển và tổ chức các khóa học trực tuyến trở nên dễ dàng hơn, tiết kiệm nhiều chi phí nhân sự và tài chính. Tại Trung tâm Phật giáo Nalanda[15], một dự án tích hợp AI đã giúp giảm hơn 50% thời gian và chi phí dành cho việc biên soạn tài liệu giảng dạy.

Một số thuật toán AI chưa đủ tinh vi để xử lý ngữ nghĩa trong các văn bản trừu tượng. Chẳng hạn, trong quá trình dịch một đoạn kinh văn Pali về vô ngã (anatta), AI đã dịch sai ngữ cảnh, khiến nội dung bản dịch trở nên mâu thuẫn với giáo lý gốc. Để khắc phục, cần có sự giám sát chặt chẽ của các học giả Phật giáo trước khi phát hành các bản dịch chính thức.

Nhiều ứng dụng thiền định như Headspace[16] và Insight

---

thuật toán học máy để phân tích thói quen, sở thích học tập của người dùng, từ đó gợi ý các tài liệu kinh điển, bài pháp thoại, và khóa học thiền định phù hợp. Nền tảng này nổi bật với khả năng tạo lộ trình học tập tùy chỉnh, hỗ trợ người học ở mọi cấp độ tiếp cận giáo lý một cách hiệu quả.

[15] **Trung tâm Phật giáo Nalanda**: Một trung tâm học thuật và tâm linh nổi tiếng ở Ấn Độ, từng là một trong những đại học cổ đại lớn nhất thế giới (thế kỷ 5-12). Nalanda chuyên giảng dạy Phật giáo, triết học, y học, và các môn khoa học khác, thu hút học giả từ khắp châu Á. Hiện nay, Trung tâm Nalanda đã được tái thiết dưới tên Đại học Nalanda, kết hợp nghiên cứu Phật học với các ngành khoa học hiện đại, đóng vai trò quan trọng trong việc bảo tồn và truyền bá giáo lý Phật giáo.

[16] **Headspace**: Một ứng dụng thiền định và chánh niệm phổ biến, ra mắt năm 2010, được đồng sáng lập bởi Andy Puddicombe và Richard Pierson. Headspace cung cấp các bài hướng dẫn thiền theo nhiều chủ đề như giảm căng thẳng, cải thiện giấc ngủ và tăng cường tập trung. Ứng dụng đã thu hút

Timer[17] đã góp phần đưa thiền định đến với đại chúng, nhưng đồng thời cũng làm dấy lên mối lo ngại về việc thương mại hóa thực hành tâm linh. Các tính năng cao cấp được thu phí và doanh thu từ các ứng dụng này đã đạt hàng triệu USD, làm giảm đi tinh thần giải thoát vô vụ lợi vốn là cốt lõi của thiền định trong Phật giáo. Báo cáo từ Statista[18] (2023) cho thấy, ngành công nghiệp thiền định trực tuyến dự kiến đạt hơn 4 tỷ USD doanh thu toàn cầu vào năm 2025. Vị Sư Phật giáo Bhikkhu Bodhi[19] đã cảnh báo: *"Thiền định không phải là hàng hóa. Nếu không cẩn thận, sự phổ biến này sẽ làm mất đi chiều sâu tâm linh của thực hành này."*

---

hàng triệu người dùng toàn cầu nhờ giao diện thân thiện và nội dung dễ tiếp cận, dù đôi khi bị phê phán về xu hướng thương mại hóa thực hành thiền định truyền thống. (Nguồn: *www.headspace.com*)

[17] **Insight Timer**: Một ứng dụng thiền định nổi tiếng, cung cấp các bài hướng dẫn thiền, âm thanh chánh niệm và pháp thoại từ nhiều truyền thống khác nhau. Với hơn 100.000 bài thiền từ các giáo thọ và chuyên gia trên toàn thế giới, ứng dụng này đã thu hút hàng triệu người dùng, nhấn mạnh vào tính cộng đồng và việc thực hành thiền định cá nhân hóa. (Nguồn: https://insighttimer.com)

[18] **Statista**: Một nền tảng trực tuyến cung cấp dữ liệu thống kê và nghiên cứu thị trường toàn cầu, tập trung vào nhiều lĩnh vực như kinh tế, công nghệ, truyền thông, và tiêu dùng. Statista được đánh giá cao nhờ cơ sở dữ liệu phong phú, cập nhật liên tục và nguồn gốc đáng tin cậy, phục vụ cho các nhà nghiên cứu, doanh nghiệp, và tổ chức học thuật.

[19] **Bhikkhu Bodhi** (sinh năm 1944, tên khai sinh Jeffrey Block) là một tu sĩ Phật giáo người Mỹ thuộc truyền thống Theravāda. Ông được biết đến như một học giả lỗi lạc và dịch giả uy tín của kinh điển Pali sang tiếng Anh, với các tác phẩm nổi bật như *In the Buddha's Words* và bản dịch *The Middle Length Discourses of the Buddha* (*Majjhima Nikaya*). Bhikkhu Bodhi cũng là người sáng lập tổ chức Buddhist Global Relief, tập trung vào các dự án từ thiện và xóa đói giảm nghèo. Các đóng góp của ông không chỉ giới hạn trong học thuật mà còn mở rộng đến việc ứng dụng giáo lý Phật giáo vào các vấn đề xã hội và môi trường hiện đại.

Đối với cộng đồng Phật giáo, việc sử dụng AI cần đảm bảo rằng các nguyên tắc đạo đức và sự tôn trọng quyền riêng tư luôn được đặt lên hàng đầu.

Trong lịch sử, Phật giáo đã luôn linh hoạt thích nghi với các bối cảnh văn hóa và xã hội khác nhau để lan tỏa giáo pháp. Việc ứng dụng AI cũng không nằm ngoài tinh thần đó, miễn là công nghệ này được sử dụng như một công cụ hỗ trợ chứ không thay thế các giá trị truyền thống.

Dù AI mang lại nhiều tiện ích, vai trò của tăng đoàn và các vị giáo thọ vẫn không thể thay thế. Ở một số tự viện lớn như Wat Phra Dhammakaya[20] ở Thái Lan hoặc Fo Guang Shan ở Đài Loan, AI được sử dụng để cung cấp thông tin cơ bản, nhưng các buổi pháp thoại, nghi lễ và giảng dạy giáo lý vẫn luôn do các vị sư đảm nhiệm. Điều này bảo tồn mối liên kết giữa con người và giáo pháp, tránh việc AI trở thành một "người thầy" thay thế.

Một ví dụ thú vị là dự án Digital Monk[21] tại Hàn Quốc, nơi AI được sử dụng để tái hiện hình ảnh một vị tăng sĩ nổi tiếng từ

---

[20] **Wat Phra Dhammakaya**: Một ngôi chùa Phật giáo lớn tại Pathum Thani, Thái Lan, được thành lập vào năm 1970 bởi thiền sư Luang Por Dhammajayo. Wat Phra Dhammakaya nổi tiếng với kiến trúc hiện đại và các hoạt động thiền định quy mô lớn, thu hút hàng ngàn người tham dự. Ngôi chùa còn là trung tâm truyền bá Pháp môn Dhammakaya, nhấn mạnh thực hành thiền định và phát triển tâm linh dựa trên giáo lý Phật giáo truyền thống.

[21] "**Digital Monk**" là một dự án tại Hàn Quốc sử dụng trí tuệ nhân tạo (AI) để tái hiện hình ảnh các vị tăng sĩ nổi tiếng từ triều đại Joseon, nhằm giảng giải giáo pháp thông qua các bài giảng trực tuyến. Dự án mang mục tiêu giáo dục và giới thiệu Phật giáo đến giới trẻ, kết hợp giữa công nghệ hiện đại và tinh thần truyền thống.

triều đại Joseon[22] nhằm giảng giải giáo pháp thông qua các bài giảng trực tuyến. Dù vậy, dự án này cũng nhấn mạnh rằng AI chỉ là "cầu nối", còn trải nghiệm thực tế với tăng đoàn mới mang lại sự thấu hiểu sâu sắc.

Một số tự viện như Yakushi-ji[23] ở Nhật Bản đã thử nghiệm việc sử dụng robot được tích hợp AI để thực hiện nghi lễ tụng kinh và giảng dạy giáo pháp cơ bản. Ví dụ, robot Mindar, được mô phỏng theo hình ảnh của Bồ Tát Quán Thế Âm, đã thu hút sự quan tâm của giới trẻ khi tham gia các buổi nghi lễ. Tuy nhiên, các nhà sư ở đây nhấn mạnh rằng robot chỉ mang tính biểu tượng và hỗ trợ lan tỏa giáo pháp đến một thế hệ mới, chứ không thay thế sự thực hành nghiêm túc trong đạo Phật.

Để khai thác tối đa tiềm năng của AI mà không làm mất đi giá trị cốt lõi của Phật giáo, các tổ chức cần đầu tư vào việc đào tạo đội ngũ chuyên gia vừa có kiến thức sâu sắc về giáo pháp, vừa thành thạo công nghệ. Các tổ chức như Nalanda University ở Ấn Độ đã bắt đầu triển khai các chương trình đào tạo kết hợp giữa học thuật Phật giáo và công nghệ thông tin. Điều này vừa đảm bảo chất lượng của các ứng dụng AI mà vừa giúp kiểm soát

---

[22] **Triều đại Joseon** (1392–1897): Triều đại quân chủ kéo dài hơn 500 năm ở bán đảo Triều Tiên, được sáng lập bởi vua Taejo. Joseon nổi tiếng với sự phát triển mạnh mẽ của Nho giáo, đồng thời là giai đoạn đạt được nhiều thành tựu văn hóa, nghệ thuật, và khoa học. Bộ luật Gyeongguk Daejeon được xây dựng để tổ chức xã hội theo nguyên tắc Nho giáo. Hệ thống chữ viết Hangul do vua Sejong phát minh vào thế kỷ 15 là một đóng góp quan trọng cho ngôn ngữ và văn hóa Hàn Quốc.

[23] **Yakushi-ji**, một ngôi chùa Phật giáo cổ kính tại Nara, Nhật Bản, đã sử dụng Robot Mindar, mô phỏng hình ảnh Bồ Tát Quán Thế Âm, để giảng dạy giáo lý và thực hiện các nghi lễ tụng kinh. Mindar, được trang bị trí tuệ nhân tạo, không nhằm thay thế các nhà sư mà đóng vai trò như một công cụ hiện đại thu hút thế hệ trẻ và những người mới tìm hiểu Phật giáo. (*Nguồn: A-Lab Co., Yakushi-ji Temple Official Website.*)

rủi ro trong quá trình phát triển.

Sự hợp tác giữa các tổ chức quốc tế là chìa khóa để mở rộng quy mô các dự án AI trong Phật giáo. Một ví dụ điển hình là sự hợp tác giữa Fo Guang Shan và Google Cultural Institute[24], nơi các kinh điển và hiện vật Phật giáo được số hóa và giới thiệu trên nền tảng trực tuyến. Sự hợp tác này giúp lan tỏa giáo pháp và tạo điều kiện cho việc nghiên cứu liên văn hóa và bảo tồn các giá trị tinh thần.

AI không nên chỉ là công cụ do một nhóm nhỏ quản lý, mà cần được phát triển dưới dạng mã nguồn mở để các cộng đồng Phật tử trên toàn thế giới tham gia đóng góp và giám sát. Ví dụ, dự án Open Buddhism NLP[25] đã sử dụng công nghệ Hugging Face NLP Framework[26] để phân tích hơn 500.000 cụm từ trong

---

[24] **Google Cultural Institute**: Một nền tảng trực tuyến do Google phát triển, cung cấp quyền truy cập vào các di sản văn hóa trên toàn cầu thông qua công nghệ số hóa. Tổ chức này hợp tác với các viện bảo tàng, thư viện, và tổ chức văn hóa để lưu trữ và trưng bày các hiện vật, tư liệu lịch sử, nghệ thuật và văn hóa. Trong lĩnh vực Phật giáo, Google Cultural Institute đã số hóa nhiều kinh điển, hiện vật và di sản liên quan, giúp lan tỏa giáo pháp và bảo tồn giá trị văn hóa qua các công cụ hiện đại.

[25] **Open Buddhism NLP**: Một dự án mã nguồn mở phát triển hệ thống xử lý ngôn ngữ tự nhiên (NLP) dành riêng cho các văn bản Phật giáo. Dự án này cho phép cộng đồng đóng góp dữ liệu, xây dựng cơ sở thuật ngữ Phật giáo đa ngôn ngữ và cải thiện độ chính xác của các công cụ dịch thuật tự động. Mục tiêu chính là bảo tồn kinh điển, hỗ trợ nghiên cứu, và tạo điều kiện để giáo pháp tiếp cận dễ dàng hơn trên toàn cầu.

[26] **Hugging Face NLP Framework**: Một nền tảng mạnh mẽ và phổ biến để xử lý ngôn ngữ tự nhiên (NLP), cung cấp thư viện mã nguồn mở như Transformers, giúp truy cập hàng trăm mô hình AI đã được huấn luyện sẵn, bao gồm BERT, GPT, và T5. Framework này hỗ trợ các tác vụ như phân loại văn bản, dịch máy, tổng hợp văn bản, và phân tích ngữ nghĩa, với khả năng tương thích cao với PyTorch, TensorFlow, và JAX. Hugging Face nổi bật

các văn bản Pali, Sanskrit, và Tây Tạng. Dự án này không chỉ tạo ra từ điển thuật ngữ đa ngữ đầu tiên, mà còn mở ra cơ hội cộng tác toàn cầu thông qua các nền tảng mã nguồn mở như GitHub. Việc kết nối cộng đồng giúp đảm bảo sự minh bạch và tăng tính chính xác cho các ứng dụng AI trong phiên dịch và giảng dạy giáo pháp.

Chẳng hạn, dự án Open Buddhism NLP cho phép cộng đồng toàn cầu tham gia xây dựng cơ sở dữ liệu từ vựng và thuật ngữ Phật giáo, từ đó cải thiện độ chính xác của các hệ thống AI trong phiên dịch và giảng dạy.

Khi công nghệ trở thành công cụ chính trong việc học tập giáo pháp, có nguy cơ một số người sẽ hiểu Phật giáo theo lối lý thuyết thuần túy mà không thực hành. Ví dụ, việc tham gia các khóa học thiền trực tuyến hoặc nghe pháp thoại qua chatbot có thể giúp người học tiếp cận giáo pháp, nhưng lại thiếu sự trải nghiệm cá nhân hóa và hướng dẫn trực tiếp từ các vị thầy. Để khắc phục, các tự viện và trung tâm Phật giáo cần khuyến khích người học kết hợp giữa công nghệ và thực hành trực tiếp, ví dụ như tham gia các khóa tu ngắn ngày tại chùa.

Một số ứng dụng thiền định như Headspace và Insight Timer đã thương mại hóa việc giảng dạy thiền định, khiến nó trở thành một sản phẩm thay vì một thực hành tâm linh. Nếu AI trong Phật giáo bị lạm dụng theo hướng thương mại hóa, nó có thể làm mất đi tính chân thực và chiều sâu của giáo pháp. Để tránh điều này, các tổ chức cần xây dựng những nguyên tắc đạo đức rõ ràng trong việc phát triển và sử dụng AI.

Trong tương lai, sự kết hợp giữa AI và Phật giáo có thể tạo ra những bước đột phá đáng kể. Chẳng hạn, việc sử dụng công

---

nhờ tính dễ sử dụng, cộng đồng mạnh mẽ, và kho tài nguyên phong phú cho nghiên cứu và ứng dụng thực tế.

nghệ thực tế ảo (VR)²⁷ và tăng cường thực tế (AR) có thể mang lại trải nghiệm sâu sắc hơn trong việc học tập và thực hành giáo pháp. Người học có thể tham gia vào các buổi pháp thoại ảo tại các tự viện lịch sử hoặc tham gia thiền định trong môi trường được tái hiện chân thực.

Công nghệ AR/VR đang mở ra những cách tiếp cận giáo pháp mới mẻ và sâu sắc hơn. Ngoài dự án Virtual Nalanda, các tự viện như Fo Guang Shan (Đài Loan) và Wat Phra Dhammakaya (Thái Lan) cũng đã tiên phong ứng dụng công nghệ này.

Fo Guang Shan: Sử dụng AR để tái hiện các bức tranh tường Phật giáo cổ đại, mang đến trải nghiệm trực quan và sống động về lịch sử Phật giáo.

Wat Phra Dhammakaya: Dùng VR để thiết kế không gian thiền định ảo, nơi người học trên toàn cầu có thể tham gia các khóa thiền trực tuyến mà vẫn cảm nhận được không khí trang nghiêm như tại chùa.

Những ứng dụng này sẽ giúp bảo tồn di sản văn hóa và còn khơi dậy sự quan tâm của thế hệ trẻ đối với Phật giáo, tạo điều kiện tiếp cận giáo pháp theo cách gần gũi và hấp dẫn hơn.

Người dùng có thể "tham quan" các lớp học, nghe pháp thoại từ các vị thầy trong không gian ảo, từ đó kết nối sâu sắc hơn với lịch sử và giáo lý Phật giáo.

*

---

[27] **VR** (Virtual Reality): Công nghệ tái hiện môi trường ảo sống động, được ứng dụng trong Phật giáo để tái hiện không gian tu học cổ đại và hướng dẫn thiền định, giúp tăng tính tương tác và tiếp cận giáo pháp, đặc biệt thu hút thế hệ trẻ, nhưng vẫn cần cân nhắc về chiều sâu trải nghiệm tâm linh thực tế.

Thay lời kết:

Trong kỷ nguyên công nghệ, trí tuệ nhân tạo (AI) không chỉ là một phương tiện kỹ thuật mà còn đóng vai trò như một cánh cửa mới đưa Phật giáo bước vào giai đoạn phát triển chưa từng có. Tuy nhiên, Hòa thượng Bhikkhu Bodhi nhấn mạnh:

"Công nghệ không phải là vấn đề; cách chúng ta sử dụng nó mới là vấn đề. Sự tỉnh thức không thể được lập trình, nhưng nó có thể được khuyến khích thông qua các phương tiện phù hợp."

Thiền Sư Thích Nhất Hạnh cũng từng chia sẻ:

"Công nghệ là con dao hai lưỡi. Chúng ta có thể dùng nó để mang lại sự tỉnh thức, hoặc để đánh mất chính mình. Điều quan trọng là luôn thực hành chánh niệm trong từng hành động."

Hai nhận định này gợi mở một bài học quan trọng: công nghệ chỉ thực sự hữu ích khi được sử dụng với tinh thần trách nhiệm và tỉnh thức, phù hợp với cốt lõi từ bi và trí tuệ của Phật giáo.

Tuy nhiên, sự ứng dụng AI trong Phật giáo không đơn giản là câu chuyện của hiệu quả hay sự lan tỏa, mà sâu xa hơn, đó là bài toán cân bằng giữa việc bảo tồn giá trị truyền thống và thích nghi với nhịp sống hiện đại.

Phật giáo, với nền tảng là trí tuệ và từ bi, đã chứng minh sự linh hoạt trong suốt lịch sử khi tiếp xúc với nhiều nền văn hóa và công nghệ khác nhau. Việc ứng dụng AI, nếu được định hướng đúng, sẽ là minh chứng sống động cho tinh thần này. Từ việc số hóa các kinh văn cổ cho đến dịch thuật và truyền bá giáo pháp qua các nền tảng trực tuyến, AI đã làm sáng tỏ con đường tiếp cận Phật giáo đến hàng triệu người – không phân biệt ngôn ngữ, văn hóa, hay khoảng cách địa lý.

Tuy nhiên, trong khi AI có thể xử lý thông tin và tạo ra các giải pháp nhanh chóng, nó không thể thay thế trải nghiệm sống động của sự thực hành tâm linh và sự hiện diện của con người. Giáo pháp Phật giáo không đơn giản nằm trong từ ngữ hay khái niệm, mà còn là sự trải nghiệm cá nhân hóa, sự chuyển hóa nội tâm qua thiền định, tụng kinh và hành thiện. Trong bối cảnh này, AI chỉ nên là một người bạn đồng hành, hỗ trợ chứ không bao giờ thay thế được vai trò của tăng đoàn, các bậc thầy và sự thực hành cá nhân.

Câu chuyện về robot Mindar ở Nhật Bản thực hiện các nghi lễ tại chùa Yakushi-ji là một ví dụ. Dù công nghệ này mang tính giáo dục cao, nhưng chính các nhà sư tại chùa đã nhấn mạnh rằng robot chỉ là phương tiện giúp thế hệ trẻ tiếp cận Phật giáo, trong khi giá trị thực sự của giáo pháp vẫn nằm ở mối liên kết giữa con người với con người – một sự kết nối đầy nhân văn mà không công nghệ nào có thể thay thế.

Sự phát triển của AI trong Phật giáo cần được dẫn dắt bởi một trí tuệ tập thể. Đây không phải là nhiệm vụ của riêng các nhà phát triển công nghệ hay các học giả Phật giáo, mà cần sự tham gia của cả cộng đồng tăng ni và cư sĩ. Chỉ khi có sự cộng tác chặt chẽ này, AI mới có thể phục vụ một cách đúng đắn các mục tiêu tinh thần, tránh khỏi sự thương mại hóa hoặc bóp méo giáo pháp.

Các sáng kiến mã nguồn mở như Open Buddhism NLP là minh chứng cho tinh thần cộng đồng này. Bằng cách cho phép các Phật tử trên toàn thế giới tham gia đóng góp dữ liệu và giám sát chất lượng, dự án không chỉ tối ưu hóa việc ứng dụng AI mà còn đảm bảo sự minh bạch và tính xác thực trong việc truyền bá giáo lý.

Để AI trở thành một phần tích cực trong sự phát triển của Phật giáo, điều cần thiết là duy trì một thái độ chánh niệm khi sử dụng công nghệ. Điều này đồng nghĩa với việc ứng dụng AI một cách có đạo đức, luôn ý thức rõ ràng về mục tiêu cao cả là mang lại sự an lạc, trí tuệ và giải thoát cho chúng sinh.

Các dự án như Virtual Nalanda, sử dụng công nghệ thực tế ảo

(VR) để tái hiện không gian tu học, đã cho thấy tiềm năng lớn của việc kết hợp công nghệ với chánh niệm. Trong tương lai, những sáng kiến như thế này có thể giúp các thế hệ trẻ tiếp cận giáo pháp một cách gần gũi hơn, mà vẫn duy trì chiều sâu của tinh thần Phật giáo.

Sự ứng dụng AI cũng đặt ra nhiều thách thức lớn, đặc biệt về mặt đạo đức và bảo tồn giá trị nguyên bản của giáo pháp. Tuy nhiên, trong tinh thần Phật giáo, những thách thức này chính là cơ hội để mỗi cá nhân và cộng đồng nhìn lại mình, thực hành từ bi và trí tuệ một cách sâu sắc hơn.

Khi đối diện với những nguy cơ như sự phụ thuộc vào công nghệ hoặc sự thương mại hóa thiền định, chúng ta có thể học cách sử dụng AI như một công cụ để nâng cao khả năng tự quán chiếu, đưa chánh niệm vào từng bước sử dụng công nghệ. Đây cũng là một bài học quan trọng trong thời đại hiện đại, nơi sự tỉnh thức vốn nằm ở thiền định, nhưng còn cần được thể hiện qua cách chúng ta đối diện với những phát triển công nghệ.

Tương lai của Phật giáo trong kỷ nguyên AI không phải là sự đối đầu giữa truyền thống và hiện đại, mà là sự hòa hợp, nơi cả hai cùng tồn tại để làm phong phú thêm trải nghiệm tâm linh của con người. Trong Phật giáo, khái niệm "tự lực" và "tha lực" luôn là những yếu tố bổ trợ lẫn nhau. AI có thể đóng vai trò "tha lực" – một công cụ hỗ trợ bên ngoài, nhưng chính "tự lực" – sự thực hành cá nhân và chuyển hóa nội tâm, mới là yếu tố quyết định trên hành trình giác ngộ.

Như kinh Pháp Cú đã dạy:
"Chỉ có mình làm điều xấu, chỉ có mình làm điều lành; chính mình, không ai khác, làm thanh tịnh hay hoen ố chính mình."

Trí tuệ nhân tạo có thể hỗ trợ chúng ta lan tỏa trí tuệ và từ bi, nhưng ánh sáng chân thực vẫn đến từ chính trái tim tỉnh thức và ý chí hướng thượng của mỗi người.

Trí tuệ nhân tạo sẽ là cầu nối đưa Phật giáo lan tỏa đến những nơi xa xôi nhất, trong khi sự hiện diện của con người và thực hành trực tiếp sẽ giữ cho ánh sáng của giáo pháp luôn sống động.

Như một ngọn đèn soi sáng trong đêm tối, AI có thể hỗ trợ Phật giáo trong việc lan tỏa trí tuệ và từ bi, nhưng chính con người – với trái tim tỉnh thức và ý chí hướng thượng – mới là nguồn sáng không bao giờ tắt. Hành trình ứng dụng AI trong Phật giáo sẽ là sự đổi mới công nghệ, đồng thời là cơ hội để mỗi người thực hành sự cân bằng, trách nhiệm và tỉnh thức trong mọi hành động.

Nguyên Túc

HOẰNG PHÁP CHO TUỔI TRẺ PHẬT GIÁO VIỆT NAM TẠI HOA KỲ: THÁCH THỨC, CƠ HỘI VÀ GIẢI PHÁP

TÂM THƯỜNG ĐỊNH

Sứ mệnh hoằng pháp cho tuổi trẻ Phật giáo Việt Nam tại Hoa Kỳ là một việc làm vừa quan trọng nhưng cũng đầy thách thức. Trong bối cảnh một xã hội đa văn hóa và chịu nhiều ảnh hưởng từ lối sống hiện đại, việc duy trì và phát triển giáo lý Phật giáo cho thế hệ trẻ đòi hỏi phải sáng tạo, hiểu biết sâu sắc về môi trường sống, cũng như một tầm nhìn phù hợp.

Trước hết, cần nhìn nhận rằng tuổi trẻ Việt Nam tại Hoa Kỳ đang lớn lên trong một môi trường văn hóa đa dạng và phức tạp, chịu sự ảnh hưởng mạnh mẽ từ các giá trị phương Tây, từ tư duy tự do, độc lập cá nhân đến các xu hướng thực dụng trong đời sống. Sự gắn kết với văn hóa truyền thống Việt Nam, trong đó có Phật giáo, có thể trở nên mờ nhạt nếu không có sự hỗ trợ và định hướng đúng đắn từ gia đình và cộng đồng. Đồng thời, phần lớn các bạn trẻ này phải đối mặt với áp lực từ việc hòa nhập xã hội, học tập và xây dựng bản sắc cá nhân trong một môi trường khác biệt so với thế hệ cha mẹ mình.

Một trong những khó khăn lớn nhất trong việc hoằng pháp cho giới trẻ là sự khác biệt ngôn ngữ và văn hóa. Nhiều bạn trẻ, dù mang gốc gác Việt Nam, lại ít hoặc không thông thạo tiếng Việt. Điều này khiến các buổi giảng pháp truyền thống bằng tiếng Việt trở nên khó tiếp cận. Ngoài ra, cách trình bày giáo lý theo phương thức truyền thống cũng có thể không hấp dẫn hoặc không phù hợp với cách tư duy của giới trẻ, vốn đã quen với công nghệ và các phương tiện truyền thông hiện đại.

Tuy nhiên, không thể phủ nhận rằng đây cũng là một cơ hội lớn. Tuổi trẻ Việt Nam tại Hoa Kỳ có khả năng tiếp cận nguồn tri thức rộng lớn, môi trường giáo dục tiến bộ và các phương tiện truyền thông hiện đại. Những yếu tố này, nếu được khai thác đúng cách, có thể trở thành phương tiện hiệu quả để truyền tải giáo lý Phật giáo một cách sáng tạo, gần gũi hơn. Ngoài ra, các bạn trẻ gốc Việt thường có mối quan tâm nhất định đến việc tìm kiếm ý nghĩa cuộc sống và xây dựng bản sắc cá nhân, điều này tạo nên một nhu cầu tự nhiên đối với các giá trị tâm linh.

Về giải pháp, cần xây dựng các chương trình hoằng pháp với ngôn ngữ và hình thức phù hợp với giới trẻ. Các bài giảng pháp lý tưởng, trước là nên sử dụng song ngữ, sau mới bàn đến việc sử dụng tiếng Anh, vì đảm bảo tính dễ hiểu và tiếp cận. Nội dung giảng dạy cần được trình bày một cách sinh động, thực tiễn, kết hợp với các chủ đề mà giới trẻ quan tâm, như đối trị căng thẳng, phát triển bản thân, hoặc các giá trị đạo đức trong cuộc sống hiện đại.

Việc sử dụng công nghệ và truyền thông xã hội cũng là một hướng đi cần được chú trọng. Các bài giảng có thể được đăng tải trên YouTube, phát hành dưới dạng podcast, hoặc chia sẻ qua các nền tảng mạng xã hội. Những nội dung này nên được thiết kế ngắn gọn, hấp dẫn và dễ tiếp cận. Ngoài ra, các chương trình sinh hoạt như khóa tu mùa hè, các buổi thiền tập, hoặc các sự kiện cộng đồng kết hợp với hoạt động vui chơi sẽ giúp tạo sự kết nối và thu hút hơn.

Cộng đồng Phật giáo Việt Nam tại Hoa Kỳ cũng cần khuyến khích sự tham gia của các bạn trẻ vào các hoạt động lãnh đạo, quản lý chương trình để họ cảm thấy mình là một phần không thể thiếu của cộng đồng. Sự tham gia này vừa giúp duy trì sự gắn bó, vừa truyền cảm hứng để các bạn trẻ tiếp tục phát triển đạo pháp trong tương lai.

Nhìn chung, việc hoằng pháp cho tuổi trẻ Phật giáo Việt Nam tại Hoa Kỳ đòi hỏi một cách tiếp cận linh hoạt, sáng tạo và tập trung vào việc xây dựng sự kết nối giữa giáo lý Phật giáo và đời sống hiện đại. Dù khó khăn không nhỏ, nhưng với sự nỗ lực và đồng lòng từ cộng đồng, đây chắc chắn sẽ là một sứ mệnh khả thi, mang lại nhiều giá trị bền vững cho thế hệ trẻ và cho đạo pháp.

*

Phật giáo, từ lâu, đã trở thành một phần không thể thiếu trong đời sống tâm linh và văn hóa của người Việt Nam. Truyền thống này đã theo chân những người con xa xứ, vượt qua mọi giới hạn địa lý, để hiện diện nơi đất khách quê người, đặc biệt là tại Hoa Kỳ – một quốc gia đa sắc tộc và đa văn hóa. Tuy nhiên, sự thích nghi của Phật giáo trong cộng đồng người Việt tại Mỹ, đặc biệt đối với giới trẻ, đang phải đối mặt với không ít thử thách. Đây không chỉ là vấn đề của riêng một cộng đồng mà còn là câu chuyện chung của các tôn giáo di dân, vốn luôn phải tìm cách bảo tồn bản sắc trong một môi trường mới, đồng thời phát triển để thích nghi với những giá trị văn hóa của xã hội sở tại.

Tuổi trẻ Việt Nam tại Hoa Kỳ, thế hệ sinh ra hoặc lớn lên trong môi trường phương Tây, đang ngày càng chịu nhiều ảnh hưởng từ nền văn hóa hiện đại. Với sự hiện diện mạnh mẽ của công nghệ, mạng xã hội và lối sống cá nhân hóa, họ thường ít gắn bó với các giá trị truyền thống, trong đó có Phật giáo. Việc giảng dạy và truyền bá giáo lý Phật giáo trong giới trẻ vì thế trở thành một nhiệm vụ đầy thách thức nhưng cũng mang tính quyết định đối với sự tồn tại và phát triển của đạo pháp trong cộng đồng người Việt tại Hoa Kỳ.

Thực tế cho thấy, không ít các cộng đồng Phật giáo di dân khác đã đạt được thành công trong việc thích nghi và phát triển ở phương Tây, điển hình như Phật giáo Nhật Bản, Tây Tạng, và Thái Lan. Những bài học từ các cộng đồng này không chỉ giúp chúng ta hiểu rõ hơn về phương pháp hoằng pháp trong môi trường đa văn hóa mà còn cung cấp những mô hình thực tiễn có thể áp dụng, đặt nền tảng để chúng ta đi sâu vào phân tích các thách thức, cơ hội và giải pháp cho việc hoằng pháp trong giới trẻ Việt Nam tại Hoa Kỳ. Từ sự nhận diện thực trạng đến việc đề nghị đổi mới, giúp làm sáng tỏ con đường phát triển phù hợp để giáo lý Phật giáo có thể lan tỏa sâu rộng hơn trong cộng đồng.

Thực trạng và thách thức của tuổi trẻ Phật giáo Việt Nam tại Hoa Kỳ

1. Bối cảnh chung của tuổi trẻ Việt Nam tại Hoa Kỳ

Tuổi trẻ Việt Nam tại Hoa Kỳ thuộc vào hai nhóm chính: nhóm sinh ra tại Việt Nam và di cư sang Mỹ từ nhỏ, và nhóm được sinh ra trên đất Mỹ trong các gia đình di dân. Mỗi nhóm mang trong mình những đặc điểm văn hóa khác biệt, ảnh hưởng trực tiếp đến cách tiếp cận và tiếp thu giáo lý Phật giáo.

Đối với nhóm đầu tiên, những giá trị truyền thống vẫn còn ít nhiều hiện hữu, nhưng thường bị pha trộn bởi áp lực hòa nhập vào văn hóa mới. Nhóm này có thể hiểu và nói tiếng Việt, nhưng phần lớn sử dụng tiếng Anh trong đời sống hàng ngày. Ngược lại, nhóm thứ hai hầu như chỉ sử dụng tiếng Anh và ít gắn bó với văn hóa Việt Nam, do đó, việc hiểu và cảm nhận giáo lý Phật giáo thường bị giới hạn bởi rào cản ngôn ngữ và khoảng cách thế hệ.

2. Các thách thức trong việc tiếp cận Phật giáo

Ngôn ngữ và văn hóa: Một trong những rào cản lớn nhất là sự khác biệt ngôn ngữ. Các bài giảng pháp truyền thống tại các chùa Việt Nam thường được trình bày bằng tiếng Việt, với cách diễn đạt mang tính lễ nghi cao. Điều này khiến nhiều bạn trẻ gặp khó khăn trong việc hiểu ý nghĩa sâu xa của giáo lý. Ngoài ra, những yếu tố văn hóa truyền thống như lễ nghi, các hình thức tụng kinh hoặc hành lễ cũng không thực sự hấp dẫn đối với thế hệ trẻ, vốn quen với lối sống năng động và thực dụng hơn.

Thời gian và ưu tiên: Giới trẻ tại Mỹ thường phải đối mặt với áp lực học tập, công việc và các hoạt động xã hội. Phật giáo, nếu không được trình bày như một phần thiết yếu giúp họ giảm căng thẳng và phát triển bản thân, có nguy cơ bị xem nhẹ hoặc bị thay thế bởi các hình thức giải trí khác.

Sự hấp dẫn của tôn giáo và triết lý khác: Hoa Kỳ là một đất nước với sự đa dạng tôn giáo, trong đó các cộng đồng Cơ Đốc giáo, Hồi giáo, và các phong trào tâm linh mới nổi đều hoạt động rất tích cực. Giới trẻ Việt Nam, với tư duy cởi mở, có thể bị thu hút bởi các hệ tư tưởng hoặc phong trào tâm linh khác thay vì gắn bó với Phật giáo.

3. Khoảng cách thế hệ trong cộng đồng người Việt

Khoảng cách thế hệ là một thách thức lớn trong việc truyền tải giáo lý Phật giáo. Các bậc phụ huynh, vốn trưởng thành trong môi trường văn hóa Việt Nam truyền thống, thường có xu hướng áp đặt cách tiếp cận Phật giáo theo kiểu "bắt buộc". Điều này dễ dẫn đến sự phản kháng từ phía giới trẻ, khiến họ dần xa lánh đạo pháp.

4. Những thách thức xã hội tại Hoa Kỳ

Xã hội Hoa Kỳ với tốc độ sống nhanh, văn hóa tiêu dùng mạnh mẽ và sự cạnh tranh khốc liệt trong giáo dục cũng như sự nghiệp đã tạo ra một môi trường đầy áp lực. Những giá trị nội tâm, bình an và từ bi của Phật giáo không dễ để truyền đạt trong một môi trường nơi mà sự thành công thường được đo lường bằng thành tích và vật chất.

5. Vấn đề tổ chức và lãnh đạo trong các chùa Việt tại Hoa Kỳ

Phần lớn các chùa Việt Nam tại Hoa Kỳ vẫn duy trì mô hình quản trị truyền thống, tập trung vào việc phục vụ cộng đồng người lớn tuổi. Các chương trình giảng pháp hoặc hoạt động dành riêng cho giới trẻ thường thiếu sự sáng tạo và không đủ hấp dẫn. Điều này dẫn đến việc nhiều bạn trẻ cảm thấy xa lạ hoặc không thấy được giá trị thực tiễn của việc tham gia sinh hoạt tại chùa.

Từ điểm này, có thể nhìn vào các cộng đồng Phật giáo Nhật Bản, Tây Tạng, và Thái Lan, chúng ta nhận thấy rằng họ đã thành công trong việc phá vỡ những rào cản tương tự. Cộng đồng Tây Tạng, luôn nêu bật hình ảnh Đức Dalai Lama như một biểu tượng toàn cầu về từ bi và trí tuệ, các tổ chức Tây Tạng đã thu hút sự quan tâm không chỉ từ người Tây Tạng mà còn từ người phương Tây. Họ thường xuyên tổ chức các khóa thiền ngắn ngày hoặc hội thảo tại các trung tâm cộng đồng, với nội dung phù hợp với mọi lứa tuổi.

Phật giáo Nhật Bản: Các tổ chức như Soka Gakkai sử dụng tiếng Anh hoặc song ngữ trong hầu hết các bài giảng và nhấn mạnh vào các giá trị hiện đại như hòa bình, hạnh phúc cá nhân và trách nhiệm xã hội. Điều này giúp họ kết nối dễ dàng hơn với thế hệ trẻ.

Phật giáo Thái Lan: Mô hình 'Templestay' đã biến các tu viện thành những điểm đến không chỉ cho người Thái mà còn cho cả những người Mỹ gốc phương Tây muốn tìm kiếm sự bình an và ý nghĩa cuộc sống.

Như vậy, chúng ta nhận thấy rằng môi trường phương Tây và xã hội Hoa Kỳ, mặc dù đầy thách thức, cũng là một bệ phóng tiềm năng cho việc lan tỏa giáo lý Phật giáo. Tận dụng sự cởi mở của xã hội này, cùng với việc áp dụng công nghệ và các phương pháp tiếp cận hiện đại, cộng đồng Phật giáo Việt Nam tại Hoa Kỳ có thể tạo ra một mô hình hoằng pháp hiệu quả, thu hút sự quan tâm và tham gia của giới trẻ.

Nhìn sâu hơn, các cộng đồng Phật giáo di dân tại phương Tây, như đã đề cập trên, dù đến từ Nhật Bản, Tây Tạng, Thái Lan, Hàn Quốc hay các nước Đông Nam Á khác, đều phải đối mặt với những thách thức tương tự như người Việt Nam khi thích nghi với môi trường mới. Tuy nhiên, nhiều cộng đồng đã đạt được những thành công đáng kể trong việc lan tỏa giáo lý Phật giáo, không riêng với cộng đồng người di dân mà còn mở rộng ra xã hội phương Tây. Việc nghiên cứu và rút ra bài học từ các cộng đồng này sẽ giúp chúng ta có thêm ý tưởng và chiến lược trong công cuộc hoằng pháp cho giới trẻ Phật giáo Việt Nam tại Hoa Kỳ.

Những bài học rút ra từ đó, tựu trung lại, là sự kết hợp giữa truyền thống và hiện đại trong cách trình bày giáo lý. Sử dụng song ngữ và một phần tiếng Anh cũng như các phương tiện truyền thông hiện đại để tiếp cận rộng rãi hơn. Tạo dựng hình ảnh đạo Phật gần gũi, gắn liền với các giá trị toàn cầu như hòa bình và bảo vệ môi trường.

Phật giáo Tây Tạng nổi bật trên thế giới nhờ vào sự lãnh đạo của Đức Dalai Lama và những nỗ lực xây dựng cộng đồng quốc tế. Vai trò của Đức Dalai Lama là một biểu tượng của hòa bình và từ bi, Đức Dalai Lama đã góp phần quảng bá Phật giáo Tây Tạng ra toàn cầu thông qua các buổi giảng pháp, sách, và các bài thuyết giảng tại các trường đại học lớn. Cộng đồng Tây Tạng đã thành lập nhiều trung tâm thiền tại Hoa Kỳ, nơi tổ chức các khóa học về thiền định, chánh niệm và triết lý Phật giáo. Bài học rút ra là việc tôn vinh các biểu tượng lãnh đạo và cá nhân truyền cảm hứng để thu hút sự quan tâm của giới trẻ. Tập trung vào các khía cạnh thực tiễn của giáo lý, như thiền định và chánh niệm, để đáp ứng nhu cầu của xã hội hiện đại. Xây dựng các trung tâm thiền với môi trường mở và thân thiện, thu hút cả người bản xứ và cộng đồng di dân.

Trong khi đó, Phật giáo Thái Lan - chương trình 'templestay' - đã thành công trong việc biến các tu viện thành những trung tâm văn hóa và tâm linh hấp dẫn, đây là mô hình cho phép người tham gia, dù có theo đạo Phật hay không, trải nghiệm cuộc sống trong chùa, học thiền và tham gia các hoạt động cộng đồng. Các tu viện Thái Lan thường kết hợp giáo lý Phật giáo với văn hóa truyền thống, chẳng hạn như các lễ hội, ẩm thực, và nghệ thuật. Tựu chung, đây là cách sử dụng các chương trình trải nghiệm thực tế để thu hút giới trẻ cũng như kết hợp các hoạt động văn hóa với giáo lý Phật giáo để tăng sự hấp dẫn. Xây dựng hình ảnh các tu viện như những trung tâm mở, nơi mọi người đều được chào đón.

Còn với cộng đồng Phật giáo Hàn Quốc, luôn sáng tạo trong phương thức tiếp cận. Phật giáo Hàn Quốc đã tìm cách thu hút giới trẻ thông qua các hoạt động sáng tạo và cởi mở như áp dụng chương trình Phật giáo tại trường học, các tổ chức Phật giáo Hàn Quốc thường xuyên hợp tác với các trường học để tổ chức các lớp thiền, hội thảo về quản lý stress và các hoạt động từ thiện. Sử dụng nghệ thuật và truyền thông, nhiều bộ phim, sách và âm nhạc lấy cảm hứng từ Phật giáo đã giúp giáo lý trở nên gần gũi hơn với công chúng.

Bài học rút ra từ đây chính là việc đưa giáo lý vào môi trường giáo dục để tiếp cận với giới trẻ. Sử dụng nghệ thuật và truyền thông như một công cụ mạnh mẽ để lan tỏa các giá trị Phật giáo. Hợp tác với các tổ chức xã hội để tăng cường tính ứng dụng của đạo Phật trong đời sống hiện đại.

6. So sánh và áp dụng cho cộng đồng người Việt tại Hoa Kỳ

Những bài học trên của các cộng đồng di dân khác đều nhấn mạnh vào một số yếu tố quan trọng:

- Ngôn ngữ: Song ngữ hoặc tiếng Anh là ngôn ngữ dễ tiếp cận giới trẻ.
- Sự sáng tạo: Các chương trình phải được thiết kế phù hợp với sở thích và nhu cầu của giới trẻ.
- Tập trung vào thực tiễn: Giáo lý Phật giáo cần được trình bày như một phương tiện giúp giải quyết các vấn đề hàng ngày, thay vì chỉ là lý thuyết trừu tượng.

Cộng đồng người Việt có thể học hỏi và áp dụng những giải pháp này để xây dựng các chương trình hoằng pháp phù hợp hơn, đặc biệt là:

- Tổ chức các khóa thiền ngắn ngày bằng tiếng Anh, song ngữ.
- Xây dựng các chương trình trải nghiệm văn hóa Phật giáo, kết hợp với các yếu tố văn hóa Việt Nam như ẩm thực và lễ hội.
- Sử dụng công nghệ để lan tỏa giáo lý qua mạng xã hội, video, và podcast.

*

Nhìn chung, các cộng đồng Phật giáo di dân khác đã chứng minh rằng việc lan tỏa giáo lý Phật giáo tại phương Tây là hoàn toàn khả thi, nếu có phương pháp phù hợp. Người Việt Nam tại Hoa Kỳ, với lợi thế của một cộng đồng lớn và nền văn hóa phong phú, hoàn toàn có thể tiếp bước và tạo dựng một mô hình hoằng pháp độc đáo, kết hợp giữa truyền thống và hiện đại, để kết nối với giới trẻ.

Như dòng sông không ngừng chảy, Phật giáo đã vượt qua bao biến thiên của thời cuộc, đồng hành cùng nhân loại qua mọi thăng trầm lịch sử. Trên mảnh đất Hoa Kỳ xa xôi, dòng chảy ấy vẫn tiếp tục, nhưng để hòa vào đời sống hiện đại và lan tỏa đến giới trẻ, cần có những ngọn đèn sáng soi đường, và đó chính là vai trò thiêng liêng của các bậc tăng sĩ, đặc biệt là những tăng sĩ trẻ.

Các vị là người kế thừa giáo lý của Đức Phật mà còn là cầu nối giữa truyền thống và đổi mới, mang ánh sáng từ bi và trí tuệ đến với thế hệ trẻ gốc Việt đang lớn lên trong môi trường văn hóa phương Tây. Trong thời đại mà giới trẻ phải đối mặt với vô số áp lực và cám dỗ, các tăng sĩ trẻ – với sự năng động và thấu hiểu tâm lý hiện đại – có thể chuyển hóa giáo lý Phật giáo thành những bài học thực tế, gần gũi với đời sống. Từ các buổi giảng pháp trên mạng xã hội, những khóa thiền ứng dụng, cho đến các buổi thảo luận mở đầy cảm hứng, các vị vừa truyền dạy giáo lý đồng thời vừa đồng hành, nâng đỡ và khơi dậy niềm tin cho những tâm hồn trẻ đang tìm kiếm ý nghĩa cuộc sống.

Tuy nhiên, sự thành công này không chỉ dựa vào vai trò của tăng sĩ trẻ mà còn cần sự hỗ trợ của cả cộng đồng. Các bậc thầy giàu kinh nghiệm có trách nhiệm dẫn dắt và bồi dưỡng thế hệ tăng sĩ trẻ, tạo điều kiện để các vị ấy phát huy năng lực. Ngoài ra, giới Phụ huynh cần học cách lắng nghe, thay đổi tư duy áp đặt để đồng hành cùng con cái trong hành trình tiếp cận đạo pháp. Và chính giới trẻ, với sự sáng tạo và nhiệt huyết, cần mạnh dạn tham gia, tiếp nhận và lan tỏa giáo lý Phật giáo theo cách riêng của mình.

Hãy hình dung một tương lai nơi các ngôi chùa Việt tại hải ngoại vừa là nơi lưu giữ ký ức, vừa là trung tâm của sự sống động, nơi thế hệ trẻ được truyền cảm hứng từ các vị tăng sĩ trẻ tuổi, tràn đầy năng lượng và nhiệt huyết. Hãy hình dung những bài học từ bi vang lên trong lời kinh, nhưng đồng thời cũng hiện diện trong từng hành động, từng mối quan hệ, từng bước chân của những người trẻ gốc Việt ở khắp nơi trên thế giới.

Vai trò của các vị tăng sĩ không dừng lại ở trách nhiệm giảng dạy, mà còn ở tấm gương sống chánh niệm, thực hành trí tuệ và từ bi trong từng lời nói, từng hành động. Chính những tấm gương ấy sẽ trở thành nguồn cảm hứng mạnh mẽ nhất, giúp giới trẻ nhận ra rằng Phật giáo không phải là một giáo lý xa vời, mà là một con đường đầy thực tế, ý nghĩa và có thể đồng hành với họ qua mọi thăng trầm.

Con đường phía trước chắc chắn còn nhiều thử thách, nhưng như lời Đức Phật dạy: *"Hãy tự mình thắp đuốc lên mà đi."* Ánh sáng ấy không đến từ bên ngoài, mà từ chính nội tâm của mỗi chúng ta. Khi chúng ta – từ những vị thầy khả kính, các tăng sĩ trẻ, đến phụ huynh và các bạn trẻ – cùng thắp lên những ngọn đuốc từ bi, trí tuệ, thì bóng tối của sự xa cách, sự lãng quên truyền thống sẽ không còn chỗ trú ngụ.

Với sự dẫn dắt của các vị tăng sĩ trẻ, ánh sáng ấy sẽ tiếp tục soi sáng, không riêng cho chúng ta hôm nay, mà còn cho các thế hệ mai sau, để họ tiếp tục viết nên câu chuyện của Phật giáo Việt Nam nơi đất khách, với niềm tự hào và hy vọng tràn đầy. Hãy cùng nhau, từ hôm nay, thắp sáng ngọn đuốc ấy!

Tâm Thường Định

SỨ MỆNH HỘ ĐẠO - HỘ QUỐC: HUYNH TRƯỞNG GĐPT VIỆT NAM TRONG ÁNH SÁNG TAM TẠNG THÁNH ĐIỂN

PHÁP UYỂN

Xuyên suốt hơn hai nghìn năm sử lịch, Phật giáo đã trở thành nguồn sáng tâm linh, thầm lặng hòa vào nhịp sống của dân tộc. Từ buổi đầu du nhập, Phật giáo không chỉ đóng vai trò là một tôn giáo mang lại sự an lạc, giác ngộ, mà còn là nền tảng đạo đức, văn hóa và triết lý sống của người Việt Nam. Phật giáo đã mang đến ánh sáng trí tuệ, soi sáng cho đời sống xã hội và thấm sâu vào từng lớp người, từng thế hệ qua các giai đoạn thịnh suy của đất nước. Nhưng không dừng lại ở vai trò là chỗ dựa tinh thần, Phật giáo còn góp phần như một lực lượng hộ quốc, giữ gìn bản sắc văn hóa và củng cố sức mạnh nội tại của dân tộc trong những thời kỳ gian khó.

Trên nền tảng ấy, Gia Đình Phật Tử Việt Nam[1] ra đời, như một tổ chức giáo dục thanh thiếu niên đầy tâm huyết, được xem là chiếc cầu nối giữa giáo pháp Phật đà với thế hệ trẻ. GĐPT vừa thực hiện nhiệm vụ hướng dẫn đạo lý mà vừa là môi trường nuôi dưỡng những giá trị cao quý, từ bi, trí tuệ và lòng

---

[1] **Gia Đình Phật Tử Việt Nam** là tổ chức giáo dục Phật giáo dành cho thanh thiếu niên, ra đời năm 1940, lấy tôn chỉ "Bi-Trí-Dũng" để rèn luyện đạo đức, tu học và phụng sự xã hội, góp phần xây dựng cộng đồng Phật tử vững mạnh và kế thừa truyền thống văn hóa Phật giáo Việt Nam.

yêu nước. Hơn hết, tổ chức này chính là nơi khơi dậy lý tưởng sống cao đẹp, giúp các thế hệ trẻ tiếp nhận tinh thần Phật giáo và ứng dụng vào cuộc sống, để xây dựng một xã hội tốt đẹp hơn. Trong vai trò ấy, Huynh trưởng vừa là người thầy, mà cũng là người anh, người chị, người dẫn đường cho các em trên hành trình tìm đến chân lý.

Ngay từ thời đại Lý - Trần, Phật giáo Việt Nam đã chứng minh tinh thần hộ đạo sâu sắc. Tinh thần ấy không dừng lại ở việc duy trì niềm tin tôn giáo mà còn thể hiện qua việc xây dựng một xã hội lấy trí tuệ và từ bi làm nền tảng. Dưới thời Lý, Phật giáo đã từng đồng hành và là trụ cột cho triều đình. Các vị vua như Lý Thái Tổ, Lý Thái Tông và đặc biệt là Lý Nhân Tông đều thấm nhuần tư tưởng Phật giáo, lấy đó làm phương châm trị quốc an dân. Thời kỳ Trần càng đặc biệt hơn, với sự xuất hiện của các vị vua anh minh như Trần Nhân Tông, người từ bỏ ngai vàng để lên núi Yên Tử, khai sáng Thiền phái Trúc Lâm. Những giá trị Phật giáo thời kỳ này vừa góp phần xây dựng một xã hội hưng thịnh mà vừa hun đúc tinh thần yêu nước, đoàn kết dân tộc, giúp đất nước vượt qua những thử thách lớn lao như kháng chiến chống Nguyên Mông.

Ngày nay, Huynh trưởng GĐPT kế thừa tinh thần ấy, giữ vai trò như những vị Bồ Tát tại gia, sống giữa đời thường nhưng mang trong mình sứ mệnh thiêng liêng: vừa hộ đạo, vừa hộ quốc. Trong nhịp sống hiện đại đầy biến động, trách nhiệm này càng trở nên nặng nề hơn bao giờ hết. Huynh trưởng không đơn thuần chỉ hướng dẫn các em ở những buổi sinh hoạt mà còn là những ngọn đèn soi sáng, dẫn dắt thế hệ trẻ vượt qua những cám dỗ của xã hội vật chất, khơi dậy tinh thần từ bi và trí tuệ, giúp các em tìm thấy giá trị đích thực của cuộc sống.

Nếu xem lịch sử Phật giáo như một dòng sông tâm linh trải dài qua muôn đời, thì Tam Tạng Thánh Điển - Kinh, Luật,

Luận - chính là chiếc thuyền lớn giúp người hành giả vượt qua dòng đời đầy khổ ải. Tam Tạng không chỉ mang ý nghĩa là những trang kinh điển cao siêu dành riêng cho giới xuất gia hay học giả, mà là kho báu trí tuệ dành cho tất cả những ai tìm kiếm sự an lạc và giác ngộ. Như ánh sáng dịu dàng nhưng mạnh mẽ của bình minh, Tam Tạng soi sáng tâm hồn, làm dịu mát những cơn sóng gió trong lòng người. Từng lời Kinh như ngọn gió thanh lương thổi vào tâm trí mỗi người, giúp chúng ta giải thoát khỏi những khổ đau và mê lầm, trở về với chân lý tối thượng. Luật Tạng như dòng nước trong lành, giúp tâm hồn người học pháp giữ được sự thanh tịnh và ngay thẳng trong một thế giới đầy nhiễu nhương. Luận Tạng là nền móng trí tuệ, nơi chứa đựng những lập luận sắc bén, dẫn dắt người học pháp thấu hiểu bản chất của vạn pháp, xây dựng cho chúng ta một trí tuệ vững vàng, sáng suốt trên hành trình tu tập.

Đối với Huynh trưởng, Tam Tạng Thánh Điển không đơn thuần chỉ là kho báu tri thức mà là nguồn cảm hứng để dẫn dắt và phụng sự. Từng bài học trong Kinh, từng giới Luật, từng ý nghĩa trong Luận là những hạt giống quý giá để gieo vào lòng đàn em. Đó là hành trang không thể thiếu trong hành trình phụng sự, giáo dục và hướng dẫn thế hệ trẻ. Nhưng điều quan trọng hơn cả là làm thế nào để chuyển hóa những giá trị ấy từ lý thuyết thành thực hành, để soi sáng bản thân mà còn trở thành ánh sáng dẫn đường cho người khác.

Sứ mệnh của Huynh trưởng không những gắn bó với việc truyền bá giáo pháp mà còn liên hệ mật thiết với lòng yêu nước. Trong những thời kỳ đứng lên bảo vệ đất nước, người Phật tử Việt Nam luôn đứng ở tuyến đầu, dùng trí tuệ và từ bi làm vũ khí để bảo vệ quê hương. Truyền thống ấy được tiếp nối qua từng thế hệ Huynh trưởng, những người không ngừng gieo hạt giống thiện lành vào lòng xã hội. Ngày nay, trước những thách thức của toàn cầu hóa và sự xâm lấn của các giá trị ngoại lai,

Huynh trưởng GĐPT cần giữ vững vai trò là "đại sứ văn hóa Phật giáo." Chúng ta không dừng lại ở việc truyền bá đạo pháp mà còn góp phần bảo tồn bản sắc dân tộc, làm giàu thêm nền văn hóa Việt bằng ánh sáng trí tuệ và từ bi.

Trong bối cảnh hiện đại, khi công nghệ và nhịp sống đang thay đổi nhanh chóng, vai trò của Huynh trưởng càng trở nên quan trọng hơn bao giờ hết. Chúng ta vừa là những người hướng dẫn tâm linh mà vừa là người truyền cảm hứng, giữ gìn những giá trị truyền thống giữa một thế giới đầy biến động. Chúng ta là người dẫn đường giúp thế hệ trẻ không bị cuốn vào những giá trị phù phiếm, mà thay vào đó tìm được ý nghĩa thực sự của cuộc sống qua ánh sáng của Phật pháp.

Trên con đường phụng sự, Huynh trưởng Gia Đình Phật Tử phải là người thực hiện nhiệm vụ, mà còn là hiện thân của lý tưởng Bồ Tát Đạo. Mỗi lời nguyện của mình là lời hứa trước Tam Bảo, mà còn là lời nguyện với chính mình, với cộng đồng, và với dân tộc. Hãy tiếp tục hành trình với tất cả lòng thành kính và nhiệt huyết. Trong ánh sáng Tam Tạng Thánh Điển, mỗi bước chân của Huynh trưởng sẽ là những dấu ấn thiêng liêng, góp phần xây dựng một thế giới an lạc, hòa bình và đầy yêu thương.

Pháp Uyển

HUYNH TRƯỞNG GĐPT: VỮNG VÀNG TRONG VAI TRÒ HỘ PHÁP VÀ HOẰNG PHÁP

NGUYÊN HẠNH

Huynh trưởng Gia đình Phật tử, từ lâu, cũng là những người gánh vác trọng trách hộ pháp và hoằng pháp, góp phần nuôi dưỡng đạo đức, trí tuệ và lý tưởng từ bi cho thế hệ trẻ. Tuy nhiên, khi đặt trong bối cảnh hiện đại với những thách thức to lớn, không thể phủ nhận rằng trình độ tu tập và nhận thức của hàng ngũ Huynh trưởng hiện nay đang bộc lộ nhiều hạn chế, chưa thực sự đáp ứng được nhu cầu của thời đại. Đây là một vấn đề tế nhị, bởi lẽ nó không những liên quan đến năng lực cá nhân mà còn phản ánh một hệ thống tổ chức cần được đổi mới và hoàn thiện. Song, sự tế nhị không đồng nghĩa với né tránh. Để đưa Gia đình Phật tử tiến lên trong sứ mệnh hoằng pháp và sát cánh cùng Giáo hội Phật giáo Việt Nam Thống Nhất nói chung, các chi phần Giáo hội, Tăng đoàn hay khuôn hội nói riêng khắp mọi nơi, chúng ta cần thẳng thắn nhìn nhận, phân tích vấn đề và tìm ra những hướng đi cụ thể.

Thực trạng nhận thức và trình độ tu tập của Huynh trưởng GĐPT hiện nay cần đặt ra nhiều câu hỏi nghiêm túc. Nhiều Huynh trưởng, dù có lòng nhiệt thành và ý chí phụng sự, lại thiếu đi nền tảng giáo lý vững chắc để thực hiện vai trò của mình. Kiến thức về Tam Tạng kinh điển, hiểu biết về luật học Phật giáo, hay các phương pháp hành trì cơ bản đều chưa được nắm bắt một cách sâu sắc và đồng bộ. Điều này dẫn đến một thực trạng phổ biến: sự nhầm lẫn giữa hình thức và nội dung, giữa nghi thức bề mặt và thực chất của giáo lý. Hệ quả là các đoàn sinh, thế hệ trẻ được giao phó, không nhận được sự hướng dẫn trọn vẹn, khiến Phật pháp trở nên xa lạ, khó tiếp cận hoặc tùy tiện giản lược đến mức hời hợt. Sự yếu kém trong kỹ năng hoằng pháp cũng là một thách thức đáng lưu tâm. Nhiều Huynh trưởng gặp khó khăn trong việc truyền tải giáo lý một cách sinh động, hấp dẫn và phù hợp với tâm lý trẻ thơ hay thanh thiếu niên. Giáo lý, vốn đã sâu sắc và phong phú, lại thường bị truyền đạt qua lối giảng dạy khô cứng, nặng nề, thiếu đi những yếu tố sáng tạo và thực tiễn. Điều này vừa làm giảm hiệu quả hoằng pháp mà còn khiến đoàn sinh mất đi hứng thú với việc học hỏi Phật pháp, xa hơn e ngại đến với tổ chức.

Bên cạnh đó, đời sống tu tập cá nhân của một bộ phận Huynh trưởng chưa thực sự mạnh mẽ. Một số chưa thực hành đều đặn các pháp môn căn bản như thiền định, tụng kinh, niệm Phật hay quán chiếu tâm thức, dẫn đến việc thiếu trải nghiệm thực tiễn để làm gương sáng cho đoàn sinh. Tấm gương của một người Huynh trưởng không nằm chỉ ở lời nói mà còn phải thể hiện qua đời sống đạo đức và sự an lạc nội tâm. Khi thiếu đi điều này, sức thuyết phục và vai trò dẫn dắt của Huynh trưởng cũng bị suy giảm đáng kể.

Nguyên nhân của những hạn chế này không thể chỉ quy kết vào cá nhân mỗi Huynh trưởng, mà còn xuất phát từ hệ thống giáo dục, đào tạo và tổ chức GĐPT chưa cải tiến đúng mực để hoàn thiện. Các chương trình huấn luyện Huynh trưởng hiện tại, dù có nhiều tâm huyết, vẫn còn nặng về lý thuyết, thiếu đi những bài học thực hành sâu sát và cập nhật phù hợp với thời đại. Sự kết nối giữa GĐPT và các cấp Giáo hội, Tăng đoàn cũng chưa thực sự chặt chẽ. Điều này dẫn đến việc Huynh trưởng thiếu sự hỗ trợ cần thiết từ các bậc thầy lớn trong Giáo hội, những người có khả năng truyền trao kinh nghiệm và kiến thức sâu rộng. Một yếu tố không thể bỏ qua là sự thay đổi nhanh chóng của xã hội hiện đại. Sự phát triển của công nghệ thông tin, văn hóa đại chúng và những áp lực của đời sống khiến không ít Huynh trưởng bị phân tâm, thiếu sự tập trung và nhiệt huyết trong việc tu tập cũng như phụng sự.

Trước những thách thức đó, việc cải tiến và nâng cao chất lượng hàng ngũ Huynh trưởng trở thành một nhu cầu cấp thiết. Để đáp ứng sứ mệnh hộ pháp và hoằng pháp trong thời đại mới, Huynh trưởng cần được trang bị một nền tảng tu học vững chắc. Điều này bao gồm việc đào sâu vào Tam Tạng kinh điển, tìm hiểu các pháp môn thực hành và thường xuyên tổ chức các khóa tu tập, học hỏi dưới sự hướng dẫn của chư Tăng Ni. Sự học hỏi không dừng lại ở lý thuyết mà phải hướng đến sự chuyển hóa tâm thức, giúp Huynh trưởng trở thành những người thực hành giáo lý Phật giáo trong từng hành động, lời nói và ý nghĩ.

Bên cạnh việc nâng cao trình độ tu học, Huynh trưởng cần được đào tạo các kỹ năng hoằng pháp hiện đại. Ứng dụng công nghệ thông tin, tận dụng các nền tảng truyền thông xã hội và phát triển nội dung giáo lý phong phú, sáng tạo là những hướng đi cần thiết. Các phương pháp trình bày giáo lý cần trở nên sinh động, gần gũi với đời sống và phù hợp với từng độ tuổi của đoàn sinh. Việc kết hợp hình ảnh, câu chuyện minh họa hay các hoạt động thực tiễn sẽ giúp đoàn sinh không chỉ hiểu mà còn yêu thích và áp dụng giáo lý vào cuộc sống.

Một yếu tố quan trọng khác là sự kết nối chặt chẽ giữa GĐPT và Giáo hội. Huynh trưởng không thể đơn độc trên hành trình hoằng pháp, mà cần sự hỗ trợ, đồng hành từ Giáo hội và các chi phần, khuôn hội, tăng đoàn. Mối liên kết này vừa tạo điều kiện cho việc học hỏi, nâng cao năng lực mà còn giúp GĐPT hoạt động đồng bộ, thống nhất với các mục tiêu lớn của Phật giáo. Huynh trưởng cần hiểu rằng, vai trò của mình không chỉ giới hạn trong tổ chức GĐPT mà còn góp phần quan trọng vào sự phát triển chung của Phật giáo, đặc biệt trong việc xây dựng một thế hệ Phật tử trẻ có đạo đức, trí tuệ và lòng từ bi.

Để hoàn thành sứ mệnh cao cả này, Huynh trưởng cần có những phẩm chất đặc biệt. Trước hết, phải có trí tuệ sâu sắc, không ngừng học hỏi và tự mình trải nghiệm giáo lý để thấu hiểu và truyền đạt lại một cách chân thực. Huynh trưởng cần sống đời đạo đức gương mẫu, giữ gìn sự chân thật, trong sạch và lòng từ bi trong mọi hoàn cảnh. Nhiệt huyết và ý chí phụng sự là những yếu tố không thể thiếu, giúp Huynh trưởng vượt qua khó khăn và thử thách để theo đuổi lý tưởng. Đồng thời, các kỹ năng lãnh đạo, tổ chức, giao tiếp và làm việc nhóm cũng là những phương pháp quan trọng giúp Huynh trưởng thực hiện hiệu quả vai trò của mình.

Tóm lại, Huynh trưởng Gia đình Phật tử, dù ở bất kỳ thời đại nào, cũng mang trên vai trọng trách lớn lao. Song, để đáp ứng được những yêu cầu của thời đại mới, cần không ngừng nỗ lực hoàn thiện bản thân. Hành trình này không dễ dàng, nhưng với sự đồng lòng, hỗ trợ từ tổ chức và Giáo hội, cùng tinh thần cầu tiến và nhiệt huyết, hàng ngũ Huynh trưởng sẽ từng bước vượt qua mọi trở ngại, đưa Gia đình Phật tử trở thành một môi trường lý tưởng để nuôi dưỡng đạo đức, trí tuệ và lý tưởng từ bi cho thế hệ trẻ, góp phần lan tỏa ánh sáng Phật pháp đến khắp mọi nơi.

Nguyên Hạnh

HẠT GIỐNG HIỆN TẠI

PHỔ ÁI

Giới trẻ không chỉ là tương lai, họ là hiện tại. Một hiện tại đang chuyển động, đang vươn lên và từng ngày thắp sáng những khát vọng đầu tiên để định hình thế giới mai sau. Nhưng thế giới ấy không chờ đợi, không đứng yên. Nó được kiến tạo từ chính những hành động, những tư duy và những nền tảng mà chúng ta gieo trồng ngay lúc này. Chúng ta không thể đặt hy vọng vào một "ngày mai" xa vời, cũng không thể phó mặc vào dòng chảy vô định của thời gian. Điều cần làm là sống trọn vẹn trong hiện tại và gieo những hạt giống ý nghĩa vào lòng thế hệ trẻ. Họ cần được yêu thương và nuôi dưỡng, và cần được hướng dẫn bằng trí tuệ, bằng những giá trị đạo đức và nhân văn sâu sắc.

Một trong những di nguyện nặng lòng của Thầy Tuệ Sỹ gửi gắm cho các bậc thiện tri thức, phụ huynh và tuổi trẻ là khẩn thiết kêu gọi sự tỉnh thức, không riêng trong cách nhìn nhận về bản thân mà còn về trách nhiệm đối với cộng đồng và nhân loại, "Tương lai của Phật giáo không nằm ở những công trình đồ sộ, mà ở sự vun đắp những hạt giống từ bi và trí tuệ trong tâm hồn giới trẻ." Tinh thần ấy nhấn mạnh rằng Phật giáo, với cốt lõi từ bi và trí tuệ, phải được sống dậy từ trong từng hành động nhỏ nhất, từng bước đi sâu sắc nhất của chúng ta hôm nay. Hạt giống sẽ không tự nảy mầm, nếu chúng ta không gieo, không tưới, không chăm sóc.

Phật giáo không thể tách rời khỏi đời sống, càng không phải

là một tôn giáo đứng bên ngoài xã hội, mà là nghệ thuật sống hòa hợp với chính mình và vạn vật. Điều này đặc biệt quan trọng với giới trẻ, khi họ đang phải đối diện với những biến động không ngừng của thế giới hiện đại: những áp lực vô hình, sự mất kết nối nội tâm và những khủng hoảng về ý nghĩa sống. Nếu Phật giáo không tìm cách đồng hành, không tìm cách đáp ứng những nhu cầu thiết thực ấy, liệu tuổi trẻ có thể gắn bó, những hạt giống từ bi có cơ hội bén rễ trong lòng họ?

Di nguyện của cố Hòa thượng Thích Tuệ Sỹ không chỉ là một lời nhắc nhở mà còn là một lời kêu gọi hành động. Thầy đã từng khẳng định: "Giới trẻ không cần những giáo lý nằm trong sách vở mà cần một ngọn đuốc sáng dẫn đường qua những đêm tối của chính họ. Và ngọn đuốc ấy phải được thắp lên bởi chính những bậc thiện trí thức, những người đồng hành không phải bằng lời nói mà bằng chính đời sống của mình." Đây chính là thông điệp cốt lõi cho mọi nỗ lực hướng về tuổi trẻ Phật giáo ngày nay. Họ cần cảm nhận được ánh sáng Phật pháp không qua những bài giảng xa vời, mà qua chính sự hiện diện và cách sống của những người thầy, những người đồng hành xung quanh.

Bấy giờ, Gia Đình Phật Tử (GĐPT) chính là hàng ngũ gần gũi nhất, được xem như con cháu trong nhà của Giáo hội, nơi những hạt giống của tương lai đã được gieo trồng từ rất sớm. Nhưng GĐPT không đơn thuần là một di sản cần bảo tồn, mà còn là mảnh đất đầy tiềm năng cần được đầu tư thiết thực và cụ thể. Những chương trình đào tạo, các hoạt động gắn bó thực tế và những dự án mang tính đồng bộ, nhất quán, lâu dài phải được xây dựng trên cơ sở này. Việc chăm lo cho GĐPT vừa là trách nhiệm, vừa là biểu hiện của sự quan tâm sâu sắc và lâu bền đối với thế hệ trẻ. Những khóa học thiền, các chương trình kỹ năng sống, những hoạt động thiện nguyện được tổ chức thông qua hệ thống GĐPT sẽ giúp các thành viên trưởng thành, và tạo nền tảng vững chắc cho sự phát triển của cộng đồng Phật giáo.

Cố Hòa thượng Thích Tuệ Sỹ từng đề cập, tuổi trẻ chính là dòng suối nguồn nuôi dưỡng, là hơi thở của Giáo hội và xã hội. Nếu dòng suối ấy khô cạn, không phải vì thiếu nước, mà vì chúng ta không biết cách gìn giữ và dẫn dòng. Tinh thầy ấy không chỉ mang ý nghĩa biểu tượng, mà còn là một hồi chuông thức tỉnh. Chúng ta cần nhìn nhận rằng mọi hạt giống chỉ có thể nảy mầm khi được gieo đúng cách, đúng thời điểm và đúng môi trường. Và không nơi nào phù hợp hơn để bắt đầu hành trình ấy bằng chính hàng ngũ GĐPT, những người con luôn sẵn sàng tiếp nhận ánh sáng từ các Giáo Hội, từ Chư Tôn Túc Tăng Già, các bậc thiện trí thức.

Những cơ sở Phật giáo, nếu không được quan tâm và đầu tư đúng mức, không thể nào trở thành dòng suối nuôi dưỡng thế hệ trẻ. Nơi đó cần được xây dựng như những trung tâm cộng đồng, nơi hội tụ của tri thức, của lòng nhân ái và của những hoạt động sáng tạo. GĐPT cần được tiếp sức bằng nguồn lực và tầm nhìn chiến lược, để không riêng duy trì mà còn mở rộng, hiện đại hóa và kết nối mạnh mẽ hơn với các thế hệ trẻ. Đây vừa là việc giữ gìn một tổ chức, vừa để vun đắp một mạch sống, một dòng chảy sẽ tiếp tục truyền cảm hứng và giá trị cho những thế hệ sau.

Xin hãy bắt đầu từ những điều nhỏ nhất, nhưng bền vững nhất. Một lớp học thiền đơn giản dành cho trẻ em, nơi các em được học cách thở, cách lắng nghe và yêu thương bản thân. Một buổi hội thảo về cách ứng dụng Phật pháp vào đời sống hiện đại, nơi các bạn trẻ có thể chia sẻ và tìm thấy sự đồng cảm. Một dự án thiện nguyện, nơi các em không chỉ trao đi mà còn nhận lại những giá trị từ sự sẻ chia. Những điều tưởng chừng như nhỏ bé ấy chính là những hạt giống, những viên gạch nền móng cho một cộng đồng Phật giáo gắn bó và phát triển.

Giới trẻ không chỉ cần được yêu thương, họ cần được tin tưởng và giao trách nhiệm. Họ cần được trao cơ hội để trở thành người kiến tạo, và là người thừa kế. Bởi lẽ ngọn lửa của lòng từ bi sẽ chỉ bùng cháy khi được truyền từ tay này sang tay khác, từ trái tim này sang trái tim khác. Chúng ta cần tin rằng, trong mỗi người trẻ đều có một ngọn lửa như thế, và nhiệm vụ của chúng ta là giúp cho họ thắp sáng nó.

Vì vậy, hãy bắt tay vào hành động ngay hôm nay. Đừng chờ đợi một thời điểm hoàn hảo, một kế hoạch lý tưởng. Hãy bắt đầu từ những gì chúng ta đang có, từ những điều nhỏ bé nhất. Một thế hệ trẻ được nuôi dưỡng bằng trí tuệ và lòng từ bi sẽ không phải là tương lai, mà chính là hiện tại đầy sức sống của Phật giáo. Đừng để những di nguyện đẹp đẽ của Thầy chỉ nằm lại trong những trang giấy. Hãy biến thành hơi thở, thành nhịp đập, thành những bước đi đầy ý nghĩa. Vì hạt giống của hiện tại chính là mầm sống của mai sau. Và chúng ta không thể chậm trễ.

Phố Ái

PHẬT PHÁP
VÌ MỘT THẾ HỆ TƯƠNG LAI

HOÀI THƯƠNG

Tuổi trẻ là một chuyến hành trình đầy màu sắc và cảm xúc, nơi những con người trẻ mang trong mình khát khao chinh phục thế giới nhưng cũng chất chứa những băn khoăn và lo lắng. Đó là quãng thời gian mà trái tim còn đang đập mạnh vì những giấc mơ chưa định hình, nhưng tâm trí lại dễ dàng bị chao đảo bởi những áp lực và kỳ vọng từ xã hội. Giữa bao thăng trầm đó, kinh điển Phật giáo, với những lời dạy thấm đượm trí tuệ và từ bi, trở thành ngọn đèn sáng soi đường, giúp tuổi trẻ tìm thấy ý nghĩa đích thực của cuộc sống.

Đức Phật từng dạy rằng đau khổ là một phần tất yếu của kiếp người, nhưng trong đau khổ cũng tiềm ẩn những cơ hội để trưởng thành và khai sáng. *Tứ Diệu Đế*, với sự giải thích tinh tế về bản chất của khổ đau, chỉ ra nguồn gốc của những bất an thường không nằm ở thế giới bên ngoài mà xuất phát từ những mong cầu không được thỏa mãn cũng như sự chấp thủ trong tâm hồn chúng ta. Khi nhận ra điều này, tuổi trẻ học được cách đối diện với khó khăn không bằng sự chán chường hay lẩn tránh, mà bằng lòng can đảm và trí tuệ. Những thử thách trong học tập, công việc hay các mối quan hệ giờ đây không còn là gánh nặng, mà trở thành những bài học quý giá giúp tuổi trẻ hiểu sâu hơn về chính mình.

Thế giới hiện đại mang lại vô vàn cơ hội, nhưng cũng đặt lên vai những con người trẻ gánh nặng của tốc độ và sự so sánh.

Chúng ta bị cuốn vào guồng quay của mạng xã hội, của những chuẩn mực đẹp đẽ mà người khác áp đặt, khiến dần xa rời bản chất thật sự của mình. Phật giáo, với lời dạy về sự quay vào bên trong, nhắc nhở rằng hạnh phúc không phải là điều gì đó có thể tìm thấy bên ngoài, mà phải khởi nguồn từ sự tự nhận thức. Qua những giờ phút thiền định và tỉnh thức, tuổi trẻ có thể tạm gác lại những ồn ào của thế giới để trở về với bản ngã. Từ đó, tìm ra điều gì thực sự có ý nghĩa đối với mình, thay vì chạy theo những giá trị phù phiếm.

Không chỉ giúp tuổi trẻ đối diện với bản thân, kinh điển Phật giáo còn khơi gợi những giá trị đạo đức, vốn là nền tảng của một đời sống ý nghĩa. *Ngũ giới* và *Thập thiện nghiệp* không phải là những rào cản hay luật lệ khắt khe, mà là kim chỉ nam để sống một cách đúng đắn, vừa biết yêu thương chính mình, vừa biết tôn trọng và đồng hành cùng cộng đồng. Trong thế giới nơi con người ngày càng bị cô lập bởi công nghệ và lối sống cá nhân, lời dạy về lòng từ bi và sự không sát sinh khuyến khích giới trẻ kết nối lại với thiên nhiên, với xã hội và với những sinh linh khác. Tuổi trẻ học được cách sống có trách nhiệm với môi trường và xây dựng những mối quan hệ chân thành, dựa trên sự hiểu biết và cảm thông.

Giờ đây, thế hệ trẻ mang trong mình trách nhiệm vượt qua bóng tối của lịch sử, đặc biệt là những di sản đau thương và chia rẽ từ chiến tranh Việt Nam. Thế hệ mới không còn trực tiếp chứng kiến những bi kịch của chiến tranh, nhưng chúng ta sống với di sản tinh thần mà thế hệ trước để lại: lòng kiên cường, khát vọng hòa bình và những vết thương chưa lành hẳn trong tâm hồn dân tộc.

Vượt qua bóng tối không có nghĩa là lãng quên, mà là thấu hiểu và chuyển hóa. Thế hệ mới học cách nhìn nhận chiến tranh như một bài học sâu sắc, không để hận thù hoặc nỗi đau của quá khứ giam hãm, mà sử dụng chúng như chất liệu để kiến tạo tương lai hòa hợp và phát triển. Đức Phật dạy rằng mọi sự khổ đau đều có thể được chuyển hóa qua trí tuệ và lòng từ bi. Những lời dạy này giúp thế hệ trẻ hiểu rằng chỉ khi thực sự bao dung tha thứ, hàn gắn và đồng hành cùng nhau, chúng ta mới có thể xây dựng một xã hội không còn bị chia cắt bởi những định kiến và nỗi sợ hãi cũ.

Thế hệ mới không chỉ mang trong mình trách nhiệm xây dựng hòa bình cho dân tộc, mà còn gánh vác sứ mệnh trở thành những công dân toàn cầu. Tuổi trẻ sống trong một thế giới đầy kết nối, nơi sự hiểu biết và đồng cảm giữa các dân tộc là chìa khóa để giải quyết xung đột và xây dựng cộng đồng. Chính trong tinh thần này, Phật giáo với lời dạy về lòng từ bi và tính vô ngã trở thành nguồn cảm hứng mạnh mẽ để thế hệ trẻ Việt Nam, dù trong nước hay nước ngoài, học cách kết nối và đồng hành cùng nhau.

Điều đặc biệt trong kinh điển Phật giáo là sự nhấn mạnh về tính vô thường – một sự thật giản dị nhưng sâu sắc. Vạn vật trong vũ trụ đều thay đổi và chính sự thay đổi đó là cơ hội để chuyển hóa bản thân. Khi chấp nhận rằng thất bại chỉ là một phần của hành trình, tuổi trẻ học được cách đứng lên từ những vấp ngã mà không đánh mất niềm tin vào bản thân. Chúng ta bắt đầu nhận ra rằng sự hoàn thiện không đến từ việc tránh né khó khăn, mà từ việc dũng cảm đối diện và vượt qua nó. Niềm tin này mang đến cho mình một sức mạnh nội tại, giúp tiến về phía trước với trái tim rộng mở và trí tuệ sắc bén.

Đặc biệt, khi đối diện với những câu hỏi lớn lao về ý nghĩa cuộc sống, kinh điển Phật giáo mở ra cho tuổi trẻ một cách nhìn mới mẻ và sâu sắc hơn. Đức Phật không hứa hẹn về một thiên đường xa xôi hay một kết thúc mỹ mãn, mà chỉ dạy rằng mỗi người đều có khả năng tự mình tìm thấy sự giải thoát trong tâm hồn. Lời dạy ấy không chỉ giải phóng chúng ta khỏi những nỗi sợ hãi mơ hồ, mà còn khuyến khích mình sống một cách tỉnh thức, trọn vẹn trong từng khoảnh khắc hiện tại.

Thế hệ mới của Việt Nam chính là những người dám nhìn thẳng vào bóng tối của lịch sử, nhưng luôn hướng tới ánh sáng của hòa hợp và phát triển. Chúng ta vừa là những người thừa kế di sản tinh thần từ các thế hệ đi trước, mà cũng là những kiến tạo viên của tương lai, những người mang ngọn đèn từ bi và trí tuệ của Phật pháp để soi sáng không riêng cho bản thân, mà còn cho cộng đồng và xã hội. Trong hành trình dài đầy thử thách và cơ hội, tuổi trẻ tìm thấy trong Phật pháp ánh sáng của lòng từ bi, sự tỉnh thức và niềm tin, để sống một cuộc đời đầy ý nghĩa và ngập tràn tình yêu thương, hy vọng.

Hoài Thương

GIEO HẠT TỪ BI, ĐỨC PHẬT VÀ TÂM HUYẾT GIÁO DỤC TUỔI TRẺ

DIỆU TRANG

Tuổi trẻ từ lâu vẫn được xem là biểu tượng của sức sống, của tương lai và của những tiềm năng vô tận. Nhưng cũng chính tuổi trẻ, với sự ngây thơ và thiếu trải nghiệm, dễ dàng lạc lối giữa những cám dỗ và thử thách của đời sống. Đức Phật, với trí tuệ siêu việt và lòng từ bi vô hạn, từ rất sớm đã nhìn thấy tầm quan trọng của thế hệ trẻ trong vai trò xây dựng một xã hội tốt đẹp. Những lời dạy của Ngài được ghi lại trong kinh điển cổ đại, chính là là ánh sáng dẫn đường cho những ai đang tìm kiếm sự bình an, và là nền tảng giáo dục vững chắc dành cho thanh thiếu niên—những người sẽ kế thừa và tiếp nối Chánh pháp.

Trong nhiều bài kinh trong Đại Tạng Kinh, Đức Phật thường nhắc đến tuổi trẻ như một giai đoạn quan trọng để gieo trồng những hạt giống thiện lành. Ngài không những giảng dạy cho các bậc trưởng lão hay các vị vua chúa, mà còn ân cần dẫn dắt những thanh thiếu niên với lòng kiên nhẫn và tình thương như một người cha hiền từ. Những bài học mà Đức Thích Tôn để lại giúp người trẻ định hướng nhân cách, khuyến khích tất cả chúng ta khám phá tiềm năng và giá trị đích thực của cuộc đời.

Câu chuyện về chàng thanh niên Sigāla* trong Kinh Giáo Thọ Thi-ca-la-việt (Sigālovāda Sutta) là minh chứng. Qua lời khuyên của Đức Phật, Sigāla từ một người trẻ lạc lối đã tìm thấy con đường sống đúng đắn, biết kính trọng cha mẹ, thầy cô, bạn bè và sống có trách nhiệm với cộng đồng. Đây là bài học về đạo đức và đồng thời là lời nhắc nhở rằng tuổi trẻ có thể thay đổi cuộc đời nếu biết hướng tâm về những giá trị tốt đẹp.

Cũng trong Kinh Thiện Sinh (Gihi Sutta), Đức Phật khuyên rằng, sự chậm trễ trong việc thực hành thiện pháp sẽ khiến tuổi trẻ trôi qua vô nghĩa. Ngài dạy rằng, ai biết tận dụng giai đoạn thanh xuân để trau dồi nhân cách và trí tuệ sẽ đạt được sự thành tựu lâu dài, không chỉ cho bản thân mà còn cho xã hội. Lời dạy ấy cho thấy sự quan tâm của Đức Phật trong việc giáo dục và còn là niềm tin vào khả năng biến đổi của tuổi trẻ.

Trong thời gian qua, Hội Đồng Hoằng Pháp thuộc Giáo Hội Phật Giáo Việt Nam Thống Nhất cùng chư Tôn đức Tăng Ni thuộc các tự viện tại hải ngoại nói chung và Hoa Kỳ nói riêng đã khai triển nhiều chương trình giáo dục dành cho thanh thiếu niên, như các khóa tu mùa hè, các buổi giảng pháp và các dự án từ thiện hướng đến người trẻ. Những nỗ lực này đã giúp nhiều thanh thiếu niên tìm thấy ý nghĩa cuộc sống, vượt qua những khó khăn về tinh thần và đạo đức. Tuy nhiên, không thể phủ nhận rằng nhiều hoạt động vẫn mang tính phong trào tự phát, thiếu sự đồng bộ và đề án dài hạn.

Để giáo dục tuổi trẻ một cách hiệu quả, Giáo hội cần chủ động chuyển từ hoạt động phong trào sang Đề án Phật sự lâu dài, với hai yếu tố then chốt: xây dựng cơ sở hạ tầng và phát triển chương trình giáo dục toàn diện. Cơ sở vật chất là những ngôi chùa hay trung tâm hoằng pháp, nhưng đồng thời cần có những không gian hiện đại, thân thiện, nơi người trẻ có thể tu tập, thực hành và trải nghiệm Chánh pháp một cách tự nhiên và thiết thực.

Nội dung giáo dục cũng cần được đổi mới, vừa giảng dạy kinh điển mà vừa lồng ghép các kỹ năng sống, tâm lý học cũng như các vấn đề toàn cầu như bảo vệ môi trường, bình đẳng giới v.v... Những bài học này sẽ giúp thanh thiếu niên cảm nhận rằng Chánh pháp không phải là điều xa vời mà là nguồn cảm hứng và động lực trong đời sống thường nhật.

Song song đó, một hệ thống giáo dục tốt cần có những vị Tăng, Ni hay nói một cách khác là thầy cô giỏi. Giáo hội cần đầu tư vào việc đào tạo hàng ngũ giảng sư hiểu biết sâu sắc về giáo lý và có khả năng thấu hiểu tâm lý và nhu cầu của thanh thiếu niên. Những giảng sư này vừa giảng dạy mà vừa truyền cảm hứng, giúp người trẻ nhận ra giá trị của việc sống theo Chánh pháp.

Giáo dục Phật giáo ngày nay cũng cần tận dụng sức mạnh của công nghệ hiện đại để tiếp cận với thế hệ trẻ. Các nền tảng học trực tuyến, ứng dụng di động và các chương trình truyền thông xã hội có thể được sử dụng để lan tỏa Chánh pháp đến với thanh thiếu niên một cách hiệu quả hơn. Sự kết hợp giữa truyền thống và hiện đại giúp giữ gìn bản sắc mà còn mở ra những cánh cửa mới cho việc hoằng pháp trong thời đại số hóa.

Tóm lại, những lời dạy của Đức Phật, dù đã tồn tại hơn 2.500 năm nhưng vẫn còn nguyên giá trị trong việc giáo dục tuổi trẻ ngày nay. Từ bài học về lòng biết ơn trong Kinh Giáo Thọ Thi-ca-la-việt đến lời khuyên về sự chăm chỉ trong Kinh Thiện Sinh, và nhiều bản kinh khác thuộc Đại Tạng Kinh, tất cả đều có thể được ứng dụng để giúp thanh thiếu niên vượt qua những áp lực của đời sống hiện đại. Giáo Hội cần làm cho những bài học ấy trở nên sống động và gần gũi hơn, để mỗi người trẻ đều có thể tìm thấy ánh sáng từ bi và trí tuệ trong cuộc đời mình.

Tuổi trẻ là đối tượng cần được giáo dục, nhưng đồng thời họ là những người đồng hành với Giáo Hội, với Chư Tăng Ni trên hành trình lan tỏa Chánh pháp. Đức Phật đã từng nói, giáo dục không chỉ là truyền đạt tri thức mà còn là vun đắp tâm hồn, xây dựng nhân cách. Giáo hội, với vai trò là người dẫn dắt, cần tiếp tục quan tâm đầu tư vào việc giáo dục tuổi trẻ một cách toàn diện, đảm bảo rằng thế hệ này sống tốt và trở thành những người mang ánh sáng từ bi và trí tuệ đến với thế gian.

Diệu Trang

BẢO TỒN TIẾNG VIỆT
– SỨ MỆNH BẤT KHẢ THOÁI THÁC CỦA GĐPT

TÂM QUẢNG NHUẬN

Gia Đình Phật Tử Việt Nam ra đời với sứ mệnh cao quý không chỉ là nơi giáo dục Phật pháp, mà còn là một thành trì vững chắc bảo vệ các giá trị văn hóa, truyền thống và tinh thần dân tộc qua bao thế hệ. Trong bối cảnh hội nhập quốc tế, đặc biệt tại Hoa Kỳ và các nước phương Tây, khi văn hóa và ngôn ngữ dễ dàng bị hòa tan bởi ảnh hưởng mạnh mẽ của ngôn ngữ và lối sống phương Tây, sứ mệnh này càng trở nên quan thiết và thiêng liêng hơn bao giờ hết. Giữ gìn và phát huy ngôn ngữ mẹ – tiếng Việt – là một nhiệm vụ, và là một sứ mệnh không thể thoái thác, bởi ngôn ngữ không đơn thuần là phương tiện giao tiếp mà còn là linh hồn, là nhịp sống của cả một dân tộc. Nếu đánh mất ngôn ngữ mẹ, chúng ta đã đánh mất một phần bản sắc văn hóa, đánh mất chính cội nguồn và tinh thần của dân tộc mình.

Ngôn ngữ là hạt giống gắn kết các thế hệ, là cây cầu đưa những giá trị tinh thần, đạo đức và văn hóa vượt qua dòng chảy của thời gian. Trong mỗi từ ngữ, mỗi câu nói tiếng Việt là cả một di sản quý giá của lịch sử, là tình yêu quê hương, lòng hiếu thảo và sự kính ngưỡng dành cho những giá trị truyền thống. Đối với GĐPT, nơi những thế hệ trẻ được giáo dục trong tình thương và ánh sáng của giáo lý Phật Đà, tiếng Việt vừa là một ngôn ngữ vừa là nhịp cầu đưa các em trở về với nguồn cội tâm linh và văn hóa Việt. Tuy nhiên, hiện tình ngày nay cho thấy ngôn ngữ mẹ đẻ đang đối mặt với nguy cơ bị phai nhạt trong cộng đồng người Việt hải ngoại. Những em nhỏ sinh ra và lớn lên trên đất khách thường dễ dàng tiếp thu tiếng Anh – ngôn ngữ chính của môi trường sống – và dần xa cách với tiếng Việt. Điều này đặt ra thách thức lớn không riêng đối với phụ huynh mà còn đối với tổ chức GĐPT. Nếu GĐPT không nỗ lực gìn giữ ngôn ngữ mẹ trong các hoạt động giáo dục và huấn luyện, chính tổ chức chúng ta sẽ đánh mất vai trò cốt lõi của mình – vai trò là người giữ gìn và truyền tải bản sắc văn hóa, tôn giáo và dân tộc.

Chúng ta không thể phủ nhận rằng tiếng Anh đóng vai trò quan trọng trong việc giúp thế hệ trẻ hòa nhập và phát triển trong xã hội phương Tây. Nó là phương tiện giúp các em giao tiếp, học hỏi và mở rộng kiến thức trong môi trường quốc tế. Tuy nhiên, việc sử dụng tiếng Anh như một phương tiện hỗ trợ không đồng nghĩa với việc chấp nhận để tiếng Việt bị mờ nhạt hoặc thay thế hoàn toàn. Ngôn ngữ mẹ đẻ phải luôn giữ vị trí trung tâm trong mọi sinh hoạt và giáo dục của GĐPT. Đây không phải là một sự lựa chọn mà là một trách nhiệm, một sứ mệnh không thể chối từ. Nếu GĐPT để ngôn ngữ mẹ bị mai một, tổ chức này không những mất đi bản sắc riêng mà còn mất đi chính linh hồn của mình – mất đi mạch nguồn kết nối với truyền thống và lịch sử của dân tộc Việt Nam.

Hàng ngũ Huynh trưởng chính là trái tim và trí tuệ của GĐPT, là những người mang trên vai trách nhiệm nặng nề nhưng đầy vinh dự trong việc dẫn dắt các thế hệ trẻ. Vai trò của chúng ta vừa là người truyền đạt Phật pháp mà cũng là người giữ gìn, bảo tồn và lan tỏa giá trị ngôn ngữ, văn hóa dân tộc. Do đó, việc đào tạo và huấn luyện thế hệ Huynh trưởng tương lai cần đặt trọng tâm vào việc sử dụng và giảng dạy tiếng Việt như một phần không thể thiếu trong mọi chương trình huấn luyện. Các Huynh trưởng phải nhận thức sâu sắc rằng, dù tiếng Anh có thể giúp các em tiếp cận với kiến thức và thế giới bên ngoài, nhưng chính tiếng Việt mới là sợi dây gắn kết các em với cội nguồn, là chìa khóa mở ra thế giới của tổ tiên và truyền thống dân tộc.

Việc này đòi hỏi sự đồng lòng và nỗ lực không ngừng của cả tổ chức. GĐPT cần xây dựng một đề cương đào tạo đồng nhất và lâu dài, trong đó ngôn ngữ mẹ đẻ là trọng tâm. Các khóa huấn luyện tập trung vào việc truyền đạt kiến thức Phật pháp và cần phải lồng ghép các bài học về ngôn ngữ và văn hóa Việt Nam một cách sáng tạo và hiệu quả. Huynh trưởng cần được đào tạo bài bản để không chỉ sử dụng thành thạo tiếng Việt mà còn biết cách truyền đạt ngôn ngữ và văn hóa này đến thế hệ trẻ một cách sinh động và hấp dẫn. Chúng ta cần được trang bị kỹ năng sư phạm song ngữ, biết cách kết hợp tiếng Anh như một công cụ hỗ trợ nhưng vẫn giữ tiếng Việt làm nền tảng chính trong mọi hoạt động sinh hoạt.

GĐPT cũng cần tạo ra một môi trường sinh hoạt thực tế để các em trẻ được sử dụng tiếng Việt một cách tự nhiên và gần gũi. Các hoạt động như văn nghệ, trại hè, các buổi lễ hội văn hóa truyền thống Việt Nam cần được tổ chức thường xuyên để các em có cơ hội trải nghiệm và thực hành ngôn ngữ mẹ đẻ. Đồng thời, GĐPT cần liên kết chặt chẽ với gia đình và cộng đồng để nhận được sự hỗ trợ và đồng hành trong việc giáo dục các em. Phụ huynh cũng đóng vai trò quan trọng trong việc duy trì ngôn ngữ mẹ đẻ trong đời sống hàng ngày của con em mình, và GĐPT cần xây dựng mối quan hệ cộng tác chặt chẽ để cùng nhau thực hiện mục tiêu này.

Chúng ta không thể biện minh cho bất kỳ lý do gì để các khóa huấn luyện Huynh trưởng chỉ sử dụng tiếng Anh mà bỏ qua tiếng Việt. Đây chính là một quyết định sai lầm và là sự thoái lui khỏi sứ mệnh cốt lõi của tổ chức. GĐPT phải hiểu rằng, nếu để tiếng Việt bị mai một trong chính các hoạt động của mình, tổ chức sẽ tự làm chính mình suy yếu, mất đi bản sắc và giá trị mà mình đại diện. Ngôn ngữ mẹ đẻ chính là nền tảng của sự tồn tại và phát triển của GĐPT. Nó là nhịp cầu gắn kết các thế hệ, là sợi dây vô hình nhưng mạnh mẽ kết nối mọi thành viên trong tổ chức với cội nguồn và di sản văn hóa dân tộc.

GĐPT phải là nơi giáo dục Phật pháp và là nơi bảo tồn và phát huy những giá trị văn hóa, đạo đức và tâm linh của người Việt. Trong một thế giới mà bản sắc dân tộc dễ dàng bị hòa tan, sứ mệnh này càng trở nên thiêng liêng và cần thiết hơn bao giờ hết. Đây là trách nhiệm không thể trốn tránh, là sứ mệnh không thể chùng bước. Đội ngũ Huynh trưởng, với vai trò là người dẫn dắt và truyền đạt, cần nhận thức rõ tầm quan trọng của ngôn ngữ mẹ và cam kết giữ gìn nó bằng mọi giá. Chỉ khi GĐPT hợp lòng và kiên định với sứ mệnh này, ngôn ngữ và văn hóa Việt Nam mới có thể tiếp tục sống động và bảo tồn qua các thế hệ.

Ngôn ngữ mẹ là tiếng nói, là tâm hồn, là bản sắc của con người Việt Nam. Nếu để nó mai một, chúng ta không chỉ đánh mất một phần bản thân mà còn làm tổn thương chính di sản văn hóa mà thế hệ cha anh đã dày công xây dựng. GĐPT phải là nơi mà ngôn ngữ mẹ được bảo vệ, phát triển, và lan tỏa. Đây là sứ mệnh không thể thoái thoát – sứ mệnh mà chúng ta phải mang trong tim và thực hiện bằng tất cả tâm huyết và trách nhiệm của mình.

Tâm Quảng Nhuận

GIEO NHÂN THIỆN LÀNH: LỜI KÊU GỌI QUAN TÂM VÀ HƯỚNG DẪN GIỚI TRẺ TRONG ÁNH SÁNG PHẬT GIÁO

QUANG NGỘ

Kính bạch chư Tôn Đức, chư vị Thầy Cô trụ trì các tự viện, cùng quý Phật tử và cộng đồng yêu mến đạo Phật,

Trong sự nghiệp phát triển và lan tỏa ánh sáng Phật pháp, giới trẻ luôn giữ vai trò trọng yếu. Họ không chỉ là người tiếp nhận mà còn là người mang giáo lý Phật giáo hòa nhập vào xã hội hiện đại, tiếp nối và làm phong phú thêm di sản tinh thần này. Đặc biệt, trong cộng đồng người Việt tại Hoa Kỳ, nơi văn hóa, ngôn ngữ và truyền thống gặp gỡ những thách thức của sự hội nhập, việc chăm sóc và hướng dẫn thế hệ trẻ càng trở nên cấp thiết. Gia Đình Phật Tử Việt Nam (GĐPTVN), một tổ chức giáo dục Phật giáo lâu đời, hiện diện như một cây cầu nối liền quá khứ và tương lai.

GĐPTVN từ lâu đã là ngọn đèn soi sáng cho thế hệ trẻ, không phải chỉ qua việc truyền đạt giáo lý mà còn qua việc xây dựng một cộng đồng Phật tử trẻ giàu lòng từ bi và trí tuệ. Từ những ngày đầu thành lập, tổ chức đã lấy sứ mệnh giáo dục đạo đức và phát triển nhân cách làm trọng tâm, giúp thanh thiếu niên có thể sống tốt trong hiện tại và còn đóng góp ý nghĩa cho tương lai. Tuy nhiên, tại Hoa Kỳ, trước những thách thức của thời đại mới, GĐPTVN đang cần sự hỗ trợ thiết thực và những cải tiến cần thiết để thích nghi và phát triển.

Kính bạch chư Tôn Đức, GĐPTVN tại Hoa Kỳ không đơn thuần là một tổ chức giáo dục mà còn là nơi gìn giữ bản sắc văn hóa, nơi giới trẻ gốc Việt tìm thấy sự kết nối với nguồn cội và ý nghĩa sâu sắc của đạo Phật. Tuy nhiên, để tổ chức này thực sự phát triển bền vững, sự quan tâm từ Giáo Hội, các vị Thầy Cô trụ trì, và cộng đồng Phật tử là điều vô cùng cần thiết. Một chương trình cải tiến toàn diện, kết hợp sự đổi mới và lòng từ bi, sẽ là chìa khóa để GĐPTVN vươn lên trong môi trường đa văn hóa và hội nhập sâu rộng.

Trước hết, cần nhận thức rõ rằng sự phát triển của GĐPTVN không phải là nhiệm vụ của các huynh trưởng hay thành viên mà còn là trách nhiệm chung của toàn thể cộng đồng Phật giáo. Giáo Hội cần chủ động hỗ trợ về định hướng phát triển, tài chính và tài nguyên giáo dục để đảm bảo rằng các chương trình sinh hoạt của GĐPTVN có đủ sức đối trị với những loại hình giải trí hiện đại mà giới trẻ ngày nay thường bị thu hút.

Những bài học thành công từ các tổ chức Phật giáo trẻ quốc tế

Soka Gakkai International (SGI) là một ví dụ tiêu biểu. Tổ chức này đã định hình một mô hình giáo dục và sinh hoạt linh hoạt, đặt trọng tâm vào việc khơi dậy tiềm năng cá nhân và tinh thần trách nhiệm xã hội. SGI không đơn thuần chỉ dạy giáo lý Phật giáo mà còn tổ chức các sự kiện hòa bình toàn cầu, các buổi thảo luận về nghệ thuật và triết lý, từ đó tạo cảm hứng mạnh mẽ cho thanh thiếu niên. Một trong những thành tựu đáng chú ý của SGI là việc xây dựng được một cộng đồng thanh thiếu niên quốc tế gắn kết, những người không chỉ am hiểu giáo lý mà còn chủ động trong các phong trào bảo vệ môi trường, thúc đẩy hòa bình và công bằng xã hội.

Hội Thanh Niên Phật Giáo Quốc Tế (Young Buddhist Association - YBA) cũng là một mô hình đáng học hỏi. Tại

Hoa Kỳ, YBA tổ chức các trại hè Phật giáo với sự tham gia của hàng ngàn thanh thiếu niên mỗi năm. Điểm nổi bật của YBA là khả năng kết hợp giữa truyền thống và hiện đại. Các buổi thiền định, giảng pháp được đan xen với những hoạt động thể chất, trò chơi sáng tạo, và những dự án thiện nguyện. Thành công của YBA nằm ở chỗ tổ chức này giúp giới trẻ cảm thấy việc học và thực hành giáo lý không phải là một nhiệm vụ nặng nề mà là một trải nghiệm thú vị, ý nghĩa và gắn bó.

Tổ chức Cứu Tế Từ Tế (Tzu Chi), với quy mô toàn cầu, đã thu hút hàng triệu thanh niên tham gia thông qua các dự án nhân đạo. Tzu Chi truyền tải giáo lý Phật giáo, đồng thời hướng dẫn giới trẻ đưa từ bi vào hành động thực tiễn. Những thành tựu lớn lao như cứu trợ thiên tai, hỗ trợ người nghèo, bảo vệ môi trường, đã chứng minh rằng khi giới trẻ được hướng dẫn và truyền cảm hứng đúng cách, họ có thể trở thành những tác nhân thay đổi tích cực trong xã hội.

Ứng dụng vào GĐPTVN tại Hoa Kỳ

Từ những mô hình này, GĐPTVN có thể triển khai các chương trình cải tiến phù hợp để thu hút và phát triển thế hệ trẻ tại Hoa Kỳ. Một trong những hướng đi khả thi là tổ chức các hoạt động sáng tạo, nơi giới trẻ được kết hợp học giáo lý với thực hành kỹ năng sống. Các trại huấn luyện, hội thảo chuyên đề về sức khỏe tinh thần, và các lớp kỹ năng lãnh đạo có thể được tổ chức nhằm giúp thanh thiếu niên phát triển toàn diện.

Ngoài ra, sự hiện diện của các vị Thầy Cô trụ trì trong việc hướng dẫn và đồng hành với GĐPTVN là yếu tố quan trọng để tạo sự gắn kết sâu sắc giữa giáo pháp và đời sống thực tiễn. Các buổi giảng pháp, những cuộc trò chuyện thân mật, và sự khuyến khích từ các vị Thầy Cô sẽ giúp thanh thiếu niên cảm thấy được lắng nghe, được yêu thương, và được dẫn dắt đúng hướng.

Sự hỗ trợ từ cộng đồng và Giáo Hội

Để GĐPTVN phát triển mạnh mẽ, cộng đồng Phật tử cần chung tay ủng hộ bằng cả tinh thần và vật chất. Các bậc phụ huynh có thể khuyến khích con em mình tham gia vào GĐPT, đồng thời tham gia hỗ trợ tổ chức các sự kiện, chương trình đào tạo. Giáo Hội cần chủ động đưa ra những sự án hỗ trợ, không những về tài chính mà còn về phương án dài hạn để phát triển GĐPTVN như một phần không thể tách rời của Phật giáo Việt Nam tại Hoa Kỳ.

Những giá trị và thành tựu của GĐPTVN đã và đang góp phần bảo tồn bản sắc văn hóa và tôn giáo, đồng thời còn xây dựng một thế hệ thanh niên giàu lòng từ bi, trí tuệ và trách nhiệm. Nguyện cầu ánh sáng Phật pháp luôn dẫn lối, giúp tổ chức này tiếp tục phát triển và lan tỏa những giá trị tốt đẹp đến mọi nơi.

Nam Mô Bổn Sư Thích Ca Mâu Ni Phật.

Phật lịch 2568. Sacramentco, CA.-USA
Ngày 12 tháng 11, 2024

Quang Ngộ

LỜI CUỐI TẬP

Giữa dòng chảy vô tận của thời gian, giáo pháp của Đức Phật vẫn sáng soi như ánh đuốc thiêng liêng, dẫn lối cho bao thế hệ vượt qua bóng tối vô minh và khổ đau. Hơn hai ngàn năm trôi qua, những chân lý ấy không ngừng được tiếp nối, lưu giữ và lan tỏa nhờ vào nỗ lực bất tận của chư vị Tổ sư, các bậc học giả, và những người con Phật khắp nơi. Trong bối cảnh thời đại mới, sứ mệnh ấy lại càng trở nên thiêng liêng và khẩn thiết, đặc biệt qua hai phương diện trọng yếu: phiên dịch Đại Tạng Kinh và hoằng pháp.

Phiên dịch Đại Tạng Kinh, vượt xa phạm trù của một công trình ngôn ngữ, là một hành trình tâm linh và trí tuệ. Đó là sự chuyển hóa không chỉ về mặt câu chữ mà còn cả tinh thần, từ ngôn ngữ cổ kính sang tiếng nói của thời đại. Mỗi trang kinh được dịch là một nhịp cầu nối kết giữa quá khứ và hiện tại, mang ánh sáng trí tuệ của Đức Phật đến gần hơn với chúng sinh trong thời đại ngày nay. Đây chẳng những là trách nhiệm đối với di sản Phật giáo mà còn là một lời nhắc nhở rằng chân lý, dù trải qua bao thăng trầm, vẫn không ngừng lưu chuyển và hiện hữu.

Hoằng pháp, bên cạnh đó, chính là hơi thở sống động của giáo pháp trong đời sống thường nhật. Nếu phiên dịch là bước gieo mầm trí tuệ, thì hoằng pháp là sự tưới tắm, nuôi dưỡng, để những hạt giống ấy đâm chồi và sinh hoa kết trái. Trước những biến chuyển không ngừng của thế giới, hoằng pháp ngày nay cần được thực hiện bằng tinh thần sáng tạo, linh hoạt, nhưng vẫn giữ trọn bản chất từ bi và trí tuệ.

Chủ đề của Tập san Phật Việt kỳ này – "Nghĩ về Công Trình Phiên Dịch Đại Tạng Kinh và Sứ Mệnh Hoằng Pháp Thời Đại" – là lời mời gọi quý độc giả cùng lắng lòng suy ngẫm về trách nhiệm, cơ hội và thách thức mà mỗi chúng ta, những người con Phật, đang đối diện. Trong từng bài viết, quý vị sẽ thấy sự giao thoa giữa truyền thống và hiện đại, giữa chiều sâu học thuật và thực tiễn đời sống, để nhận ra rằng phiên dịch và hoằng pháp chẳng riêng gì hai công việc độc lập mà là hai dòng chảy hòa quyện, cùng hướng đến một cứu cánh cao cả: *phổ độ chúng sinh*.

Hy vọng rằng mỗi trang viết sẽ không chỉ là nguồn cảm hứng mà còn là ngọn lửa thôi thúc quý vị, những người đồng hành trên con đường đạo, cùng nhau gìn giữ và tiếp nối sự nghiệp lớn lao này.

Kính chúc quý độc giả an lành, trí tuệ và luôn vững bước trên hành trình tỉnh thức.

Tập san Phật Việt

Bìa Tập San Văn Hóa Phật Giáo Việt Nam
PHẬT VIỆT | Số 1 | Ấn hành 15.06.2021

Thời gian như đến rồi đi, như trồi rồi hụp, thiên thu bất tận, không đợi chờ ai và cũng chẳng nghĩ đến ai. Cứ thế, nó đẩy lùi mọi sự vật về quá khứ và luôn vươn bắt mọi sự vật ở tương lai, mà hiện tại nó không bao giờ đứng yên một chỗ. Chuyển động. Dị thường. Thiên lưu. Thiên biến. Từ đó, con người cho nó như vô tình, như lãng quên, để rồi mất mát tất cả... Đến hôm nay, bỗng nghe tiếng nói của các bạn hữu, các nhà tri thức hữu tâm, có cái nhìn đích thực rằng: *"Đạo Phật và Tuổi Trẻ." "Phật Việt Trong Lòng Tộc Việt." "Dòng Chảy của Phật Giáo Việt Nam"* hay *"Khởi Đi Từ Hôm Nay."* Tiếng vang từ những lời nói ấy, đánh động nhóm người chủ trương, đặt bút viết tâm tình này.

Đạo Phật có mặt trên quê hương Việt Nam hai ngàn năm qua, đã chung lưng đấu cật theo vận nước lênh đênh, khi lên thác, lúc xuống ghềnh, luôn đồng hành với dân tộc. Khi vua Lê Đại Hành hỏi Thiền sư Pháp Thuận về vận nước như thế nào, dài ngắn, thịnh suy? Thì Thiền sư Pháp Thuận đã thấy được vận nước của quê hương mà trả lời rằng:

"Vận nước như dây quấn
Trời Nam mở thái bình
Vô vi trên điện các
Xứ xứ hết đao binh."

Đây là một chứng minh Đạo Phật cùng song hành với dân tộc.

Đến triều đại nhà Lý, Thiền sư Vạn Hạnh cũng như các thức giả, sĩ phu đương thời đã lập Lý Công Uẩn–Lý Thái Tổ lên ngôi để giữ yên bờ cõi. Trước giờ thị tịch Thiền sư Vạn Hạnh đã để lại bài kệ chứng đắc:

"Thân như bóng chớp chiều tà
Cỏ xuân tươi tốt thu qua rụng rời
Thịnh suy, suy thịnh việc đời
Thịnh suy như hạt sương rơi đầu cành."

Vua Lý Nhân Tông đã có lời truy tán Thiền sư Vạn Hạnh như sau:

"Vạn Hạnh thông ba cõi
Thật hợp lời sấm xưa
Quê nhà tên Cổ Pháp
Gậy chống giữ nghiệp vua."

Thiền sư đã cùng vua giữ gìn sơn hà xã tắc ngày một âu ca thái bình hơn một trăm năm. Đến triều đại nhà Trần, có vua Trần Nhân Tông bỏ ngai vàng điện ngọc lên núi Yên Tử ẩn tu, chứng ngộ đạo Thiền, thành Thiền Tổ Trúc Lâm Yên Tử mà người đời tôn xưng là Điều Ngự Giác Hoàng Phật Tổ.

"Dòng chảy của Phật Giáo Việt Nam" tiếp tục vượt qua tất cả mọi chướng ngại, thịnh suy của cuộc đời, đến thời cận đại có Bồ tát Thích Quảng Đức đã vị Pháp thiêu thân, bằng ngọn lửa Từ Bi và trái tim bất diệt để bảo vệ Đạo Pháp trong cơn hoạn nạn tự do tín ngưỡng và giữ vững nền tự do dân chủ nước nhà.

Trên là một vài chứng minh: *"Phật Việt Trong Lòng Tộc Việt"* suốt dòng lịch sử Phật Giáo Việt Nam trên quê hương.

Vấn đề còn lại là: *"Đạo Phật và Tuổi Trẻ."* Chúng ta phải làm gì? Và làm gì trong giá trị: *"Khởi Đi Từ Hôm Nay."* Chúng ta nhất quán, cùng nhìn về một hướng để góp sức, chung lòng cho "tuổi trẻ" có phương tiện trau dồi Phật Pháp, học hỏi tiếng Mẹ đẻ và tuổi trẻ đi bằng đôi chân của chính mình. Tạo ý thức. Gây hiểu biết xây dựng quê hương, yêu thương dân tộc, giống nòi như các thế hệ cha ông đã từng trải. Có được như thế thì quả thật vai trò của *"Phật Việt"* hôm nay mới đúng nghĩa, trên hướng đi, *"Đạo Phật Việt Nam."*

Thẩm định bằng giá trị bởi chính nó, cho nên nhóm chủ trương tiếp tục vực dậy những gì đã bỏ lửng trong nhiều năm qua, nay xin được tiếp tục, ước mong, chư vị thiện hữu tri thức góp lời và đồng hành với *"Phật Việt"* ngày thêm tốt đẹp hơn trên tiến trình phụng sự Đạo Pháp và Tuổi trẻ hay rộng ra là thế giới con người.

Tư duy mà không *"Khởi Đi Từ Hôm Nay"* thì cũng chưa thực nghiệm để có được trải nghiệm trên tiến trình phụng sự, mà trong nhà Phật có nói là *"hạ thủ công phu."*

Nền văn hóa trí tuệ được đầu tư bởi nhiều chất xám, của nhiều cây bút gạo cội, của nhiều tấm lòng ưu tư về nhiều thế hệ mai sau, để nuôi lớn những gì đang cần nuôi lớn, để duy trì, tiếp nối cái truyền thống của Cha Ông. *"Phật Việt"* ở giữa lòng *"Tộc Việt."*

Trân Trọng

Thích Nguyên Siêu

Bìa Tập San Văn Hóa Phật Giáo Việt Nam
PHẬT VIỆT | Số 2 | Ấn hành 15.12.2021

Ngày nay chúng ta còn được thừa hưởng lợi lạc vô biên của giáo pháp vi diệu từ Phật Đà và chư lịch đại Tổ Sư là nhờ những nỗ lực truyền trì chánh pháp phi thường của quý Ngài qua bao thời đại. Do đó, hoằng dương chánh pháp là sứ mệnh thiêng liêng cao cả mà cũng là nhu cầu trọng đại mà mỗi người con Phật, xuất gia và tại gia, dù ở thời đại nào, quốc độ nào cũng không thể lơ là.

Chánh pháp do Đức Thế Tôn truyền dạy và lịch đại Tổ Sư truyền bá không những có công năng chữa lành bệnh khổ cho muôn loài chúng sinh, mà còn là phương thức hữu hiệu để góp phần làm thăng hoa cuộc sống của con người và kiến tạo xã hội hòa bình thịnh trị.

Bởi vậy, Mâu Tử, một trí thức Trung Hoa tị nạn tại Giao Châu, đã viết về Đạo Phật trong Lý Hoặc Luận vào cuối thế kỷ thứ hai sau tây lịch, qua bản dịch Việt ngữ của Giáo Sư Trí Siêu Lê Mạnh Thát, như sau:

"Đạo làm ra muôn vật, ở nhà có thể dùng thờ cha mẹ, làm chủ nước có thể dùng trị dân, đứng một mình có thể dùng sửa thân. Noi theo mà làm thì đầy cả trời đất, bỏ mà không dùng thì mất mà không dời."

Sứ mệnh hoằng pháp có thể thực hiện qua nhiều phương thức, nhưng công tác quan trọng nhất là lưu truyền Kinh, Luật và Luận trong Tam Tạng Thánh Điển, mà cụ thể đối với tình hình Phật Giáo Việt Nam hiện nay là hoàn thành việc phiên dịch Đại Tạng Kinh tiếng Việt để là kim chỉ nam cho việc nghiên cứu, học hỏi và hành trì.

Bởi thế, đặc san Phật Việt số 2 kỳ này xoay quanh chủ đề *"công tác hoằng pháp và phiên dịch Tam Tạng Kinh Điển."*

Để góp phần vào công tác hoằng dương chánh pháp trước hoàn cảnh mới của nhân loại và Phật Giáo Việt Nam, đặc biệt nhắm đến việc chuẩn bị hành trang Phật Pháp cho thế hệ Tăng, Ni và Phật tử trẻ tuổi, chư tôn đức Tăng, Ni và Cư Sĩ tại hải ngoại đã thành lập Hội Đồng Hoằng Pháp vào đầu tháng 5 năm 2021 dưới sự tán trợ của Viện Tăng Thống GHPGVNTN. Cơ cấu tổ chức của Hội Đồng Hoằng Pháp gồm chư tôn Trưởng Lão Hòa Thượng Thích Thắng Hoan và Trưởng Lão Hòa Thượng Thích Huyền Tôn Chứng Minh; Hòa Thượng Thích Tuệ Sỹ làm Cố Vấn Chỉ Đạo; Hòa Thượng Thích Như Điển làm Chánh Thư Ký, Hòa Thượng Thích Nguyên Siêu và Hòa Thượng Thích Bổn Đạt làm Phó Thư Ký và chư tôn đức Tăng, Ni thành viên. Ngoài ra Hội Đồng Hoằng Pháp còn có 4 Ban, gồm Ban Phiên Dịch và Trước Tác, Ban Truyền Bá, Ban Báo Chí và Xuất Bản, và Ban Bảo Trợ.

Công tác phiên dịch Đại Tạng Kinh Việt Nam đã được chư tôn túc Giáo Phẩm lãnh đạo GHPGVNTN đặt lên hàng đầu qua việc Viện Tăng Thống GHPGVNTN thành lập Hội Đồng Phiên Dịch Tam Tạng vào năm 1973, với 18 vị Thượng Tọa và Đại Đức làu thông Tam Tạng và các cổ ngữ đảm trách. Nhưng hiện nay chỉ còn Trưởng Lão Hòa Thượng Thích Thanh Từ đang trong tình trạng bất hoạt, và Hòa Thượng Thích Tuệ Sỹ.

Thừa tiếp tâm nguyện của chư tôn túc Giáo Phẩm trong Hội Đồng Phiên Dịch Đại Tạng Kinh Việt Nam, Hòa Thượng Thích Tuệ Sỹ, đã được sự tán thành của chư tôn đức Tăng, Ni và Cư Sĩ Phật Tử trong Đại Hội Hội Đồng Hoằng Pháp lần thứ nhất được tổ chức qua Zoom vào cuối tháng 11 năm 2021, đã thành lập Hội Đồng Phiên Dịch Tam Tạng Lâm Thời để tiếp tục công tác phiên dịch Đại Tạng Kinh Việt Nam.

Nội dung đặc san Phật Việt số 2 gồm trên 30 bài viết và tài liệu xoay quanh vấn đề hoằng pháp và phiên dịch Đại Tạng Kinh Việt Nam. Đây có thể nói là một tuyển tập các tài liệu và bài viết của chư tôn đức Tăng, Ni và Cư Sĩ Phật Giáo liên quan đến công cuộc hoằng pháp trong ngoài nước và công trình phiên dịch Đại Tạng Kinh Việt Nam. Có những bài rất xưa và hiếm thấy như bài *"Dịch Kinh và Đại Học"* của Cố Hòa Thượng Thích

Minh Châu từ thời Viện Đại Học Vạn Hạnh còn hoạt động trước năm 1975. Hoặc bài *"Tường Thuật Lễ Hoàn Thành Công Tác Phiên Dịch Trường Bộ Kinh"* được trích lại từ Tạp Chí Tư Tưởng của Viện Đại Học Vạn Hạnh. Hay bài *"Lời Tựa và Giới Thiệu Từ Điển Bách Khoa"* do Hòa Thượng Thích Trí Thủ chủ trương và Giáo Sư Trí Siêu Lê Mạnh Thát chủ biên từ những năm đầu thập niên 1980s.

Còn nữa, đặc san Phật Việt số 2 cũng có nhiều bài viết giá trị của Cố Hòa Thượng Thích Thiện Siêu, Hòa Thượng Thích Thanh Từ, Hòa Thượng Thích Tuệ Sỹ, Hòa Thượng Thích Phước An, Hòa Thượng Thích Như Điển, Hòa Thượng Thích Đức Thắng, Hòa Thượng Thích Thái Hòa, Hòa Thượng Thích Nguyên Siêu, Hòa Thượng Thích Trường Sanh, Thượng Tọa Thích Tâm Hòa; cùng quý Ni Sư Thích Nữ Tịnh Quang, Sư Cô Thích Nữ Huệ Trân, Sư Cô Thích Nữ Khánh Năng. Và các bài viết của những học giả và tri thức Phật Giáo như Cư Sĩ Pháp Hiền, Đạo Sinh, Vĩnh Hảo, Huỳnh Kim Quang, Bạch Xuân Phẻ, Tâm Quảng Nhuận, Nhuận Pháp, v.v…

Nói chung, đặc san Phật Việt số 2 là một tập hợp tài liệu giá trị về công tác hoằng pháp và phiên dịch Đại Tạng Kinh Việt Nam. Dĩ nhiên, công tác hoằng truyền chánh pháp là tối quan trọng và bao quát khắp mọi sinh hoạt của cộng đồng Tăng, Ni và Phật Tử các giới. Cũng vậy, công tác phiên dịch Đại Tạng Kinh Việt Nam là tối cần thiết đối với sự tồn tại và phát triển của Phật Giáo Việt Nam.

Vì vậy, đặc san Phật Việt số 2 chỉ là một nỗ lực sơ khởi và rất khiêm tốn nhằm ghi lại một số thành quả và tài liệu liên quan đến hai sứ mệnh trọng đại này. Chắc chắn sẽ phải cần đến những nỗ lực tương tự trong tương lai lâu dài về sau.

Mong lắm thay!

Ban Biên Tập Phật Việt

Bìa Tập San Văn Hóa Phật Giáo Việt Nam
PHẬT VIỆT | Số 3 | Ấn hành 01.11.2024

Hòa Thượng Thích Tuệ Sỹ là người cố vấn cho Phật Việt kể từ những ngày đầu. Hòa Thượng đã khuyến khích và sách tấn một cách tận tình, và anh em trong Ban Biên Tập đã hết lòng làm việc chăm chỉ, luôn trao đổi và sưu tra bài vở để Phật Việt ngày càng thêm đa dạng và phong phú. Hình ảnh của Hòa Thượng Cố Vấn cúi sát mặt xuống trang sách để đọc, vì tuổi đã già, mắt đã mờ, trông thật xót xa. Dù vậy, Hòa Thượng Cố Vấn vẫn không ngừng nghỉ đọc sách, viết sách, dịch Đại Tạng Kinh, làm thơ, giảng dạy trực tuyến và tham gia nhiều Phật sự khác. Tưởng rằng chỉ là bệnh già, nhưng Hòa Thượng vẫn khỏe, vẫn làm việc, và sẽ sống lâu để hoàn tất hết những việc cần hoàn tất, để thành tựu hết những việc cần thành tựu. Nào ngờ Hòa Thượng Cố Vấn đã thuận thế vô thường, giã từ tất cả, để lại cho mọi người, cho bạn đồng hành, cho thế giới văn học, thi ca, tư tưởng, Phật học bao nỗi hụt hẫng, chơ vơ, hoang vu, hiu hắt... Mất đi một Hòa Thượng Cố Vấn lịch lãm, đầy kinh nghiệm, sở học, sở tu, sở chứng...

Do vậy mà Hòa Thượng Cố Vấn thong dong, tự tại, hòa quang đồng trần, vô phiền vô nhiệt, không chút ưu tư. Lời Hòa Thượng Cố Vấn dạy: *"Dù cho Đức Phật có thị hiện vào đời hay không thị hiện vào đời, thì Pháp tánh vẫn là như vậy."* Pháp tánh vẫn là như vậy nên Hòa Thượng Cố Vấn đến đi vô ngại. Ấy là sở tu, sở chứng của Hòa Thượng Cố Vấn, còn lại con người thì sao? Quá nhiều nhiễu nhương, khổ lụy, mất còn, hơn thua trên khắp mọi nẻo đường phù trần, chân ngụy... Để giữ lại cái sở tu, sở ngộ của Hòa Thượng Cố Vấn, toàn Ban Biên Tập đã đồng thuận làm đặc san Phật Việt 3 - Số Tưởng Niệm Trưởng Lão Hòa Thượng Thích Tuệ Sỹ. Số này sẽ là số đặc biệt kỷ niệm sự vô quái ngại của Hòa Thượng Cố Vấn. Bài viết, hình ảnh, khảo luận, nhận định tư tưởng... sẽ được lưu lại trong số này để mỗi lần chúng ta cầm Phật Việt III trên tay, giở ra đọc và thấy Hòa Thượng Cố Vấn vẫn hiện diện nơi đây, đang có mặt nơi đây,

chứ không hề mất mát gì, hay Hòa Thượng vẫn còn:
"Thắp đèn khuya ngồi kể chuyện trăng tàn."

Đây là những kỷ niệm đã bao lần sống và làm việc với Hòa Thượng Cố Vấn trong thời gian qua. Làm việc khi bình yên, khi thấp thỏm, khi an lạc, khi nguy khốn, nhưng Hòa Thượng vẫn luôn bên cạnh. Còn bây giờ thì Hòa Thượng Cố Vấn đã im lặng như hồ thẳm, đã chót vót trên đỉnh cao, do vậy mà chúng ta chỉ biết giữ lại những gì có thể giữ được. Giữ lại như một làn hơi ấm, như một âm thanh đồng vọng, như tiếng gõ nhịp dương cầm ngân vang đi vào lòng người muôn thuở.

*"Tôi vẫn đợi những đêm đen lộng gió
Màu đen huyền ánh mắt tự ngàn xưa
Nhìn hun hút cho dài thêm lịch sử
Dài non sông tràn máu lệ quê cha."*

Hòa Thượng Cố Vấn đã đi vào lòng người trên dòng lịch sử đó. Dòng lịch sử của quê cha tràn đầy máu lệ. Hòa Thượng Cố Vấn đã thương quê cha, đã thương lịch sử, đã thương tổ tiên từ ngàn xưa của dòng giống Phật Việt mà hôm nay chúng ta chung sức chung lòng để không phụ giống nòi Phật Việt của tổ tiên chúng ta.

Xin trân trọng cảm ơn quý độc giả, đón đọc Phật Việt III kỷ niệm Hòa Thượng Cố Vấn trong muôn một. Đây là món quà tâm linh, xin chân thành kính tặng cho tất cả.

Thích Nguyên Siêu

Bìa tập san Hoa Đàm #17, chủ đề Kính Tưởng Niệm Ni Trưởng Thích Nữ Trí Hải
ấn hành tháng 12, 2023

Nghĩ rằng hai mươi năm về trước đã rất khó, hai mươi năm sau nữa càng khó hơn, khi đàn hậu học chúng con giờ đây làm sao có thể tìm thấy tung tích của bậc Chân Nhân Ni Trưởng, như cánh chim đã hút dấu trên dòng sông sinh tử, hóa trời không - *Nhạn vô di tích chi ý, thủy vô lưu ảnh chi tâm* - Dòng sông không cố lưu giữ bóng hình hài, mà Ni Trưởng cũng không mong giữ lại bóng hình chăng?

Kẻ hậu học đi tìm trên những cung bậc thời gian, nơi *bóng nắng rọi lên dòng huyễn hóa, heo hút bờ hoang ảnh giả*, Chân diện của bậc Đại sư mênh mông như BIỂN, kẻ chèo thuyền tuy thấy chân trời xa mà không thể lường hết chiều kích bao la của TUỆ pháp.

Nơi đây với lòng thành kính, tưởng niệm hai mươi năm ngày vắng bóng Thầy và để tri ân một bậc Tòng Lâm Ni Trưởng đã dâng hiến trọn vẹn cả cuộc sống thanh tu cho sự nghiệp hoằng dương Chánh pháp, đã để lại một di sản cho nền văn học Việt nam hiện đại nói chung và tư tưởng Phật giáo Việt nam nói riêng, rất to lớn mà các thế hệ hậu học chúng con hôm nay và mai sau được thừa hưởng, trân quý vô cùng.

Hoa trắng dù vỡ trên đại dương sóng cả, ngàn năm sau vẫn trổ trên đồi.

Hoa Đàm số đặc biệt này ra mắt chủ yếu với độc giả Lam viên nhân kỷ niệm 20 năm ngày viên tịch của Ni Trưởng, từ biến cố đau thương của Phật giáo đồ nói chung và Ni Chúng nói riêng, vào ngày ngày 7 tháng 12, 2023, là kết tập có tuyển chọn một số tư liệu liên quan hành trạng của Thầy từng được phổ biến trước đây qua nhiều hình thức tập in và online. Nơi đây chỉ là sự góp nhặt và tái hiện trong một hình tướng khác, mà tâm nguyện của người biên tập thủy chung chỉ mong xây dựng một tủ sách Gia Đình Phật Tử, giúp Anh-Chị-Em Huynh trưởng có cơ sở tham khảo, học và hành Đạo trong vai trò hướng dẫn tuổi trẻ Phật giáo. Đây đích thực là một niềm vinh dự nhưng đồng thời là một trọng trách. Bởi kẻ hậu học may mắn được chèo thuyền trên dòng BIỂN TUỆ, thì chẳng thể như người đứng trong núi mà ngắm nhìn.

"Bất thức Lư San chân diện mục,
chỉ duyên thân tại thử san trung."*
— Tô Đông Pha

Ngày 07 tháng 12 năm 2023

Hoa Đàm

---

* Tô Thức 蘇軾: 不識廬山真面目, 只緣身在此山中 (Đề Tây Lâm bích đề 西林壁) (Tại sao) không biết được hình trạng thật xưa nay của núi Lư, Chỉ là vì thân mình ở ngay trong dãy núi ấy (tức là bị hạn hẹp từ góc cạnh nhìn của mình).

Bìa tập san Hoa Đàm, chủ đề Bìa tập san Hoa Đàm #18,
chủ đề Kính Tưởng Niệm Hòa Thượng Thích Tuệ Sỹ
ấn hành tháng 09, 2024

Tập San Hoa Đàm lần này ra mắt như một ấn bản đặc biệt, là tấm lòng tưởng nhớ kính dâng đến một bậc Thầy, một bậc Đại Sư kiệt xuất của Phật giáo Việt Nam, cố Hòa Thượng Thích Tuệ Sỹ. Thầy không chỉ là Ân Sư của GĐPTVN mà còn là người thầy tinh thần của bao thế hệ trẻ. Cả cuộc đời của Thầy là một hành trình cống hiến cho sự nghiệp văn hóa và giáo dục, một sự nghiệp không chỉ góp phần xây dựng nền móng Đạo Phật Việt Nam mà còn để lại dấu ấn sâu sắc trong nền tư tưởng nhân bản của dân tộc, một dòng suối tri thức vượt qua mọi thời đại.

Những điều Thầy truyền dạy luôn là nguồn động lực và ánh sáng dẫn lối cho chúng con trên con đường tu học và phụng sự. Dẫu đã không còn hiện diện trong cuộc đời này, nhưng mỗi lời dạy của Thầy vẫn luôn vang vọng trong tâm khảm chúng con, như một lời nhắc nhở về trách nhiệm và sứ mệnh của thế hệ trẻ hôm nay. Nhìn lại từng bước chân mà Thầy đã đi qua, chúng con thấy rõ một tấm lòng bao dung, một trí tuệ uyên thâm và một tình thương lớn lao mà Thầy đã dành trọn cho tất cả mọi người.

Hoa Đàm số 18 là sự kết tinh của lòng thành kính và niềm thương nhớ vô biên, như một lời cảm tạ chân thành mà chúng con muốn gửi đến Thầy. Những trang viết này, dẫu chỉ là những hạt cát nhỏ bé, nhưng chúng con tin rằng đây là tất cả những gì chúng con cố gắng để có thể dâng lên Thầy với tấm lòng trong sáng và biết ơn sâu sắc. Như trong tích xưa, cậu trẻ ngây thơ đã dâng lên đức Thích Tôn những hạt cát với lòng thành vô tư, chúng con hôm nay cũng xin được dâng lên Thầy tất cả những nỗ lực và thành quả nhỏ nhoi này.

Chúng con nguyện sống theo lời dạy của Thầy, lấy tình thương và trí tuệ làm nền tảng, biết tri ân và báo ân, không ngừng cố gắng để tiếp nối con đường Thầy đã định hướng. Mỗi ngày trôi qua, sự hiện diện của Thầy trong lòng chúng con vẫn mãi đong đầy, như một ngọn đuốc soi sáng giữa biển đời vô tận.

Tập San Hoa Đàm tuy nhỏ bé, nhưng là tất cả những gì chúng con xin kính dâng, như một niềm tri ân vô hạn đối với Thầy. Xin kính cẩn cúi đầu trước tấm lòng từ bi và những giá trị cao quý mà Thầy đã để lại cho đời. Chúng con nguyện sẽ luôn giữ vững lời dạy của Thầy, để tiếp tục phụng sự cho Đạo pháp và Dân tộc, luôn gắn kết tình Lam và gieo trồng những hạt giống tốt lành cho thế hệ tương lai.

Nam Mô Thường Hoan Hỷ Bồ Tát Ma Ha Tát.

Ban Biên Tập Hoa Đàm

Bìa tác phẩm "Ý Thức Mới, Tư Tưởng Gia Lưu Vong Phạm Công Thiện" - Tác giả Nohira Munehiro - dịch Việt: Võ Thị Vân Anh.
Hương Tích xuất bản, 2022

Đây là quyển sách về tác phẩm và nhân vật Phạm Công Thiện (1941), một thi nhân và là tư tưởng gia trong thời kỳ chiến tranh Việt Nam ở miền Nam. Nhằm làm sáng tỏ tư tưởng vốn nổi tiếng khó hiểu của ông, và giới thiệu đến độc giả Nhật Bản về nhân vật này.

Phạm Công Thiện là một trong những trí thức Phật giáo tiêu biểu của miền Nam Việt Nam thời chiến tranh, từ nửa sau thập kỷ 1960 khi tác phẩm của ông được liên tục xuất bản, đã nhận được sự quan tâm lớn đến nỗi trở thành trào lưu, gọi là "hiện tượng Phạm Công Thiện". Ông đã từng được giới trẻ sống trong tuyệt vọng của chiến tranh tôn sùng, thậm chí xem như "thần tượng", *nhưng năm 1970, ông đột nhiên lưu vong khỏi Việt Nam. Cũng có nhà văn đã còn gọi ông là "sao băng".*

Về Thiện, nhân vật như "sao băng" bỗng nhiên xuất hiện ở Việt Nam, xé toang bóng tối đêm đen thời chiến và đột nhiên biến mất, từ trước đến nay hầu như chưa từng được biết đến ngoài Việt Nam, và hiện tại ở Việt Nam cũng chưa từng có bình luận tổng quát nào (*). Tuy nhiên trong giới hạn góc nhìn của tôi, ông ấy là nhân vật ở nước sở tại, cật vấn một cách căn nguyên về địa ngục chiến tranh Việt Nam. Không những là rất có giá trị để khảo sát lại. Mà ngoài ra, tôi cho rằng những tư tưởng mà ông ấy đã nêu ra, thai nghén nhiều thứ trọng yếu không thể bỏ qua đối với chúng ta trong thế giới ngày nay, nơi mà toàn thể trái đất bị bao phủ bởi khoa học kỹ thuật và tri thức cận đại có nguồn gốc của phương Tây này. Do đó, thông qua việc đọc hiểu tư tưởng được cho là nan giải của ông theo cách của bản thân tôi, rồi ở đấy là giới thiệu về ông.

Điều sẽ được chú trọng từ đây trong việc truy tìm tư tưởng của Thiện là những tác phẩm do ông ấy viết ra; những trải nghiệm, lý lịch học vấn, lý lịch việc làm v.v… của ông đúng ra chỉ dừng lại như là những yếu tố phụ, nhưng vì là nhân vật hầu như vô danh ở Nhật Bản, nên dù gì thì đầu tiên nhất cũng muốn giới thiệu một cách sơ lược ông ấy là nhân vật thế nào. Để làm điều này, có lẽ phương pháp tốt nhất là trích dẫn nguyên văn lời tự giới thiệu phá cách được viết khi Thiện ở lứa tuổi hai mấy. Trong thi tập nhỏ *Ngày Sanh Của Rắn* được xuất bản năm 1966, lời tự giới thiệu được viết như sau:

"Sinh vào năm rắn, bên dòng sông Cửu Long, vì tranh luận học vấn với giáo sư, nên bỏ học trường lúc 13 tuổi, viết sách lúc 14 tuổi; làm giáo sư sinh ngữ từ lúc 16 tuổi đến 20 tuổi tại những trường ở Sài Gòn, Mỹ Tho, Đà Lạt, Nha Trang; viết quyển "Ý Thức Mới trong Văn Nghệ và Triết Học" vào lúc 20 tuổi; học triết lý tại trường đại học Yale, đệ trình tiểu luận "Ý niệm về Chân Lý trong tư tưởng Platon và Heidegger" tại hội thảo triết lý ở Yale; tiếp tục học triết lý tại trường đại học Columbia, khinh bỉ giáo sư và bỏ học bổng của Viện Giáo Dục Quốc Tế, bị viện mời đi gặp bác sĩ phân tâm học, được mời khéo vào nhà thương điên, lại tranh luận với bác sĩ phân tâm học về giá trị và giới hạn của phân tâm học hiện đại, chỉ trích đời sống nông cạn của Mỹ quốc, sống lang thang lây lất ở xóm nghệ sĩ Greenwich Village tại New York; đã gặp Henry Miller tại Pacific Palisades ở California, được Henry Miller nhận là Rimbaud đầu thai lại ở thế kỷ XX, sau đó được một văn sĩ Do Thái cho tiền để trốn qua Paris không giấy tờ, không hành lý, sống bơ phờ ở Bretagne, học văn chương tại trường đại học Rennes, khinh bỉ giáo sư, rồi lại bỏ đi và sống lang thang lây lất khắp hang cùng ngõ hẻm ở Paris, làm clochard đi ăn mày, ngủ dưới cầu, ngủ trên vỉa hè, đói lạnh long đong và bỏ làm luận án tiến sĩ tại Pháp, được Henry Miller gửi tiền nuôi sống và được Henry Miller cho tiền rời bỏ Paris để sống lang thang giang hồ tại Thụy Sĩ, Ý Đại Lợi, Ba Tư, Hy Lạp, Thái Lan, v.v... Lúc ở Paris thì nhập bọn với nhóm nghệ sĩ trẻ ở Popoff (tên quán cà-phê), la cà vất vưởng ở xóm Saint Séverin và Saint Germain des Prés, đã gặp Krishnamurti hai lần tại Square Rapp. Hiện đang sống chờ đợi điên và chờ đợi chết, triệt để đứng ngoài tất cả ý thức hệ chính trị, đứng ngoài mọi sự tranh chấp tôn giáo, khinh bỉ tất cả văn hóa nhân loại, thù ghét tất cả mọi tổ chức xã hội, vô cùng kiêu hãnh, chỉ đi một *mình và tự nhận là thiên tài độc nhất của Việt Nam.*" (Trang bìa NR).

Từ đoạn văn này đủ cho thấy "Rimbaud đầu thai" Phạm Công Thiện ở miền Nam Việt Nam nửa cuối những năm 1960, nổi tiếng với những ngôn từ quá kiêu ngạo. Với đoạn văn tự giới thiệu này của ông, cũng có thể cho ấn tượng rằng không biết có phải chỉ là nhân vật tự xưng "thiên tài", nói ra những điều nhảm nhí và ra oai quá mức hay không. Nhưng hiểu như thế thì là sai lầm.

Ở độ tuổi mười mấy, Thiện đã có thể đọc hiểu được những quyển sách lớn Đông Tây kim cổ, bác học đến nỗi được người đời gọi là thần đồng. Tuy nhiên, không chỉ dừng lại ở đó, ông còn thách đấu với những tư tưởng của Nietzsche, Heidegger, Henry Miller, Suzuki Daisetz, Long Thọ…, và còn thách đấu phá huỷ cả tư tưởng cơ bản siêu hình học phương Tây vốn là khởi nhân của chiến tranh cận đại và của cả phân tâm học, ông nhìn ra chung điểm của tồn tại và nhận thức về tư tưởng "hố thẳm" vốn phải đối lập với địa ngục chiến tranh Việt Nam. Tuy nhiên duệ trí của ông, cũng giống như Henry Miller, có liên đới trực tiếp đến chính cuộc đời của ông. Ông đã tạo ra thế giới ngôn ngữ vốn có, sống cuộc đời không bị đóng khung trong vọng niệm của tập quán thường thức vốn trói buộc đời sống con người, ông đã đốt cháy cuộc đời mình một cách tự do, đã sống một cuộc sống thật sự tự do. Điều này đã được biểu hiện một cách rõ ràng trong lời tự giới thiệu của ông ở trên.

Như chính bản thân ông đã tự biết là người "chỉ đi một mình", ông đã bị người đời chối bỏ, thậm chí là không hiểu, cái tư tưởng mà ông đã kêu gào một cách quá trung thực, quá cô độc ấy, rốt cuộc là gì? Từ đây tôi sẽ đi tìm dấu vết của "ngôi sao băng" này.

Cấu tạo của sách này

Đoạn văn tự giới thiệu của Thiện chỉ là một ghi chép trong tập thơ được xuất bản ở tuổi hai mấy của ông, còn ở chương Tựa, một lần nữa sẽ giới thiệu ngắn gọn theo cách hiểu của tôi về cuộc đời phiêu lãng của ông ấy, chủ yếu dựa vào những ghi chép trong các tác phẩm, theo trục thời gian từ lúc sanh ra đến hiện nay.

Việc giới thiệu cuộc đời đầy sóng gió của ông trong chương Tựa này, chỉ thế thôi cũng đầy thú vị. Tuy nhiên, nhãn quan chủ yếu của sách này là làm sáng tỏ tư tưởng của ông vốn chỉ đại khái được coi là khó hiểu và hầu như không mấy được nhắc đến. Tư tưởng của ông do được triển khai dựa trên kiến thức uyên bác về Đông Tây kim cổ đúng như nghĩa đen của từ này, nên nếu không có những tri thức cơ bản về những điều ấy thì sẽ cảm thấy khó hiểu. Vả lại, những thuật ngữ mà ông sử dụng, ví dụ như thuật ngữ "Tính", ban đầu có thể thấy đơn thuần như thế, nhưng thật ra có ý nghĩa đặc biệt, hoàn toàn khác với thông thường. Những thuật ngữ ấy có ý nghĩa gì? nếu không hiểu nó về bề mặt bên ngoài hay về mặt hình thức thì khó có thể đi vào được tư tưởng của ông. Cho nên trước tiên cần phải biết những thuật ngữ đặc thù của ông có ý nghĩa gì. Với mục đích đó, trong chương thứ nhất, vừa lần theo vấn đề Phạm Công Thiện đã nghĩ thế nào về chiến tranh Việt Nam, vừa giải thích ý nghĩa chữ "Tính", thuật ngữ chủ chốt mà ông sử dụng. Và cũng khảo sát cách hiểu của ông về Thiền và tư tưởng của Heidegger vốn là tiền đề của thuật ngữ trên.

Chương thứ hai, chủ yếu xoay quanh thuật ngữ "Việt" và "Tính", thử đọc hiểu tác phẩm nan giải của ông, đó là *Im Lặng Hố Thẳm*, tác phẩm đại biểu của nửa cuối thập niên 1960, đã đề xuất "tư tưởng Việt Nam" đặc sắc của chính ông trong thời kỳ chiến tranh Việt Nam. Ngoài "Tính" và "Việt" trên, còn tiến hành khảo sát chủ yếu về những cụm từ hay danh từ riêng mà tôi cho là tối quan trọng trong trước tác này, như *"Im Lặng Hố Thẳm"*, vốn cũng là tên tác phẩm; "dịch hoá pháp", từ mà Thiện chọn làm dịch ngữ cho *Dialectic* của Long Thọ, đối lại với "biện chứng pháp"; và "Không lộ", cũng là tên một vị thiền tăng Việt Nam thời xưa. Ngoài ra, từ chương thứ hai trở đi sẽ tích cực sử dụng lý luận phân biệt ý nghĩa về ngôn ngữ của Izutsu Toshihiko để làm rõ thêm tư tưởng của Thiện vốn đã xem thuật ngữ "Tính" là trọng tâm.

Chương thứ ba, luận về mối liên quan về mặt tư tưởng giữa Henry Miller, Heidegger và Phật giáo mà Thiện đã nhìn ra, và về sự hình thành tư tưởng độc đáo của Thiện từ mối tương quan này. Cụ thể là, trước tiên, liên quan đến "thư gửi Henry Miller" tố cáo tình trạng chiến tranh Việt Nam, khảo sát về vấn đề vì sao Thiện hỏi Miller về câu hỏi mang tính tồn tại luận có ảnh hưởng sâu đậm tư tưởng Heidegger. Tiếp theo là về mệnh đề bạo gan của Thiện: "*Sein* của Heidegger là *Cunt* của Miller", sẽ dựa vào tư tưởng của Heidegger và Miller mà tìm hiểu chân ý của điều này. Và cuối cùng, cũng có liên quan mật thiết với ý nghĩa của mệnh đề trên, sẽ khảo sát xem tư tưởng mà Thiện đã chọn ra từ từ Cái và Con trong những từ ngữ tiếng Việt thông thường và đề xướng "tư tưởng Việt Nam về Cái và Con", xem tư tưởng ấy vốn là thế nào.

Trong chương thứ tư, từ những khảo sát về tư tưởng của Thiện trong những chương trước, sẽ chuyển điểm chú trọng sang khảo sát sáng tác của ông. Nêu ra những sáng tác cụ thể mà ông tự nhận là thi nhân chứ không phải là nhà tư tưởng hay nhà triết học, ở đấy, sẽ tìm hiểu xem những tư tưởng như thế nào sẽ được nhìn thấy, và đối với ông, "Thơ" hay "nhà thơ" là thế nào. Trước tiên, với việc bị Pháp thực dân địa hoá, đối với tự ngã mang tính cận đại vốn được hình thành vào khoảng nửa đầu thế kỷ 20 trong văn học Việt Nam, Thiện đã phê phán siêu hình học phương Tây là nguyên nhân căn bản của chiến tranh

Việt Nam, ông đã đối diện với điều đó thế nào? [chương này] sẽ khảo sát phương diện mang tính phá hoại trong tác phẩm của ông xoay quanh tác phẩm *Mặt Trời Không Bao Giờ Có Thực*. Tiếp theo, sẽ khảo sát về việc Thiện đã hiểu mối quan hệ giữa thi tác và quê hương thế nào, làm thành tác phẩm thế nào, khảo sát về góc độ sáng tạo trong tác phẩm của ông. Và, truy nguyên về cái mà đối với ông là ngọn nguồn thi tác vốn được gọi là Thơ viết hoa, hay "nguồn trong trẻo", từ việc nhìn thấy thi nhân làm thơ và tơ tưởng về quê hương bằng tiếng mẹ đẻ như thế nào, để hiểu về mối quan hệ mang tính cách căn nguyên giữa ngôn ngữ, thế giới và thi nhân.

Trong chương cuối, sẽ nhìn lại những khảo sát từ những chương trước, bước đường đời của Thiện là những bước đi hướng về "chỗ đồng nhất" tiềm tại mà cũng siêu việt thời đại, phương Đông và phương Tây. Đó là chỉ cho sự mạo hiểm hướng vào bên trong của bản thân mà con người hiện đại chưa biết đến, như cái được gọi là "tâm" và cũng được gọi là "nguồn trong trẻo".

(trích lời nói đầu tác phẩm "Ý Thức Mới, Tư Tưởng Gia Lưu Vong Phạm Công Thiện" - Tác giả Nohira Munehiro - dịch Việt: Võ Thị Vân Anh. Hương Tích xuất bản, 2022)

PHỤ BẢN

ÁNH SÁNG VÔ NGÃ: PHẬT GIÁO VÀ SỨ MỆNH KHAI PHÓNG DÂN TỘC

LÔI AM

Lịch sử Việt Nam từ buổi đầu dựng nước đến thời hiện đại là một chuỗi diễn tiến không ngừng nghỉ của những cuộc đấu tranh sinh tồn, bảo vệ độc lập dân tộc và xây dựng nền văn minh. Trong dòng chảy ấy, Phật giáo đã đồng hành và còn đóng vai trò như một trụ cột tinh thần, một nguồn sáng dẫn lối vượt qua những thử thách lớn lao của thời đại. Nhưng ánh sáng ấy, qua năm tháng, không phải lúc nào cũng rực rỡ mà có lúc bị che khuất bởi những biến động chính trị, sự lạm dụng quyền lực và cả thái độ thụ động từ chính những người thừa hưởng di sản quý báu này.

Từ thời Lý-Trần, Phật giáo Việt Nam là một tôn giáo, và còn là nền tảng cho sự phát triển văn hóa, giáo dục cũng như chính trị. Thời kỳ này, với những nhân vật xuất chúng như vua Trần Nhân Tông – người sáng lập Thiền phái Trúc Lâm –thể hiện một hình mẫu lý tưởng về sự hòa quyện giữa tinh thần Phật giáo và trách nhiệm đối với xã hội, quốc gia. Đạo và đời không tách rời mà trở thành hai mặt của cùng một thực tại, trong đó người tu hành không tìm kiếm sự giải thoát cá nhân, mà còn phụng sự nhân sinh bằng tất cả trí tuệ và lòng từ bi.

Song, ánh sáng rực rỡ ấy cũng dần phai nhạt khi đất nước rơi vào những giai đoạn loạn lạc, chiến tranh và đặc biệt là khi xã hội bị thao túng bởi những ý thức hệ chính trị mang tính áp đặt, xem tôn giáo như một công cụ hoặc, một chướng ngại cần kiểm soát. Gần một thế kỷ dưới sự chi phối của chủ nghĩa Cộng sản, tinh thần Phật giáo tại Việt Nam, dù không bị dập tắt, đã chịu nhiều thử thách nghiệt ngã. Những giá trị như từ bi, trí tuệ và vô ngã bị bóp méo, biến thành những hình thức bề mặt, xa rời bản chất thực sự của Phật pháp.

Tinh thần vô ngã của Phật giáo là một thông điệp mạnh mẽ và cấp thiết trong bối cảnh hiện nay. Vô ngã không chỉ là sự buông bỏ cái tôi cá nhân để đạt đến trạng thái giác ngộ, mà còn là lời nhắc nhở về việc không rơi vào sự bám víu, sùng bái, hoặc phụ thuộc vào bất kỳ hình thức quyền lực, cá nhân, hay biểu tượng nào. Khi một xã hội xây dựng tượng đài tín ngưỡng xung quanh cá nhân hoặc hệ tư tưởng, nó không chỉ làm mất đi sự tự do tư duy, mà còn tạo ra sự phân cực, làm méo mó tinh thần hòa hợp và bao dung của Phật giáo.

Để Phật giáo trở thành nguồn lực thực sự cho sự thay đổi, cần vượt qua những giới hạn cục bộ, không để bị đồng hóa hoặc biến thành công cụ phục vụ lợi ích thế tục. Đây không phải là lời kêu gọi đối đầu, mà là lời mời gọi thức tỉnh – để mỗi người Phật tử nhận ra rằng tinh thần từ bi và trí tuệ không dành cho việc giải thoát bản thân, mà phải là nền tảng để xây dựng một xã hội công bằng, văn minh và tự do.

Bấy giờ, tự do tín ngưỡng là quyền cơ bản của con người, vì nó là yếu tố cốt lõi của nhân quyền và là điều kiện tiên quyết để bảo vệ những giá trị tâm linh sâu sắc. Tại Việt Nam, tự do tín ngưỡng đã và đang bị bó hẹp trong nhiều thập kỷ, biến tôn giáo thành một hình thức mang tính hình thức hoặc công cụ hóa. Điều này làm tổn thương các giá trị văn hóa và tinh thần, đồng thời khiến xã hội mất đi một nguồn lực quan trọng để thúc đẩy sự tiến bộ.

Để "cởi trói" cho quyền tự do tín ngưỡng, cần một cuộc cải cách toàn diện, bắt đầu từ việc nâng cao nhận thức của người dân về vai trò của tôn giáo trong đời sống xã hội. Phật giáo, với tinh thần nhập thế và khả năng lan tỏa những giá trị từ bi, trí tuệ, hoàn toàn có thể dẫn dắt phong trào này. Nhưng để làm được điều đó, cần một sự dũng mãnh vượt lên trên những rào cản, không để bị lôi cuốn bởi quyền lực hoặc lợi ích thế tục, mà luôn giữ vững lập trường vì lợi ích chung của toàn dân tộc.

Phật giáo Việt Nam không phải là câu chuyện của sự an nhàn, nhưng là hành trình vượt thoát đầy chông gai, được viết nên bởi lòng kiên định và sự nhập thế dấn thân của những người con Phật qua từng thời kỳ. Trong thời kỳ kháng chiến chống ngoại xâm, Phật giáo vừa là nguồn sức mạnh tinh thần mà còn là ánh sáng dẫn đường cho những bậc minh quân, hiền triết. Nhưng sau đó, trong giai đoạn hiện đại, khi xã hội chịu sự chi phối bởi các ý thức hệ chính trị khắc nghiệt, tinh thần Phật giáo bị bóp nghẹt bởi một chuỗi các áp lực lịch sử và xã hội.

Cái nghịch lý lớn nhất trong sự phát triển Phật giáo Việt Nam hiện nay là một mặt, Phật giáo vẫn hiện diện rộng rãi với hàng ngàn tự viện, nhưng mặt khác, tinh thần chân chính của Phật pháp lại ngày càng bị che lấp bởi những biểu hiện mang tính nghi thức, sùng bái hoặc lệ thuộc vào cơ chế thế tục. Hàng triệu người tự nhận mình là Phật tử, nhưng có bao nhiêu người thực sự hiểu và sống đúng với tinh thần từ bi, trí tuệ và vô ngã mà Đức Phật đã truyền dạy?

Chính nghịch cảnh này là lời kêu gọi khẩn thiết để Phật giáo Việt Nam tự soi lại mình. Đây không phải là trách nhiệm của các bậc cao tăng hay những người lãnh đạo tinh thần, mà còn là nhiệm vụ của mỗi Phật tử, những người cần thức tỉnh để nhận ra rằng con đường giải thoát không phải là sự nương tựa vào hình thức, mà là sự chuyển hóa từ chính nội tâm.

Trong thời kỳ hiện đại, việc xây dựng các tượng đài tín ngưỡng mang tính sùng bái cá nhân đang trở thành một vấn đề đáng báo động. Những tượng đài này không chỉ làm sai lệch tinh thần vô ngã của Phật giáo, mà còn tạo ra một thứ "xiềng xích tâm linh" khi khiến con người bám víu vào các biểu tượng vật chất thay vì tập trung vào sự tu tập và giác ngộ.

Đức Phật Thích Ca Mâu Ni không tự xây dựng tượng đài hay bất kỳ hình thức tôn sùng cá nhân nào cho bản thân mình. Ngược lại, Ngài thường nhấn mạnh về việc không bám chấp vào hình tướng hay biểu tượng bên ngoài. Giáo lý của Đức Phật tập trung vào việc giúp con người tự giác ngộ thông qua thực hành và trải nghiệm cá nhân, không đặt trọng tâm vào việc thờ phụng hình thức hay cá nhân Ngài.

Trong kinh điển, Đức Phật khuyến khích các đệ tử tập trung vào **giáo pháp (Dharma)** và **giới-định-tuệ**, chứ không bám víu vào hình ảnh hay vật chất. Ngài từng dạy rằng: "*Ai thấy Pháp là thấy Ta, ai thấy Ta là thấy Pháp.*"

Điều này có nghĩa là Đức Phật xem giáo pháp như biểu tượng thực sự của Ngài, bởi chính giáo pháp mới là nguồn dẫn dắt con người đến sự giải thoát, chứ không phải việc thờ phụng hình tượng cá nhân.

Hơn nữa, sau khi Đức Phật nhập Niết-bàn, các đệ tử của Ngài cũng không lập tức tạo dựng tượng đài. Việc xây dựng các tượng Phật chỉ xuất hiện sau này, khi Phật giáo phát triển và lan rộng, nhằm đáp ứng nhu cầu tín ngưỡng và tạo điều kiện cho những người không có cơ hội tiếp xúc trực tiếp với giáo lý có thể kết nối tâm linh thông qua hình ảnh biểu tượng.

Như vậy, tinh thần của Đức Phật không nằm ở việc tôn sùng cá nhân hay hình thức, mà ở sự thực hành để nhận ra bản chất vô thường, vô ngã và từ đó đạt được sự giải thoát. Nếu việc thờ phụng các tượng Phật chỉ dừng ở mức hình thức mà không hướng đến sự thực hành, điều này dễ trở thành sự lệ thuộc, đi ngược lại tinh thần cốt lõi mà Ngài truyền dạy.

Lịch sử Phật giáo Việt Nam từng ghi nhận những thời kỳ hoàng kim, là khi các bậc cao tăng lãnh đạo tinh thần luôn đặt trọng tâm vào giáo lý và sự thực hành. Nhưng hiện nay, trong bối cảnh thế tục hóa, các tượng đài hay công trình hoành tráng đôi khi trở thành công cụ để phô diễn quyền lực hoặc gia tăng lợi ích kinh tế nhưng không hề phản ánh tinh thần từ bi và giản dị của Phật giáo. Những hình thức này không chỉ khiến người Phật tử xa rời giáo pháp chân chính, mà còn tạo ra sự chia rẽ và hiểu lầm giữa các cộng đồng tôn giáo.

Phật giáo cần lấy lại tinh thần cốt lõi của mình bằng cách phá bỏ những xiềng xích này, để không biến mình thành một công cụ của quyền lực hoặc sự thỏa hiệp với lợi ích thế tục. Đây không phải là lời bài xích tượng đài vật chất, mà cốt nhắc nhở về việc cần xây dựng "tượng đài tâm linh" bên trong mỗi người – nơi giáo lý Phật đà sống động qua từng hành động, từng suy nghĩ và từng nhịp thở.

Việc ra sức che chắn, bảo vệ hay tôn sùng bất kỳ một cá nhân nào, dù là trong bối cảnh tôn giáo hay đời sống xã hội, đều mang trong mình một nguy cơ tiềm tàng: nó tạo ra sự mất cân bằng, kéo sập đi những giá trị lớn lao khác để xây dựng một biểu tượng mới. Sự sùng bái cá nhân dù được biện minh bằng bất kỳ lý do nào, đều giới hạn tầm nhìn của chúng ta, khiến mình không còn nhận thức được chiều sâu và không gian rộng lớn của những nội hàm thực sự mà tôn giáo như Phật giáo vốn mang lại.

Phật giáo dạy về vô ngã, một triết lý nhằm giải thoát con người khỏi sự ràng buộc của cái tôi cá nhân, vượt qua sự bám víu và chấp trước vào hình tướng, biểu tượng, hay danh vọng. Khi chúng ta dựng lên những tượng đài để tôn sùng cá nhân, dù là ai, chính chúng ta đã vô tình tự trói mình vào vòng lặp của chấp ngã – một điều trái ngược hoàn toàn với tinh thần giác ngộ và giải thoát mà Đức Phật đã truyền đạt.

Một tôn giáo lớn như Phật giáo không tồn tại để phục vụ cá nhân hay quyền lực, mà để mở ra con đường dẫn đến sự tự do tâm linh, trí tuệ vượt thoát và lòng từ bi vô biên. Việc khuếch đại hình ảnh của một cá nhân, làm lu mờ các giá trị tổng thể, chẳng khác nào biến tôn giáo thành công cụ phục vụ cho sự phân cực, đối kháng hoặc chia rẽ. Thay vì mở rộng tầm nhìn để thấy sự bao dung, rộng lớn và khả năng hòa hợp của Phật giáo, chúng ta chỉ nhìn thấy một góc hẹp qua lăng kính bị bóp méo bởi sự sùng bái hạn hẹp.

Nếu mục tiêu là bảo vệ một cá nhân vì lòng tôn kính, thì cần nhận thức rõ ràng rằng Phật giáo không phải là nơi để dựng tượng đài cho những cái tôi, mà là con đường dẫn đến sự giác ngộ tập thể. Mỗi lần chúng ta dựng một tượng đài mới, hãy tự hỏi: liệu điều đó có làm mờ đi ánh sáng của sự thật, làm mất đi bản chất không phân biệt, không chấp tướng của Phật pháp? Hay chúng ta chỉ đang thay thế một sự sùng bái này bằng một sự sùng bái khác, và trong hành động ấy, lãng quên đi cốt lõi của đạo?

Chính vì vậy, điều cần thiết không phải là dựng lên những hình tướng để bảo vệ hay tôn sùng, mà là làm sáng tỏ nội hàm phong phú của Phật giáo. Hãy để không gian của trí tuệ và từ bi lan tỏa, vượt qua mọi hình tướng để dẫn dắt con người đến sự tự do, trong niềm tin và trong cách sống, cách hiểu đạo. Một tôn giáo sống động không cần những bức tường được dựng lên quanh cá nhân, mà cần những cánh cửa mở ra chân trời rộng lớn của giác ngộ và lòng từ bi vô hạn.

Bất bạo động, như Đức Phật đã dạy, không phải là thái độ thụ động hay nhẫn nhục chịu đựng. Bất bạo động là sự dũng cảm từ tâm, sẵn sàng đối mặt với bất công bằng sự kiên định, không sân hận. Con đường Phật giáo, nếu được thực hành đúng cách, không bao giờ đồng nghĩa với việc thỏa hiệp hay khuất phục trước các thế lực bất công. Ngược lại, là nguồn sức mạnh để con người vượt lên, thay đổi xã hội một cách hòa bình nhưng đầy hiệu quả.

Trong bối cảnh Việt Nam hiện nay, tin rằng bất bạo động là con đường để bảo vệ Phật giáo, và là phương pháp hữu hiệu để thúc đẩy nhân quyền và tự do tín ngưỡng. Tuy nhiên, để làm được điều đó, cần sự tỉnh thức ở cả cá nhân lẫn cộng đồng. Mỗi người Phật tử cần tự hỏi: Liệu mình đã thực sự hiểu và sống đúng với giáo lý từ bi, trí tuệ và vô ngã? Hay mình chỉ đang trốn tránh, nép mình vào vỏ bọc của một niềm tin nông cạn?

Sự nhập thế của Phật giáo trong thời đại này đòi hỏi một tinh thần quyết liệt hơn bao giờ hết. Nhưng quyết liệt không có nghĩa là đối đầu; nó có nghĩa là kiên trì thay đổi từ gốc rễ, thông qua sự thức tỉnh nội tâm và lan tỏa những giá trị tốt đẹp đến cộng đồng. Phật giáo, với bản chất hòa bình, không chọn vũ lực làm phương tiện, nhưng cũng không bao giờ thỏa hiệp với cái ác hay những gì đi ngược lại với công lý và sự thật.

Phật giáo Việt Nam đang đứng trước một ngã rẽ lịch sử. Sứ mệnh của Phật giáo không chỉ là bảo tồn di sản, mà còn phải vượt qua những giới hạn hiện tại để trở thành ngọn đuốc soi đường cho sự phát triển của cả xã hội. Điều này đòi hỏi một cuộc cách mạng về nhận thức, trong đó Phật giáo phải trở lại với tinh thần nhập thế mạnh mẽ, không ngừng đổi mới nhưng vẫn giữ vững những giá trị cốt lõi.

Hành trình tái định hình Phật giáo không phải là con đường dễ dàng. Nó đòi hỏi sự dũng cảm để đối mặt với những nghịch cảnh, sự kiên nhẫn để từng bước thay đổi, và sự từ bi để không rơi vào cực đoan. Nhưng nếu mỗi người Phật tử đều thức tỉnh, tự nhận lấy trách nhiệm và sống đúng với tinh thần Phật pháp, thì Phật giáo Việt Nam có thể trở thành một nguồn lực mạnh mẽ để dẫn dắt xã hội vượt qua mọi thử thách.

Tỉnh thức không chỉ là trạng thái nội tại của cá nhân, mà còn là năng lượng tập thể có khả năng thay đổi cục diện xã hội. Phật giáo, từ lâu, đã khuyến khích con người quay về với chính mình, sống trong từng khoảnh khắc hiện tại để tìm thấy sự an lạc và trí tuệ. Nhưng trong bối cảnh một xã hội đầy rẫy sự hỗn loạn và áp lực chính trị, tỉnh thức cần được hiểu sâu hơn, như một công cụ để tháo gỡ những ràng buộc vô hình, cả trong tâm trí và cấu trúc xã hội.

Ở Việt Nam, nơi con người thường bị cuốn vào vòng xoáy của sự sợ hãi, thụ động và chấp nhận, tinh thần tỉnh thức trở thành một lời kêu gọi thiết yếu để phá bỏ xiềng xích tư tưởng. Mỗi người Phật tử, thay vì chỉ tìm kiếm sự giải thoát cá nhân, cần học cách sử dụng năng lượng tỉnh thức để lan tỏa tinh thần từ bi và trí tuệ vào các khía cạnh đời sống: gia đình, cộng đồng, và rộng hơn là quốc gia. Từng bước nhỏ, từng hơi thở chánh niệm, có thể là khởi đầu cho một cuộc chuyển hóa lớn lao, vượt qua sự kiểm soát và áp đặt để tái thiết lập sự tự do đích thực.

Một trong những thách thức lớn nhất đối với Phật giáo Việt Nam hiện nay là sự thụ động trong tư duy và hành động của một bộ phận Phật tử. Nhiều người đã bị ru ngủ bởi các hình thức nghi lễ, lễ hội hoặc sự sùng bái thần tượng, mà quên đi rằng Phật pháp không phải là nơi trú ẩn an toàn, mà là một con đường để hành động, để kiến tạo một thế giới tốt đẹp hơn.

Sự dấn thân trong Phật giáo không phải là hành động mù quáng, mà là sự hòa quyện giữa trí tuệ và từ bi. Đó là hành động vì lợi ích của số đông, nhưng không đánh mất bản chất hòa bình và bất bạo động. Một người Phật tử nhập thế không phải là người chỉ tìm cách tránh né những vấn đề xã hội, mà là người sử dụng giáo lý Phật pháp để đối mặt và giải quyết những thách thức bằng sự kiên nhẫn, can đảm và lòng từ bi.

Trong bối cảnh đất nước Việt Nam, sự dấn thân không thể chỉ dừng lại ở các hoạt động từ thiện hoặc giáo dục tôn giáo nội bộ. Nó cần mở rộng sang việc bảo vệ quyền tự do tín ngưỡng, cổ vũ cho sự minh bạch và công bằng trong xã hội, cũng như nâng cao nhận thức của người dân về giá trị của nhân quyền và phẩm giá con người. Đây là nhiệm vụ không dễ dàng, nhưng nó là con đường duy nhất nếu Phật giáo muốn trở thành một sức mạnh thực sự trong thời đại này.

Tương lai của Phật giáo Việt Nam không chỉ phụ thuộc vào việc bảo tồn di sản, mà còn vào khả năng đổi mới và thích nghi với thời đại. Trong một thế giới ngày càng phức tạp và toàn cầu hóa, Phật giáo cần tìm ra cách truyền tải thông điệp của mình một cách mạnh mẽ và hiệu quả hơn, để trở thành nguồn lực tinh thần không chỉ cho người Việt mà còn cho nhân loại.

Một viễn cảnh khai phóng cho Phật giáo Việt Nam bắt đầu từ sự giải phóng bản thân khỏi những ràng buộc cũ kỹ, cả về hình thức lẫn nội dung. Tinh thần vô ngã cần được thể hiện qua việc loại bỏ những yếu tố sùng bái cá nhân, giảm bớt sự lệ thuộc vào các biểu tượng vật chất, và nhấn mạnh vào sự thực hành chân chính. Đây không chỉ là quá trình cải cách nội bộ, mà còn là một cuộc cách mạng văn hóa, giúp Phật giáo trở lại vị thế trung tâm trong đời sống tinh thần của dân tộc.

Đồng thời, Phật giáo cần mở rộng tầm nhìn để đáp ứng những nhu cầu hiện đại. Điều này bao gồm việc sử dụng các công nghệ mới để truyền bá giáo lý, kết nối cộng đồng qua không gian số, và tham gia tích cực vào các phong trào xã hội toàn cầu về bảo vệ môi trường, bình đẳng giới, và nhân quyền. Một Phật giáo hiện đại không chỉ giữ vững bản sắc truyền thống, mà còn biết cách đối thoại với thời đại để mang lại lợi ích lớn nhất cho con người.

Con đường Phật giáo không bao giờ là con đường dễ dàng, bởi nó đòi hỏi con người phải đối mặt với chính mình, với những hạn chế và ảo tưởng mà mình đang mang theo. Nhưng cũng chính con đường ấy, khi được đi với tâm kiên định và lòng từ bi, sẽ mở ra những cánh cửa dẫn đến sự giải thoát, không chỉ cho cá nhân mà còn cho toàn xã hội.

Phật giáo Việt Nam, sau gần một thế kỷ bị thử thách bởi sự áp đặt và bóp méo, đang đứng trước một cơ hội lớn để tự làm mới mình, để vượt qua những rào cản lịch sử và xã hội, và để trở thành nguồn sức mạnh thực sự cho dân tộc. Nhưng cơ hội ấy chỉ có thể thành hiện thực nếu mỗi người Phật tử đều thức tỉnh, đều nhận ra rằng bổn phận của mình không chỉ là tu tập, mà còn là hành động, là phụng sự nhân sinh một cách vô ngã và không điều kiện.

Hãy để ánh sáng từ bi và trí tuệ của Phật giáo soi sáng mọi ngõ ngách của xã hội, phá bỏ mọi xiềng xích tư tưởng, và dẫn dắt con người đến một tương lai tự do, bình đẳng và hạnh phúc. Đây không chỉ là sứ mệnh của Phật giáo, mà còn là món quà quý giá nhất mà Phật giáo có thể mang lại cho dân tộc Việt Nam và toàn thế giới.

Lôi Am

GIÁO HỘI PHẬT GIÁO VIỆT NAM THỐNG NHẤT
HỘI ĐỒNG HOẰNG PHÁP
HỘI ẤN HÀNH ĐẠI TẠNG KINH VIỆT NAM
VIETNAM GREAT TRIPITAKA FOUNDATION
4333 30th Street, San Diego, CA 92104 – U.S.A.
Tel: **(619) 283-7655**

THÔNG BÁO
V/v: *Lưu hành Thanh Văn Tạng Giai Đoạn I, Phần II*

Nam Mô Bổn Sư Thích Ca Mâu Ni Phật

Kính bạch chư tôn Thiền đức Tăng Ni,
Kính thưa quý thiện hữu tri thức, cùng quý thiện nam tín nữ Phật tử xa gần,

Vào những ngày tháng cuối đời, Trưởng lão Hòa thượng Thích Tuệ Sỹ đã chu đáo sắp xếp, bổ sung và phân nhiệm nhân sự trong Hội Đồng Phiên Dịch Tam Tạng qua Quyết Định Cải Tổ Ban Phiên Dịch, số 07.VTT/CTK/QĐ (ký ngày 21/9/2023) và Đề Án Phiên Dịch Đại Tạng Kinh (ký cùng ngày 21/9/2023). ***Quyết Định*** nêu rõ vai trò và trách nhiệm của từng thành viên của Hội Đồng Phiên Dịch; ***Đề Án*** đưa ra một danh sách Kinh, Luật, Luận cần dịch tuần tự theo bản đáy Đại Chánh Tân Tu; đồng thời hướng dẫn tổng quát tiến trình phiên dịch và chú giải để tiến đến giai đoạn "nhập tạng" với toàn bộ Thánh điển Phật giáo, bao gồm Thanh Văn Tạng, Bồ Tát Tạng và Mật Tạng.

Hội Đồng Phiên Dịch Tam Tạng Lâm Thời với danh xưng mới (theo di giáo của HT. Thích Tuệ Sỹ qua Quyết Định số 7 nói trên) là Ủy Ban Phiên Dịch Trung Ương, được lãnh đạo bởi

Hòa Thượng Thích Như Điển (Chủ tịch), Hòa Thượng Thích Thái Hòa (Chánh Thư Ký), Hòa Thượng Thích Nguyên Siêu (Phó Thư Ký), dưới sự chứng minh của Hội Đồng Giáo Phẩm Trung Ương Viện Tăng Thống, Giáo Hội Phật Giáo Việt Nam Thống Nhất.

Trong một năm qua, hụt hẫng trước sự ra đi của Hòa thượng Tuệ Sỹ, rất cần thời gian để ổn định nhân sự, phân nhiệm dịch thuật và chú giải, nhưng Ủy Ban Phiên Dịch cũng đã cố gắng hoàn thành được hơn phân nửa Phần II, Giai Đoạn I của Thanh Văn Tạng, gồm 8 tập, như sau:

[Kinh Bộ]

1. **TVT TẬP 25** – Kinh Bộ XIII - **Biệt Dịch Tạp A-Hàm, Q.1**- 340 tr.

2. **TVT TẬP 26** – Kinh Bộ XIV - **Biệt Dịch Tạp A-Hàm, Q.2** - 492 tr.

[Luật Bộ]

3. **TVT tập 27** – Luật bộ VI – **Luật Ngũ Phần, Q.1** – 588 tr.

4. **TVT tập 28** – Luật bộ VII – **Luật Ngũ Phần, Q.2** – 748 tr.

5. **TVT tập 29** – Luật bộ VIII – Gồm: **Ngũ Phần Tỳ-Kheo Giới Bổn** (A, B) / **Ngũ Phần Tỳ-Kheo-Ni Giới Bổn / Di-Sa-Tắc Yết-Ma Bản**, 316 tr.

6. **TVT tập 30** – Luật Bộ IX – **Căn Bản Thuyết Nhất Thiết Hữu Bộ - Tì-Nại-Da Dược Sự,** 708 tr.

[Luận Bộ]

7. **TVT TẬP 31** – Luận Bộ VI – **A-Tì-Đạt-Ma Thức Thân Túc Luận,** 496 tr.

8. TVT TẬP 32 – Luận Bộ VII –Gồm: **A-Tì-Đạt-Ma Thi Thiết Túc Luận / A-Tì-Đạt-Ma Giới Thân Túc Luận / Câu-Xá Luận Thật Nghĩa Sớ,** 292 tr.

Kính thưa chư liệt vị,

Thanh Văn Tạng Giai Đoạn I, Phần II, gồm 8 tập kể trên, được in số lượng 1,300 bộ, sẽ được bảo quản và phát hành tại Hoa Kỳ (330 bộ), Canada (100 bộ), Âu châu (200 bộ), Úc châu (100 bộ), Á châu (70 bộ) và Việt Nam (500 bộ). *(Địa chỉ liên lạc để thỉnh kinh được liệt kê đầy đủ ở cuối thư)*

Trong tinh thần phụng sự Chánh Pháp, các kinh luật vô giá của ĐTKVN sẽ được cúng dường đến quý vị nếu có sự thỉnh cầu, nhưng để thiết lập một nền tảng tài chánh vững chắc ngõ hầu có thể tiếp tục đề án phiên dịch, chú giải, hiệu đính và ấn hành Tam Tạng Thánh Điển trong tương lai (có thể từ 10 đến 20 năm sau cho toàn bộ 200 tập của Thanh Văn Tạng, Bồ Tát Tạng và Mật Tạng), chúng tôi khuyến thỉnh chư vị góp phần tịnh tài tối thiểu (chi phí ấn hành và vận chuyển từ Thái Lan– nơi in kinh– về các quốc gia, châu lục) cho công trình dài lâu này. Ước tính một bộ 8 tập của Thanh Văn Tạng Giai đoạn I, Phần II là $100 USD (chưa kể cước phí địa phương). Xin liên lạc với một trong 8 địa chỉ bên dưới để cung thỉnh và tùy duyên cúng dường.

Thay mặt Hội Ấn Hành ĐTKVN, chúng tôi thành kính thâm tạ chư tôn Thiền đức và quý Phật tử xa gần. Nguyện đem công đức cúng dường Chánh Pháp này hướng về khắp tất cả; kính chúc chư tôn Thiền đức pháp thể khinh an, chúng sinh dị độ; và chúc nguyện chư thiện tín nam nữ cùng gia quyến vô lượng an khang, cát tường.

Nam Mô Công Đức Lâm Bồ Tát – tác đại chứng minh.

PL. 2568, ngày 01 tháng 1 năm 2025

TM. Hội Ấn Hành Đại Tạng Kinh Việt Nam

Hội trưởng

Hòa thượng Thích Nguyên Siêu

ĐỊA CHỈ CÁC CƠ SỞ TỰ VIỆN NGOÀI NƯỚC LƯU HÀNH ĐẠI TẠNG KINH VIỆT NAM:

HOA KỲ (330 bộ):

1. **Phat Da Buddhist Temple**, 4333 30th Street, San Diego, CA 92104 – (150 bộ) | **HT. Thích Nguyên Siêu** - Tel.: (619) 283-7655
2. **Kim Quang Temple**, 3119 Alta Arden Expy, Sacramento, CA 95825 – (80 bộ) | **Cư sĩ Tâm Thường Định** - Tel.: (916) 607-4066
3. **Phat Bao Buddhist Temple**, 6427 Large Street, Philadelphia, PA 19149 – (100 bộ) | **TT. Thích Giác Giới** - Cel.: (215) 214-9009

ÂU CHÂU (200 bộ):

1. **Vien Giac Pagoda**, Karlsruher Str. 6, 30519 Hannover, Germany – (200 bộ) | **HT. Thích Như Điển** - Tel: +49 511 879 630)

ÚC CHÂU (100 bộ):

1. **Quang Duc Monastery**, 105 Lynch Road, Fawkner, Vic.3060 Australia – (100 bộ) | **TT. Thích Nguyên Tạng** - Tel: +61 481 169 631

CANADA (100 bộ):

1. **The Buddha Gaya Wisdom Society**, 1720 36 St. SE, Calgary, Alberta, T2A 1C8, Canada – (30 bộ) | **HT. Thích Thiện Quang** - Tel.: (403) 235-3060
2. **Phap Van Centre**, 420 Traders Blvd., East Mississauga, Ontario L4Z 1W7 – Canada – (70 bộ) | **TT. Thích Tâm Hòa** - Tel.: +1 905 712 8809 | +1 519 587 2124.

虛空有盡

吾願無窮

www.ingramcontent.com/pod-product-compliance
Lightning Source LLC
LaVergne TN
LVHW010310070526
838199LV00065B/5509